# மூன்றாவது விழியின் முதலாவது பார்வை

(பெண்ணியச் சிந்தனைகளும் படைப்புகளும்)

சா. தேவதாஸ்

பரிசல் புத்தக நிலையம்

# மூன்றாவது விழியின் முதலாவது பார்வை

(பெண்ணியச் சிந்தனைகளும் படைப்புகளும்)

ஆசிரியர் : சா.தேவதாஸ்
முதல் பதிப்பு: டிசம்பர் 2021
வெளியீடு : பரிசல் புத்தக நிலையம்
235, P-பிளாக், MMDA காலனி
அரும்பாக்கம், சென்னை - 600 106
பேச: 9382853646, 8825767500
மின்னஞ்சல்: parisalbooks@gmail.com
பக்க வடிவமைப்பு: யு.நிலா
அச்சாக்கம்: காம்யூ பிரிண்டர்ஸ், சென்னை
பக்கம்: 200
விலை: ரூ 200

# MOONTRAVATHU VILIYIN MUTHALAVATHU PAARVAI

(PENNIYA SINDHANAIGALUM PADAIPPUGALUM)

Author : **S.Devadass**
First Edition: December 2021
Published by: PARISAL PUTTHAGA NILAYAM
No.235, P-Block, MMDA Colony
Arumbakkam, Chennai - 600 106
Mobile: 93828 53646
E-mail: parisalbooks@gmail.com
Designed by: Y.NILA
Printed at: Comu Printers, Chennai
ISBN: 978-93-91949-45-7
Pages: 200
Price: 200

# பொருளடக்கம்

ஒரு குறிப்பு 5

பெண் குறித்த கதையாடல்கள் 6

1. கவிதைகள் – ஆன் செக்ஸ்டன் 26

2. நாட்குறிப்புகள் –சில்வியா ப்ளாத்தின் 43

3. ஹீப்ரு சிறுகதைகள் 62

1. இரட்டை குழந்தைகளைப் பெற்று அவமதித்துக் கொண்டவள் – ஆர்லி கேஸ்டல் – ப்ளும் 63

2. யாரோ ஒருவரை கொல்ல விரும்பியவள் – ஆர்லி கேஸ்டல் – ப்ளும் 68

3. தரைக்கு சமீபமாய் – எஹீதீத் ஹெண்டல் 71

4. மலையாள சிறுகதை சாமுண்டிபள்ளம் – பி.வத்சலா (பி.1938) 77

5. குரேஷிய சிறுகதை– ஜாக்ரெப் – ஆஸ்டர்டாம் – நியூயார்க் – துப்ரங்கா உக்ரெஸிக் 85

6. ஆங்கில சிறுகதை – கானகத்தின் மையத்திற்கு ஊடுருவிப் போதல் – ஏஞ்சலா கார்ட்டர் 100

7. வங்காள சிறுகதை – துறவி – ஜோதிர்மயீதேவி 113

8. உருது குறுநாவல் – ஜார்ஜியபுனிதஃப்ளோராவின்பாவ 125
அறிக்கை – குர்துல் ஆன் ஹைதர் 126

| | | |
|---|---|---|
| 4. | சில அறிமுகங்கள் | 161 |
| | 1. லலிதாம்பிகா அந்தர்ஜனம் – தாய்மையிலிருந்து ஒரு பிரதி | 161 |
| | 2. பாஸ் அலீயெவா : பெருகும் கண்ணீரும் பொங்கும் நீரூற்றும் | 170 |
| | 3. கெஞ்சிகதை: உலகின் முதல் நாவல் | 180 |
| | 4. அருந்ததிராய்: | 188 |

## ஒரு குறிப்பு

"படைப்பாக்கத்தில் ஈடுபடுபவர், பெண்ணின் பாத்திரத்தை வகிக்கின்றார். ஓர் எழுத்தாளர் படைப்புச் செயல்பாட்டில் தற்காலிக சுகமே காணும் தந்தையாக இருக்கமுடியாது."
(பிரதிபாராய்)

என்னும்போது சமூகத்திலான பெண்ணின் நிலையைப் பரிசீலிப்பது மிகவும் இன்றியமையாததாகும். இப்பரிசீலனையை பெண்களின் பிரதிகளைக் கொண்டு மேற்கொள்வது இன்னும் சரியாக இருக்கும். ஒரு எழுத்தாளரின் தனித்தன்மை கூட அவரது பாலியலில் வெளிப்பாடு காண்பதை விடவும் அவரது படைப்பிலேயே ஆற்றலுடன் வெளிப்பாடு காண்கிறது. இன்னொன்றையும் குறிப்பிட வேண்டும். 'பூமியின் வேதனையினையும் ஆனந்தத்தையும் சொல்ல ஆன்மா துடிக்கையில் எழுத்தாளரது பௌதிக அகம் மறந்து போகப்படுகிறது.'

ஆக, பெண்ணின் வெவ்வேறு முகங்களைக் காணவும், ஒலிக்க மறந்த குரல்களைக் கேட்கவும் பெண்ணின் சில பிரதிகள் முன்வைக்கப்படுகின்றன.

— சா. தேவதாஸ்

## பெண் குறித்த கதையாடல்கள்

ஆதியாயிருந்த புருஷன் தன் தனிமை போக்க தோழமை வேண்டி, ஆணாகவும் பெண்ணாகவும் பிரிந்து கொள்கிறான். அப்போது தன்னைப் பின்தொடரும் ஆணிடம், உன்னிடமிருந்து பிறந்த நான் உன்னுடன் சேரலாகாது என்று கூறும் பெண் பசுவாக மாறுகிறாள். அவன் எருதாக மாறி பசுவுடன் சேர, கால்நடைகள் உண்டாகின்றன. பின்னர் அவள் ஆடாக மாற, அவன் கிடாயாக உருக்கொண்டு சேர, ஆட்டினம் உண்டாகிறது. இப்படியே எறும்பினம் வரை உண்டாகின்றன. இது பிருகத்தாரண்ய உபநிடத்தில் இடம்பெறும் படைப்பின் கதை.[1]

ஆனால் வாய் மொழி மரபில் படைப்பினை விவரிக்கும் கதை இதற்கு நேர் எதிரானதாயிருக்கிறது.[2]

எல்லாம் உயிர்களும் ஜனிக்கும் முன்பாகவே ஆதிப்பெண் தெய்வம் பிறந்து விடுகிறாள். வெகு சீக்கிரமாய் வளர்ந்து ஆணின் துணை நாடுகிறாள். யாரும் இல்லாது போகவே தன்னிலிருந்து பிரம்மனை உண்டாக்கி, சீக்கிரமாய் வளர்ந்து தன்னுடன் சேருமாறு கோருகிறாள். தாயாகிய உன்னுடன் நான் எப்படிச் சேருவது என்று கூறும் பிரம்மனை, தன் உள்ளங்கையிலுள்ள நெருப்பு விழியால் சுட்டெரித்து விடுகிறாள். அடுத்தநாள் விஷ்ணுவை உண்டாக்குகிறாள். அவனும் தாயாகிய உன்னுடன் நான் எப்படிச் சேருவது? என்று வினவவே அவனையும் அப்படியே எரித்து விடுகிறாள். மூன்றாவது நாளில் சிவனை உண்டாக்குகிறாள். அவன் வளர்ந்து வருகையில் உன் சகோதரர்களுக்கு என்ன நேர்ந்துள்ளது என்று சுற்றுமுற்றும் நோக்கி கவனி, என்கிறாள். இரு சாம்பல் குவியல்களாய் அவர்கள் இருப்பதைக் கண்ணுற்று. நீ சொல்வதன்படியே நடந்து கொள்வேன். உன் கணவன் வல்லமை பெற வேண்டுமானால் உன் ஆற்றல்களையெல்லாம் அளிக்க வேண்டாமா? என்று கூறுகிறான்.

அதைக்கேட்டு மகிழ்வுறும் பெண்தெய்வம் அவனுக்கு எல்லா வல்லமைகளையும் மந்திர ஆற்றல்களையும் வழங்குகிறது. இப்போதுஅவளை நாட்டியமாட அழைக்கிறான் அவன். இருவரும் சுற்றிச் சுழன்றாடுகையில் திடீரென சிவன் தன் தலை மீது கையை வைத்து ஆடத்தொடங்குகிறான். உடனே அவளும் தன் கையை தலை மீது வைக்க, அவளது உள்ளங்கையின் நெருப்புவிழியால் எரியுண்டு போகிறாள். எரிந்து கொண்டிருக்கையில் ஒரு பெண்ணை மறுதலித்த உன் உடலின் ஒருபாதி பெண்ணாகட்டும், என்று சபித்து விடுகிறாள். சிவன் அர்த்தநாரீஸ்வரன் ஆனது இப்படித்தான். எரியுண்டு சாம்பலான பெண்தெய்வத்தின் நெருப்புவிழி மட்டும் சிவனிடம் வந்து தான் எங்கே இருந்து கொள்வது என்று வினவ, அதனைத் தன் நெற்றியில் வைத்துக் கொள்கிறான் சிவன்.

படைப்பின் கிரமத்தில் முதலில் தோன்றியது மட்டுமல்லாமல், தன்னின் அம்சமாய் ஆண்களாகிய தெய்வங்களைப் படைத்ததுடன் அவர்களுக்கு ஆற்றல்களை வழங்கியதும் பெண்ணே என்கிறது வாய்மொழி மரபுக்கதை. நீதியை நிலைநாட்டும் நெருப்புவிழி பெண்ணிடமிருந்தே கிடைக்கப்பெறுகின்றது.

ஆணின் துணை இல்லாது கூட, பெண் படைக்கும் தன்மையுடையவளே என்கிறது ஒரு புராணக்கதை. அது பகீரதன் தொடர்பானது.[3] சாபம் ஒன்றினால் சாகரர் வம்சம் அழிந்து போகிறது. வாரிசு இல்லாதிருந்த மன்னனும் இறந்துபடவே, அவனது மனைவியர் இருவரும் வேதனை கொள்கின்றனர். வம்சத்தை விருத்திபண்ணுவது எப்படி என்று தம் குலகுருவிடம் யோசனை கேட்கின்றனர். ஒரு நன்னாளில் இருவரும் நிர்வாணக் கோலத்தில் ஒருவரையொருவர் தழுவிக்கொண்டால் சந்ததி உண்டாகும் என்கிறார் குலகுரு. ஆணின் பங்கில்லாது பிறக்கும் ஆண்குழந்தை எலும்புகளின்றி இருக்கிறது. நாணிக்கோணி நடக்கும் அவன் தன்னைப் பரிகசிக்கின்றான் என்று சபிக்க இருந்த அஷ்டவக்கிரர் என்னும் முனிவர், விஷயம் தெரியவந்ததும், அவன் குறைபோக்கி இயல்பானவனாக ஆக்கிவிடுகிறார். அவனே மன்னன் பகீரதனாக ஆவான். பின்னாளில் விண்ணிலிருந்து கங்கையைத் தருவிப்பவன் இப்பகீரதன்.

கர்த்தரால் முதலில் ஆதாம் படைக்கப்பட்டு, ஆதாமின் விலா எலும்பிலிருந்து உருவானவள் ஏவாள் என்று கிறிஸ்துவ மரபு கூறும். ஆனால் ஹீப்ரு தொன்மத்தின்படி, முதலில் தோன்றியவள் ஏவாள் அல்ல, லிலித் என்னும் பெண்ணே. லிலித் உதித்தபோது பொங்கி வெடித்த எரிமலையின் வாயிலிருந்து பீறிட்டுவரும் அக்கினிக் குழம்பாய் வந்தாள், சூறாவளியும் இடியுமாய் இருந்தாள். அழிவும் பயங்கரமும் அவளிடம் வடிவெடுத்திருந்தன. பூமி அவளைத் தாங்காது என்பதால் அவள் சமுத்திரத்தின் ஆழத்தில் அழுத்தப்பட்டாள்.[4]

முதலில் லிலித் தோன்றினாலும் பயங்கரமும் சீற்றமும் அழிவும் கொண்டவள் என்று அச்சம் கொள்கிறது இத்தொன்மம்.

சமீபத்தைய அறிவியல் ஆய்வு ஆதாமுக்கு முன்பே ஏவாள் தோன்றியிருக்க வேண்டும் என்கிறது. முதலில் பெண்கள் தோன்றினர். அவர்தம் மரபணுக்களின் வளர்சிதை மாற்றத்தால் ஆண்கள் உருவாகினர். பெண்களிடமிருந்து ஆண்களை வேறுபடுத்தும் குரோமோசோம்கள், முதன்முதலாக, 300 மில்லியன் ஆண்டுகளுக்கு முன்பாக, x குரோமோசோமிலிருந்து Y குரோமோசோம் பிரிந்தபோது பிறந்தன. இந்த Y குரோமோசோம், ஏதோ ஒருவகையில் x குரோமோசோமிலிருந்து உருவாகியிருக்க வேண்டும். மசாசூ ஸட்ஸ் தொழில்நுட்ப நிறுவனத்தின் டாக்டர் டேவிட் பேஜ் மற்றும் சிகாகோ பல்கலைக் கழகத்தின் டாக்டர் ப்ருஸ் லான் ஆகியோரது ஆய்வில் இது கண்டறியப்பட்டுள்ளது.[5]

## 2

ஆணின் ஆற்றல்கள் வரம்புக்குட்பட்டனவாயிருக்கையில், பெண்ணே வரம்பற்ற ஆற்றல்கள் பெற்றுள்ளவள் என்பதை மகிஷாசுரமர்த்தனி கதை விவரிக்கின்றது. புராணக்கதைகள், வாய்மொழிக்கதைகள், சிற்ப விவரணங்கள் ஆகியவற்றில் மகிஷாசுரமர்த்தனி விவரிக்கப்பட்டுள்ள விதங்களை எடுத்துக்காட்டி இதன் பண்பாட்டுப்பின்னணி மற்றும் உளவியல் பின்னணி எப்படிப்பட்டது என்பதையெல்லாம் விரிவாக ஆராய்ந்துள்ளார் கார்மெல் பெர்க்ஸன்.[6]

ரம்பன், கரம்பன் என்னும் பிராமண அசுர மன்னர்கள் புத்திர பாக்கியம் வேண்டி கடுந்தவமியற்றுகின்றனர். வளர்ந்து வரும் அவர்தம்

அதிகார ஆற்றல்கண்டு அஞ்சும் இந்திரன் கரம்பனைக் கொன்றுவிட, தற்கொலை செய்து கொள்ளப்போவதாக எச்சரிக்கின்றான் ரம்பன். அக்னி பகவான் தோன்றி யாராலும் வெல்லப்படமுடியாத மகனைப்பெறும் வரத்தை ரம்பனுக்கு வழங்குகிறார். ரம்பனுக்கும் பெண் எருமைக்கும் மகனாக மகிஷன் பிறக்கிறான். மகிஷன் பிறந்த கொஞ்ச நாளிலேயே ரம்பன் இறந்துபட, கணவனுடன் உடன்கட்டை ஏறிவிடுகிறாள் தாய். தவவலிமையால் மூவுலகையும் வென்று விடும் மகிஷனை அழிக்கத் தேவர்களாலும் இயலாது போகிறது. எனவே மும்ர்த்திகளின் ஒன்றிணைந்த ஆற்றலில் உண்டாகும் துர்கை மகிஷனுடன் பத்தாயிரம் ஆண்டுகால யுத்தம் நிகழ்த்துகிறாள். மகிஷனின் எருமைத்தலையைச் சீவி எறிய, மனிதத்தலையுடன் வீறுகொண்டு எழுகிறான் மகிஷன். பின் அத்தலையினையும் துண்டித்து வெற்றிபெறுகிறாள் துர்கை. விண்ணுலகில் மகிஷனும் துர்கையும் இணைகின்றனர்.

யானையாக, சிங்கமாக, எருமையாக ரூபங்கொண்டு போரிடும் மகிஷன், தேவி மீது மோகமும் கொள்கிறான். எனவேதான் மண்ணுலகில் மடிந்தாலும், விண்ணுலகில் தேவியுடன் சேர்கிறான் என்கிறது புராணம்.

மிகப்பெரும் தெய்வ சக்திக்கு பணிந்து விடாது தீரமாகப் போராடுபவனாகவே மகிஷன் காட்டப்பட்டுள்ளான். இம்முறை தேவியால் வீழ்த்தப்பட்டாலும் தொடர்ந்து வந்து யுத்தம் செய்வான் என்று கூறப்படுகிறது.

எனவே, வெறுமனே, தீமையை நன்மை வெற்றிகொள்ளும் நீதிக்கதை இல்லை இது. ஆதிச்சமூகம் தன் குலச்சின்னத்தை, புனிதமாகக் கருதிய அதேவேளையில், வேட்டையில் எதிர்கொண்டு வேட்டையாடிய நிர்ப்பந்தத்தின் அச்சம்; குலச்சின்னமாய் இருந்த எருமை புனிதப்படுத்தப்பட்டு பலியிடப்பட்டு உண்ணப்பட்டு சடங்குகளின் மூலமாய் உயிர்ப்பிக்கப்படுவதான நிகழ்வு; வீரன் பலியாக வேண்டிய நிர்ப்பந்தம், நனவிலி மனதின் உள்ளோட்ட இச்சைகளுடன் சேர்ந்து தாய் தெய்வத்தைக் கண்டு அஞ்சுவதும் தொழுவதுமான நெருக்கடி, குற்றவுணர்வு காரணமாய் தன்னையே பலி தருதல் (அ) பதிலியாக ஒன்றைப் பலியிடல் என்ற இழைகளெல்லாம் ஊடாடும் தொன்மமே மகிஷாசுரமர்த்தினி கதையாகும்.

யுத்தத்தில் மகிஷனை எதிர்கொள்ளும் துர்கை தெய்வாம்ச நிலையில் மட்டும் நின்றுவிடுவதில்லை. மதுவருந்தி வெறியேறிய பின்னரே வேலும் வில்லும் சூலமும் தாங்கிப் போரிடுகிறாள். அது மட்டுமல்ல. அவள் பெண்ணாகமட்டும் இல்லை. ஆண்போல் வீறுகொண்டு எழுந்து மர்த்தனம் செய்கிறாள். தெய்வம் அசுர ரூபம் கொள்வதும், அசுரன் வீரமரணம் எய்தி தேவனாகி தேவியுடன் சேர்வதுமான ரசவாத மாற்றமும் நிகழ்கிறது.

கீழ்மட்டத்து குடும்பங்களில் தாய் என்பவள் பீதிகொண்டுள்ள, வளர்ச்சி பெறாத குழந்தையாக நின்றுபோகிறாள். நேசிக்கப்படாது, அவமானப்படும் அவள் தன் விரக்திகளையெல்லாம் மகனின்மீது காட்டுகிறாள். அன்புபொழியவும் அரவணைக்கவும் உரியவனாக இருக்கும் மகனே, கரித்துக்கொட்டவும், இம்சைப்படுத்தவும் உரியவனாகிறான். பெண்ணை இழிவுபடுத்தும் வாலிபனையே தன் மகனில் அடையாளம் காண்கிறாள்.

மகிஷன் கதையில் தாயற்றவனான மகிஷன், மன்னனாகி தாய்தெய்வத்துடன் போரிடுகிறான். மகிஷனை மர்த்தனம் செய்வதற்காக வெறிகொண்டு வருகிறாள் துர்கை. மகிஷனை வளரவிட்டுப்பின் அவன் இச்சைகளை தூண்டிவிட்டு கடைசியில் அவனை பலிகொள்ள வேண்டுமென்பது தேவியின் உட்கிடை.

மதுராவில் கிடைத்துள்ள பழமையான மகிஷாசுரமர்த்தினி சிற்பத்தில், தேவியும் மகிஷனும் போரிடுவதாக இல்லை, மாறாக, மனித அம்சம் கொண்ட மகிஷனை, குழந்தையைத் தாங்கியிருப்பது போல் தாங்கி நிற்கிறாள்.

ஒரிசாவில் நிகழ்த்தப்படும் காளி வழிபாடுகளில் ஒரு வாய்மொழிக் கதை கூறப்படுகிறது, யுத்தம் தீராது நடந்து கொண்டிருக்கையில், ஒரு பெண்குறியைக் காணும் இச்சை தீரும் வரை மகிஷன் அழியமாட்டான் என்று தேவியிடம் கூறப்படுகிறது. அடுத்தடுத்து இருக்கும் இரு மலைகளுக்கு நடுவே மகிஷன் மல்லாந்து கிடக்க, இரு கால்களையும் இரு மலைகளில் ஊன்றி தேவிநிற்க, அவன் காணவிரும்பியதைக் கண்டபின்பே, தேவியால் வீழ்த்த முடிகிறது.

பெண்ணை உயர்த்திக்காட்டுவதற்கென எழுந்த தொன்மத்தில் காலப்போக்கில் ஆண் சார்பான கதையிழைகளும் சேர்க்கப்பட்டு விடுகின்றன என்றே தோன்றுகிறது. இதன் இன்னொரு ஊடாட்டமாக, வேறொரு வாய்மொழிக்கதை அமைந்துள்ளது.

செருப்புத்தைப்பவன் தன்னைப் பிராமணன் என்று கூறி பிராமண யுவதி ஒருத்தியை மணந்து கொள்கிறான். சில வருடங்கள் கழித்து தன் பூர்வதொழிலில் ஈடுபடும் அவன் அதனை தன் பிள்ளைகளுக்கும் ரகசியமாகக் கற்றுத்தருகிறான். இதனை அறிந்து கணவனை மனைவி விரட்டிவிட தப்பியோடி வரும் கணவன், வாய் பிளந்து நிற்கும் எருமையின் வாய்க்குள் புகுந்து விடுகிறான். எருமையின் தலையை வெட்டிப்போடுகிறாள். அவளைத் தேற்ற முற்படும் பிள்ளைகளையும் வெட்டித் தள்ளுகிறாள். எனினும் அவள் விண்ணகம் ஏகி, தெய்வமாகிறாள்.

தெய்வத்தை பெண்ரூபத்தில், பெண்ணாக ரூபங்கொண்டு வழிபட்ட ராமகிருஷ்ணர் சமாதி நிலையில் ஆழும்போது பெண்தெய்வமும் ஒருதடையாக நிற்கிறதெனக் குறிப்பிட்டுள்ளார். 'தன்புத்தியை வாளாக்கி அவளை இரண்டாகத் துண்டித்ததும், இறுதித்தடையும் விலகிட, ஆன்மா எல்லைகளைத் தாண்டி பிரவேசிக்க, சமாதியில் ஆழ்ந்தேன்' என்பார்.

## 3

பெண்ணின் கற்பிதத்தில் உருவானது மகிஷாசுரமர்த்தினி தொன்மம் என்றால், ஆணின் பிரமிப்பாக எழுந்தது பத்தினி தெய்வ வழிபாடு. அநீதி இழைக்கப்பட்ட கண்ணகி ஒருமுலை எறிந்து மதுரை மாநகரை எரியூட்டிப் பின் பத்தினியாகக் கொண்டாடப்படுகிறாள். தென்னிந்தியாவில் காவிய மரபில் பதிவு செய்யப்பட்டுள்ள பத்தினி தெய்வவழிபாடு, இலங்கையில் சிங்கள பௌத்தர்களாலும் கடற்கரையோர இந்துத் தமிழர்களாலும் வாய்மொழி மரபில் எவ்வாறு கொண்டாடப்பட்டு வருகிறது என்பதை உபயசேகரா களஆய்வுகள் மூலம் ஆராய்ந்துள்ளார்.[7]

கன்னியைத் தாய்த் தெய்வமாக கருதும் அதே வேளையில் இலட்சிய மனைவியாகவும் எப்படி ஆண்களால் கருத முடிந்தது என்ற பிரச்னையை விவரிப்பதாகத்தான் ஆய்வைக் கொண்டு போகிறார்.

சீலமிக்க மனைவியிடம் வசீகரமும் கவர்ச்சியும் காணாத கணவன் அவற்றை பரத்தையிடம் கண்டு மையல் கொள்வதாக இருக்கிறான். குழந்தைப் பருவத்திலிருந்து தாயுடன் நெருக்கம் கொண்டு வளரும் மகன், தாயின் பண்புகளுடன் கூடிய ஒருத்தியை தனக்குத் துணையாகத் தேடும் வேளையில், தாய்க்கு எதிர் நிலையிலான வகையில் உள்ள ஒருத்தியிடமே தன் பாலியல் வேட்கை தீரப்பெறுபவனாக இருக்கிறான். இலட்சியப்படுத்தப் பட்ட தாய், மனைவியாகவும் கன்னியாகவும் இருப்பதால், மலடியாயிருக்க, வேசி வளப்பம் பெற்றவளாயிருக்கிறாள். சிலப்பதிகாரத்தில் கண்ணகி மலடியாயிருக்கிறாள். மாதவி மணிமேகலையைப் பெற்றெடுக்கிறாள்.

கண்ணகி இப்பிறவியில் மட்டுமல்லாது முந்தைய பிறவிகளிலும் பரிசுத்தமாயிருந்தவள் என்பதை சிங்கள் வாய்மொழிமரபுக் கதைகள் எடுத்துரைக்கின்றன. நாக மன்னனின் கண்ணீரில் வடிவெடுத்தவள். ஒரு குளத்தில் குளிக்க வருகிறாள். திருடன் ஒருவன் அவள் ஆடைகளை எடுத்துப் போய்விடவே, அவமானத்தால் நீலத்தாமரையாகிவிடுகிறாள். பௌத்த நியதிகளைப் பின்பற்றும் பிராமணன் ஒருவன் அதனைப் பறித்தெடுக்கையில், நீலத்தாமரை யுவதியாகிறது. பிராமணன் வீட்டில் வளரும் அவளுக்குத் திருமணம் செய்ய வேண்டுமென பிராமணனின் மனைவி எண்ணும்போது, ஒரு மானுடனை மணக்க முடியாத அவள் அந்துன்கிரி மலையுச்சிக்குப்போய் தவமியற்றுகிறாள்.

அநீதி இழைக்கப்பட்டதற்காக மதுரையை எரியூட்டினாள் என காவியமரபு கூறினால், கணவனை உயிர்ப்பித்து எழுப்பினாள் என்று கூறும் பௌத்த வாய்மொழி மரபு.

தவமியற்றும் பெண் துறவியை, மீண்டும் பிறவியெடுத்து சோழ ராஜ்யத்தின் வறட்சியைப் போக்குமாறும் வேண்டிக்கொள்கிறான் பௌத்த மன்னன். அதற்கியைந்து பாண்டிய மன்னனின் பழத்தோட்டத்தில் ஒரு மாங்கனியாக உருவெடுக்கிறாள். யாராலும் வீழ்த்த இயலாத அக்கனிமீது பௌத்த மன்னன் அம்பெய்தபோது, கனிச்சாறு பாண்டிய மன்னனின் மூன்றாம் கண்ணில் பட்டு அதனை நாசப்படுத்தி விடுகிறது. பீதிகொண்ட மன்னன் அக்கனியை பொற்கூடையில் வைத்து காவிரியில் விட்டு விடுகிறான். காவேரிப்பூம்பட்டினத்தை அடைந்து வணிகர் குடும்பத்தினரால்

எடுத்துச் செல்லப்பட, ஏழாம் நாளில் அழகிய பெண் குழந்தையாக மாறுகிறது. அவளே கண்ணகி. அதன்பின் நிகழ்வது சிலப்பதிகாரத்தில் சொல்லப்பட்டிருப்பது போலவே.

பௌத்த மரபில் சொல்லப்படும் கதையில் பாண்டியர் மீதான துவேஷமும் சோழர்கள் மீதான நேசமும் சேர்ந்துள்ளது.

பத்தினியும் கோவலனும் ஆடும் 'கேல – கேல' விளையாட்டில் இருவரும் கோல்களால் மரத்திலுள்ள மலரைக் கொய்ய முற்படுவர். கோவலனால் மலர் கொய்வது இயலாது போகும். அவனைப் பரிகசிப்பர் மற்ற பெண்டிர். சிங்களரிடையே நிலவும் கதைகளில் கோவலன் ஆண்மையற்ற வனாகவே ஆகிவிடுகிறான். இவ்விளையாட்டுகளிலும் இதுபோன்ற பரிகசிப்புகளிலும் பாலியல் உணர்த்தல்களும் உண்டு. விரசமான களிப்பாடல்களும் உண்டு.

பத்தினி – கோவலன் கதைக்கு எதிர் நிலையில் உள்ளதாக, கதிர்காமத்தில் நிகழும் கந்தன் வள்ளியம்மை வழிபாட்டைக் குறிப்பிடலாம். தாய் பார்வதியினையும் மனைவி தேவசேனையினையும் பிரிந்து வரும் முருகன், காதலி வள்ளியுடன் காதல் வாழ்வு வாழ்ந்து களிக்கிறான். தென்னிந்தியாவில் சூரனை சம்ஹாரம் செய்வது கொண்டாடப்பட, இலங்கையில் வள்ளியுடன் கூடித்திரிவது வழிபாடாகிறது. கதிர்காமத்தில் 15 நாட்களுக்கு ஒவ்வொருநாள் மாலையிலும் சிறிது தொலைவிலுள்ள வள்ளியின் ஆலயத்திற்கு எடுத்துச்செல்லப்படும் கந்தன், இரகசியமாய் வழியிலுள்ள தேவசேனை சந்நிதியை கடந்து வருவதாக விழா நிகழ்த்துவர்.

பத்தினி – கோவலன் கதையில் பத்தினியைத் தெய்வமாகக் கொண்டாட, கந்தன் – வள்ளியம்மை கதையில் வரம்புமீறிய – நெறிமீறிய காதல் கொண்டாடப்படும்.

தென்னிந்தியா மற்றும் இலங்கை மட்டுமின்றி மேற்கு ஆசியாவிலும் மத்தியதரைக்கடல் பிரதேசம் முழுவதிலும் தாய்த்தெய்வ வழிபாடு நிலவி வந்துள்ளது. கி.மு.500 – லிருந்து கிறிஸ்து தோன்றி நானூறு ஆண்டுகள் வரையிலும் நடைமுறையில் இருந்து வந்துள்ளது. கன்னிமேரி வழிபாட்டிலும் இதன் சாயல் படிந்திருக்கும்.

பத்தினியாய் இருக்கும் கண்ணகி, மேலும் ஒருமுலை எறிந்து மதுரையை எரித்து, பாலியல் தன்மையை தன்னிடமிருந்து அறவே நீக்கிக்கொள்ள முற்படுவளாகத் தெரிகின்றாள்.

## 4

மலையத்துவச பாண்டியனுக்கு மகளாய் மூன்று முலைகளுடன் பிறக்கும் தடாதகைப் பிராட்டி, உலகெல்லாம் வென்று கைலாயத்து சிவகணங்களுடனும் போரிட முற்படுகிறாள். அப்போது சிவன் எதிர்ப்பட, மூன்றாவது முலை மறையப்பெற்றவளாய் சிவனை மணந்து கொள்கிறாள்.[8]

இன்னொரு கதையில் தன் மூன்றாவது நெருப்பு விழியை சிவனுக்குத் தந்துவிடுவாள் தேவி.

தன்னிடமுள்ள சாதாரண ஆற்றலைப் பெண் ஆணுக்கு அளிக்க வேண்டியவளாயிருக்கிறாள் அல்லது இழக்கவேண்டியவளாயிருக்கிறாள். இந்த சமரசத்திற்கு அவள் தயாராக இல்லாது போனால் கன்னியாகவே இருந்துவிட நேரும்! – நாளெல்லாம் தவமியற்றி கன்னியாகுமரியாக இருந்து வருவதுபோல.

ஆனால் ரிக்வேதத்தில் வரும் அத்ரி முனிவரது மகள் அபலா தான் வஞ்சிக்கப்படும் பொழுது சாமார்த்தியமாய் நடந்து நிறைவு செய்து கொள்கிறாள். தோலில் உண்டான நோய்காரணமாக கணவனைப் பிரிந்து வாழ நேர்ந்த அபலா, தந்தையின் ஆசிரமத்தில் தவமியற்றுகிறாள். ஒருநாள் குளித்து விட்டு வருகையில் இந்திரனுக்கு சோமரசம் அளிக்க வேண்டுமென்று கருதி, சோமச்செடியின் இலைகளைப் பறித்துக்கொண்டு, எதிர்படும் இந்திரனை தன் இல்லத்துக்கு வந்து சோமரசமும் வறுத்த பார்லியும் உண்ணுமாறு வேண்டுகிறாள். அவள் மீது காதல் வயப்படும் இந்திரன் அவள் விரும்பியவாறு சோமரசம் பருகுகிறான். கணவனால் மறுதலிக்கப்பட்ட தன்னிடம் இந்திரன் வந்துவிட்டது கண்டு பெருமிதமடைகிறாள். வழுக்கையா யிருக்கும் தன் தந்தையின் தலையும் வறண்டு போன தந்தையின் நிலமும் விளைவு காணாத தன் உடலும் துளிர்க்க வேண்டுமென இந்திரனிடம் வேண்ட, அவனும் அம்மூன்று வரங்களையும் அளிக்கின்றான். இறுதியில், தேர், வண்டி மற்றும் நுகத்தடித்துளைகளில் பரிசுத்தப்படுத்திய அவள் சருமத்தை சூரியன்போல ஒளிரச் செய்யவேண்டும், என்று வேண்டுவாள்.[9]

விழிப்புணர்வும் துணிவும் சாமர்த்தியமும் இருந்தால்கூட, சகித்துக்கொள்ளாத சமூகத்தினால் தீக்கிரையாக்கப்படுவாள் – ஜோன் ஆஃப் ஆர்க் போல. இல்லாது போனால் சூனியக்காரி என்று முத்திரை குத்தப்பட்டு அழித்தொழிக்கப்படுவாள். கி.பி.14 ஆம் நூற்றாண்டு தொட்டு 17 ஆம் நூற்றாண்டு வரையிலும் ஐரோப்பிய சமூகங்களில் இந்தக் கொடுமையே நிகழ்ந்தேறியது. உண்மையில் சூனியக்காரிகள் என்று கூறப்பட்டவர்கள் தாய்த்தெய்வ வழிபாடுடன் தொடர்புடையவர்கள், அவர்கள் இயற்கையின் குழந்தைகள், வனப்பும், தெளிவும் ஞானமும் மிக்கவர்கள். தம்மை உத்வேகமூட்டிக்கொள்ளத் தெரிந்தவர்கள். ஆணாதிக்க மிக்க மதங்கள் தாம் செல்வாக்குப் பெறுதற்கு இவர்கள் தடைகளாக இருக்கின்றனர் என்று கருதியதால்தான் அழிக்கப்பட்டனர் என்கிறார் இப்சிதா ராய் சக்கரவர்த்தி.[10] சூனியக் கலைக்கு Wicca என்று புதுப்பெயர் சூட்டியுள்ள இவர் அதனை ஒரு வாழ்க்கைமுறை என்கிறார்.

பெண்ணுக்குரிய பங்கைத் தந்து நிற்பவை வாய்மொழி மரபுக் கதைகள் மட்டுமே. ராஜஸ்தானில் வழங்கப்படும் கதை ஒன்றில், சந்தர்ப்ப வசத்தால் ஒழுக்கம் தவறநேர்ந்த பெண்ணுக்கு உரிய அங்கீகாரத்தை தவறாது வழங்கும் சமூகத்தை காண்கிறோம்.

பூதம் ஒன்று புதுமணப்பெண்மீது ஆசை கொண்டு, அவள் கணவன் பொருள்தேடி, வேறுநாடு சென்ற போது, அவன் உருவிலேயே அவளுடன் இன்பமாய் வாழ்கிறது. அவளுடைய கணவன் திரும்பிவந்து பார்த்தால் ஒரே மாதிரி இரு கணவன்மார். யார் உண்மை என்பதை கண்டுபிடிக்க முடியவில்லை. இருவருமே இவள் என் மனைவி என்று சாதிக்கிறார்கள். ஆடுமேய்ப்பவர் இந்தச் சிக்கலைத் தீர்த்து வைப்பதாகக் கூறி, தன்னுடைய தண்ணீர் பைக்குள் யார் நுழைகிறார்களோ அவர்களுக்கே மனைவி உரியவள் என்கிறார். மனிதக் கணவன் திகைக்க, பூதக்கணவனோ தோல்பைக்குள் புகுந்து விடுகிறான். அவசரமாக வாய்ப்பகுதியைக்கட்டி, கண்காணா தூரத்தில் கொண்டு போய் அதை புதைத்து விடுகிறார்கள். கருவுற்றுள்ள மனைவியுடன் கணவன் சேர்ந்து வாழ்கிறான். குழந்தை பிறக்கிறது. பல ஆண்டுப் பஞ்சம் தீர மழை பெய்கிறது. எல்லாரும் அவளை வாழ்த்துகிறார்கள்.

இங்கு முறை மீறல் பற்றிய கேள்வி இன்றி பெண் பெருமைப்படுத்தப் படுவது கவனத்திற்குரியது.[11]

**5**

பெண் என்பவள் குறைபாடுடைய ஆண் என அரிஸ்டாடில் கூறியிருக்க, பெண்மையின் ஒவ்வொரு அம்சத்திலும் ஆற்றலைக் கண்டறிகிறார் நடாலி ஆஞ்சியர்.1[2] ஜீன்களிலிருந்து ஒரு ஒட்டுமொத்த உயிரியை உருவாக்கக் கூடியது பெண்ணின் கருமுட்டை மாத்திரமே. மூலக்கூறுகளின் நிலையில் பெண்ணை வரையறுக்க வேண்டுமாயின் அவள் இரு எக்ஸ் குரோமோசோம்கள் பெற்றவள் என்று கூறிவிடலாம். ஒன்றினை தந்தையிட மிருந்தும் இன்னொன்றினைத் தாயிடமிருந்தும் பெற்றிருப்பவள். மரபணுவில் உள்ள மிகப்பெரும் குரோமோசோம்களில் ஒன்று எக்ஸ் குரோமோசோம் ஆகும். இரண்டு எக்ஸ்குரோமோசோம்களில் ஒன்று மட்டுமே செயலூக்கம் கொண்டதாயிருக்கும். ஆணிடம், தாயிடமிருந்து பெறும் ஒரு எக்ஸ் குரோமோசோமும் தந்தையிடமிருந்து பெறும் ஒரு ஒய் குரோமோசோமும் இருக்கும். பெண்ணின் கருப்பையிலிருந்து சுரக்கும் ஆஸ்ட்ரோஜன் என்னும் பெண்சுரப்புநீரே, பருவமுறுதல், மாதவிடாய், மாதவிடாய் நின்று விடுதல், கருவுறுதல் என்னும் நிகழ்வுகளை ஒழுங்குபடுத்தும். எனினும் பெண்ணை உருவாக்குவது அவளின் உடற்கூறோ, உடலியல் தன்மைகளோ அல்ல, மாறாக, அவளைத் தனிச்சிறப்பானவளாயும் முழுமையானவளாயும் ஆக்குவது அவளுக்கே உரித்தான ஆனந்தங்களும் அச்சங்களுமே. 'ஒரு பெண் என்பவள் பெண்ணே, இயற்கையின் இன்னொரு அற்புதம். கொண்டாடுவதற்கு அதுவே போதுமான காரணமாகும்.'

இப்போதைய நிலையை வைத்து, பெண் பலவீனமானவள், ஆணைச் சார்ந்திருக்க வேண்டியவள் என்று கூறிவிடுவது பெண்ணை வரையறுப்ப தாகவும் ஆகிவிடுகிறது. அவள் எப்படி இருந்திருந்தாள், முழுவாய்ப்புகளும் சூழலும் கிடைத்தால் எப்படி ஆவாள் என்ற கேள்விகள் கேட்கப்படுவதில்லை. மேலும் பெண் பற்றிய உண்மைகளை பெண்ணே எடுத்துரைக்கும்போதுதான் முழுமையான புரிந்து கொள்ளல் கிடைக்கும் என்பார் ஜெர்மேன் கிரீர்.[13] இந்த வகையில், அறிவியல்கூட இருக்கின்ற நிலையினை (பெண் இயல்பு தொடர்பாக) மாற்றமுடியாத விதியின் விளைவு என்று கூறி சித்தாந்தமாகிவிடும் என்று குற்றஞ்சாட்டுவார்.

'பெண்ணின் பாலியல் ஆற்றல் மூடுண்டதாகவும் குறைபாடுடைய தாகவும் ஆக்கப்பட்டுள்ளது. இதனால் பெண் ஒரு பாலியல் பொருளாக்கப் பட்டு விட்டாள். ஆண்களின் சுக போகத்துரியவளாகி விட்டாள். சலனமற்று அடங்கி இருப்பவளென அவளது பாலியலாற்றல் தவறாக பிரதிநிதித்துவப் படுத்தப்படுவதோடு மறுதலிக்கவும் படுகிறது. அவள் உடலின் மற்ற பாகங்களில் சுதந்திரம் மற்றும் எழுச்சியின் அடையாளங்கள் அழுத்தப்பட்டுவிட்டது போலவே பெண்மையின் படிமத்திலிருந்து பெண்குறியும் அழித்தொழிக்கப் பட்டுவிட்டது...

'வல்லவர்கள் – பலவீனர்கள், எஜமானர்கள் – அடிமைகள், பாலியல் ஆற்றல் பெற்றவர்கள் – பேடிகள் என்னும் இவர்களுக்கிடையே மாட்டிக் கொண்ட பாலுணர்வை மீட்டு, கண்ணியமும் மென்மையும் திராணியுமுடையவர் களுக்கிடையேயான தொடர்பு சாதனமாக்க வேண்டும். இருபாலுறவை மறுக்கும்போது இது சாத்தியமாகாது.

'பெண்கள் தம்மை விடுவித்துக்கொள்கையில் தம்மை ஒடுக்குவோரையும் விடுவித்து விடுவார்கள். தம்மை முழுமையாகவே ஈடுபடுத்திக்கொள்ளும் போதே பண்பாடு பக்குவமுறும் என்று பெண்களால் எண்ணமுடிந்தால், மாற்றத்திற்கும் வளர்ச்சிக்குமான சாத்தியப்பாடுகளில் நம்பிக்கையை உணர இயலும்.'

உடலமைப்பு ரீதியில் ஆணைவிடவும் பெண்ணே வலிமை மிக்கவளா யிருக்கிறாள். நீண்ட ஆயுள் கொண்டவள். கருத்தரிப்பதில் ஆண்களின் எண்ணிக்கை அதிகமாயிருப்பினும், ஒவ்வொரு வயதுப்பிரிவிலும் இறப்பதில் ஆண்களே அதிகமாயுள்ளனர். ஆணை உற்பத்தி செய்யும் உயிரணுக்களின் அளவுக்கு பெண்ணை உற்பத்தி செய்யும் உயிரணுக்களிருந்தும் அதிகமான அளவில் ஆண்கள் கருத்தரிக்கப்படுவதற்கு விளக்கம் ஏதும் இல்லை. ஆண்களின் பலவீனத்தை ஈடு செய்வதற்கான இயற்கையின் உதவியாக இது இருக்கக்கூடுமோ' என்று கருதுவார் ஜெர்மேன்கிரீர்.

மனிதரிடம் 46 குரோமோசோம்கள் இருக்க ஆண் – பெண் என்று பேதப்படுத்துவது ஒரு குரோமோசோம்தான். ஆக இந்தப்பேதம் மெல்லியது – இலேசானது. ஆனால் நடைமுறை எப்படி இருக்கிறது என்றால், 46 குரோமோசோம்களும் ஆண் – பெண்ணிடையே வேறுவேறாக இருப்பது

போல் முழுதுமாய் வேறுபடுத்திக் காட்டப்படுகின்றனர். இரு துருவமாய் ஆக்கப்பட்டுள்ளனர். வாழ்க்கையின் எல்லா அம்சங்களிலும் இது இயலாது கற்பிக்கப்பட்டுவருகிறது. இதன் உச்சம்தான் ஆணின் பாலியல் மேலாதிக்கம். 'அங்கே நிகழ்வது நபர்களுக்கிடையேயான உறவாக ஓயாது உறுப்புகளுக்கிடையேயான உறவாகப் போய்விடுகிறது.' மிகவும் அந்தரங்கமான உறவில்கூட உணர்வுகளின் உரையாடல் இல்லாது போனால், மற்ற அம்சங்களில் நடவடிக்கைகளில் ஆண் பெண்ணிடையே எப்படி பிற உரையாடல்கள் நிகழமுடியும்?

## 6

நாட்டியம், நாடகம், திரைப்படம், தொலைக்காட்சி என்று பல்வேறு ஊடகங்களில் பங்குகொண்டு தீவிரமாக இயங்கிய ஜோரா ஸேகல் ஓர் அசாதாரணப் பெண்மணி. சம்பிரதாயங்களை மீறியவராகத் தோன்றினாலும் ஒருவகை ஒழுங்கமைதியுடன் செயல்பட்டவர். முரண்பாடுகள் நிரம்பியவர். திரைப்படங்களில் சில பாத்திரங்களில் நடித்தபோதும், தான் அழகாயில்லை, கவர்ச்சியாயில்லை என்பதால் திரை உலகில் வெற்றிபெற இயலவில்லை என்ற வருத்தம் அவருக்கிருந்தது. மீண்டும் தான் பிறக்க நேர்ந்தால், உயரமாயும், அழகாயும், சிவப்பாயும், நீலவிழிகளுடன் கச்சிதமான வடிவமைப்புடன் இருக்கவேண்டும் என்று குறிப்பிட்டார்.[14]

வித்தியாசமாகவும் தைரியமாகவும் வாழ்ந்த ஜோரா ஸேகல் போன்றவர்கள் கூட தாம் பெற்ற விரக்திகள், கசப்பான அனுபவங்கள், சவால்கள் ஆகியவற்றால் சராசரியாக பெண்ணிடமிருந்து எதிர்பார்க்கப் படும் ஒருபாத்திரத்தையே இனிமேல் தெரிவு செய்ய வேண்டும் என்று நிர்ப்பந்திக்கப்படுகின்றனர்.

இவ்வளவு சிக்கலும் குழப்பமும் ஒடுக்குதலும் உள்ள சூழலில் இயல்பாக, தன்னெழுச்சியாக, படைப்பாற்றலுடன் செயல்படும் பெண்ணின் நடவடிக்கைகள் முரண்கள் கொண்டதாகத்தான் இருக்கமுடியும், புரிந்து கொள்ள இயலாததாகத்தான் இருக்கும்.

கமலாதாஸ் இஸ்லாத்தில் சேருவதை யாரே விளங்கிக் கொள்ளக்கூடும்! மிக ஆரம்பநிலையிலேயே தன் சுயசரிதத்தை எழுதி பரபரப்பு உண்டாக்கி விட்ட கமலாதாஸ் நாயர் சமூகத்தைச் சேர்ந்த தனக்கு ஈமக்கிரியை செய்யும்

தருமசங்கடமான நிலைமையை யாரும் உணர வேண்டாம் என்பதற்காகவும் காகமாக மாறித்திரிய வேண்டாம் என்பதற்காகவும் இஸ்லாமில் இணைந்து விட்டேன் என்கிறார். பெயரையும் சுரைய்யா' (அரபியில் மங்கலான நட்சத்திரம்' என்று பொருள்படும்) என்று மாற்றிக் கொண்டார்.

“முகவரி எழுதப்பட்டு யாரும் கோரிப்பெறாத பார்சலாக”[15] நான் எப்படி இருந்து வருவது? வெறுப்புடனும் துவேஷத்துடனும் ஒதுக்கும் போது எப்படித் தாங்கிக் கொள்வது – என்பது கமலாதாஸின் வேதனை. நான் எப்போதும் காதலைத் தேடியவளாய் இருந்தேன். வெட்கமின்றி மானுட நேசத்தை நாடினேன். நான் முஸ்லீமாக இருந்தபோது என்னை வந்து தழுவிக்கொள்ள யாருமில்லை. அவதூறுகளால் வசைபாடப்பட்டேன். பளபளக்கும் பத்திரிகைகளில், இப்போது நான் சிறு சமூகத்திலிருந்து சர்வதேச சமூகத்திற்குப் போயிருக்கிறேன். ஆற்றிலிருந்து தாவி சமுத்திரத்தை அடைந்துள்ள டால்மீனைப்போல உணர்கிறேன்.[16] என்கிற இந்த மாற்றத்தின் பரிமாணம், உணர்வு நிலையில் / உலகியல் நிலையில் மட்டுமல்லாது ஆன்மீக நிலையிலும் உணரப்படுவது தான் மிகவும் நூதனமானது. நான் கிருஷ்ணனை அல்லாவாக மாற்றிக் கொண்டிருக்கிறன். இப்போது குருவாயூர் போய் பார்த்தால், அங்கே கிருஷ்ணன் இருக்கப்போவதில்லை... என்னுடன் இருப்பான்.[17]

சுதந்திரத்தினால் இனி ஆகப்போவது ஒன்றுமில்லை என கருந்திரைக்குள் தன்னை அடக்கிக்கொள்ளும் கவிப்பறவையின் நிர்ப்பந்தத்தை யாரே எடுத்துரைப்பார்?

இளைஞர்தம் ஆற்றலைப் பயன்படுத்தி ஏதேனும் ஆக்கப்பூர்வமாய்ச் செய்யலாம் என்னும் நம்பிக்கையுடன் லோக் சேவா' என்னும் அரசியலமைப்பையும் தொடங்கியிருக்கிறார் கமலாதாஸ்.

**‘இப்புதுவுலகில் இணக்கமில்லாதுள்ளேன்**
**நான் சொல்லவிருப்பதை வித்தியாசமாய் கவனிக்கவும்**
**உமது குருதி கவனிக்கட்டும்**
**உள்ளிருந்து**
**உமது சந்ததியினர் கேட்டுக் கொள்வர்’**

என்று கவிதையில் கமலாதாஸ் குறிப்பிடுவதற்கேற்ப, பெண்ணெனும் புதிரை புரிந்து கொள்ள அடுத்த தலைமுறை தேவைப்படலாம்!

ஏழாண்டுகளுக்கு முன் மும்பையில் 'பகுத்தந்திரா' என்னும் பண்பாட்டு அமைப்பைத் தொடங்கிய கமலாதாஸ் இன்று அரசியலமைப்பைத் தொடங்கியிருக்கிறார்.

நாளை?

எதுவாகவும் இருக்கலாம். எப்படியாகவும் இருக்கலாம். தொடர்ந்து இப்படி உருமாறிக்கொண்டிருப்பதுதான் தேவையானது.

'நான் நம்புவது காதலெனும் ஒரு சடங்கினை மட்டுமே, அது அனைத்தையும் சட்டரீதியிலானவையாக ஆக்கிவிடும்'

என்று அழுத்தமாகக் கூறும் கமலாதாஸிடம் முரண்பாடுகள் இருந்தாலென்ன? விவாதத்துக்குரிய நடவடிக்கைகள் இருந்தாலென்ன?

ஜீவனுடன் ஓடிக்கொண்டிருக்கும் நதிதான் தேவை, தூய நீரை வழங்கி வளப்படுத்தும் பணியை நதி செய்யவேண்டும் என்று எதிர் பார்க்கிறோம். நதி அதுவும் செய்யும். சமயங்களில் பெருக்கெடுத்து ஓடும். கரைதாண்டிப் பாயும். நுங்கும் நுரையும் அடித்துச் செல்லும். உறைந்து கிடக்கும். உருகி ஓடும். பிரபஞ்ச இயக்கத்தை ஒட்டியே அதன் கதி தீர்மானிக்கப்படும்.

தீரமும் சுதந்திரமும கொண்டு இயங்கிய கலைஞர்கள் மட்டும் விரக்திகொள்ளவில்லை. பெண்விடுதலைக்கு குரல் கொடுத்தவர்களைக் கூட பரிகசிக்கவே செய்திருக்கிறது இச்சமூகம். குளோரியாஸ்டீன்ஹெம் என்னும் அமெரிக்கப் பெண்நிலைவாதி சமீபத்தில் டேவிட்பேலை மணந்துகொண்டபோது, தான் போதித்ததைப் பின்பற்றவில்லை என்று விமர்சனத்திற்குள்ளாக்கப்பட்டார். அவரது ஒட்டுமொத்த வாழ்க்கையே நிராகரிக்கப்பட்டது. சமூகத்திலும் வீட்டிலும் வேலைத்தலங்களிலும் பெண்ணுக்கு ஏற்படுத்தப்படும் அநீதிகளை எதிர்த்து ஐம்பதுகளிலும் அறுபதுகளிலும் குரல் கொடுத்தார். மற்ற பெண்நிலைவாதிகள் போல திருமணம் போன்ற நிறுவன ஒழுங்குகளில் நம்பிக்கை இல்லாதிருந்தார். தெரிவு செய்யும் உரிமை பெண்ணுக்கு வேண்டுமென்பதை வற்புறுத்திய அவர் பெண்ணின் விடுதலை, ஆணின் விடுதலையையும் கொண்டு வரும் என்றார்.

66வது வயதில் அவர் திருமணம் செய்து கொண்டதை ஏன் சமூகம் விமர்சனம் செய்ய வேண்டும்?

திறமை கொண்டிருந்த பத்திரிகையாளரான அவரது தாய், திருமணம் ஆனதும் கணவனையும் குழந்தைகளையும் கவனிக்கவேண்டி, தன் பத்திரிகை ஈடுபாட்டினை ஒதுக்கிவிட்டு, மனச் சோர்வுடையவராகவே இருந்து வந்தார். இதனால் தனது கல்லூரிக் காதலனுடனான நிச்சயதார்த்தத்தை முறித்துக்கொண்டு இந்தியாவில் இரு ஆண்டுகள் தங்கி, பின் பெண்நிலைவாதியாக அமெரிக்காவில் குரல் கொடுத்துப் போராடியவர்.

தெரிவு செய்ய உரிமை கொண்ட பெண், தேவைப்படும்போது அச்சுதந்திரத்தைப் பயன்படுத்த வேண்டும். நிர்ப்பந்தத்தால் அதற்கு இலக்காகக் கூடாது.

'திருமணத்தை மிகவும் சமத்துவமுள்ளதாக்க நான் பல ஆண்டுகள் பணிபுரிந்து வந்திருந்தாலும் அதன் நன்மையை நானே எடுத்துக் கொள்வேன் என்று எதிர்பார்த்ததேயில்லை... பெண்நிலைவாதிகள் எப்போதும் கூறிவருவதை இது நிரூபிக்கும் என நம்புகிறேன் – நம் வாழ்வின் ஒவ்வொரு கட்டத்திலும் சரியானது எதுவோ அதனைத் தெரிவு செய்யும் வல்லமையே பெண்நிலைவாதம் என்பது' என்று குறிப்பிட்டார் குளோரியா.[18]

## 7

புராணங்களின்படி, தேவியின் ஒன்பது அவதாரங்களைக் கொண்டாடுவதாக நவராத்திரி பண்டிகை இருப்பினும் மக்கள் வாழ்நிலைப்படி ஆண்டுக்கு ஒரு முறை, கணவன் வீட்டிலிருந்து பிறந்தகம் வந்து போகும் பெண்ணைச் சிறப்பிப்பதுதான் வங்காளியர் கொண்டாடும் இப்பண்டிகையின் தனிச்சிறப்பாகும். இலையுதிர் காலத்தில் இராமன் துர்கையை பூஜித்தான் என்பதால், அவளைத் தம்மண்ணின் மகளாக்கிக் கொண்டாடுகின்றனர். இது இமாலயப் பகுதியில் 12 ஆண்டுகளுக்கு ஒரு முறை 'நந்தாதேவிராஜ் ஜாட்' என்ற பெயரில் கொண்டாடப்படும், இவ்விழா ஏன் கொண்டாடப்படுகிறது?

ஹேமந்தரிஷிக்கும் மைனாவதிக்கும் பிறந்த ஏழு பெண்களில் மிகவும் அழகியாக இருந்தவள் நந்தா. அவளை சிவனுக்கு மணமுடித்துத்தர முடிவு செய்யப்பட்டது. புலித்தோல் கட்டி சாம்பல் அணிந்துள்ள சிவனுடன் அழகியான நந்தா எப்படி வாழமுடியும்? உன் அழகை மறைத்துக்கொள்வது தான் சரி, என்று தாய் ஆலோசனை கூறினாள். ஆகவே தன் அழகை மலர்களிலும் மரங்களிலும் புல்வெளிகளிலும் மறைத்துக் கொண்டாள் நந்தா. எனவேதான் அவை அழகாயுள்ளன. தன் கிராமத்திலுள்ள பழத்தோட்டத்தின் பாலும் பெற்றோரின்பாலும் ஏக்கங்கொண்டபடி கைலாயத்தில் வாழ்ந்து வந்த அவளுக்கு உலகிலேயே நேசிக்கப்படாத ஜீவன், தான் ஒருத்திமட்டுமே, என்னும் வேதனை இருந்ததது. நாளாக ஆக அவளது ஏக்கம் சீற்றமாகி தன்னை மறந்துவிட்ட கிராமத்தை சபித்து விட, வறட்சியும் பஞ்சமும் அங்கே வந்துவிட்டன. கிராமத்தவர் வருந்தி, அவளை வருமாறு அழைத்தனர். கிராமத்தில் வந்து தங்கிவிட்டு புக்ககம் கிளம்புகையில், அவளுக்கு விருப்பமான பூக்கள், பழங்கள், துணிமணிகள், நகைநட்டுக்கள் ஆகியவற்றுடன் கிராமத்தார் அவளை விட்டு வருகின்றனர்.[19]

இந்தக்கதையில் நந்தாவின் ஏக்கத்திற்கும் சாபத்திற்கும் அடிப்படையாக இருப்பது என்ன? பொருந்தாத மணம். அழகிய யுவதி சாம்பலணிந்த யோகியுடன் எப்படி சேர்ந்திருப்பாள்?

ஆனால், ஆண் இதற்கும் மேலே போய்விடுவான். பெண்மையே / பெண்ணியல்பே ஆகாது என்று பிரகடனம் செய்து விடுவான். 'புத்தரின் போதனைகள் மானுட முன்னேற்றத்திற்குத் தீங்கானவை. ஏனெனில், மக்கள் புத்தரின் போதனைகளில் நம்பிக்கை கொண்டால் உலகமே பெண் தன்மையதாய் மாறிவிடும். வீரனும் போராளியுமே தேவை.'[20]

இந்த அச்சுறுத்தல்களை மனதில் கொண்டு தான், மானுட உருவாக்கத்தில் பெண்தன்மை எந்த அளவுக்கு வேண்டும் என்பதை வற்புறுத்தும் பாங்கில் நீட்ஸேயின் கன்னத்தில் அறைவதான வாசகம் ஒன்றை ஓஸோ முன்வைக்கிறார்.

'கடவுள் என்பவர் தந்தையை விடவும் கூடுதலானவர். வேறெதனையும் விடவும் கருப்பை போன்றிருக்கிறார். கடவுளிடமிருந்து பிறந்த நாம் கடவுளுக்குள் கரைந்து போகிறோம். அவரே நம் பிறப்பும் இறப்பும். அவர்

சமுத்திரம் போன்றவர். அவர் நம்மை அலைகளாக ஆக்க, நாம் அலைகளாகிறோம். அவர் ஈர்த்துக்கொள்ள நாம் இல்லாது போகிறோம். அவர் கருணையானவர். அவரது பண்புகளெல்லாம் பெண்தன்மைமிக்கவை.[21] ஆதாமிடம் ஏவாள் வந்து சேர்ந்ததும் புனித ஆவி நிரம்பப்பெற்றவன் ஆனான். எனவே தான் மிகவும் மேலான போற்றுதலை அவளுக்கு வழங்கினான். அவளை ஏவாள் என்றான் – அனைவருக்கும் தாய்' என்னும் பொருளில்.

காலங்காலமாக கன்னியை வழிபட்டு வருவதும், தாயை வணங்கிவருவதும் நம்மிடையே சடங்கு சம்பிரதாயங்களாக இன்றளவும் இருந்து வரவே செய்கின்றன. நேபாளத்தில் இப்போதும் கன்னி ஒருத்தியை தெரிவு செய்து தெய்வமாக வழிபட்டு வருகின்றனர் இந்துக்கள். அங்குள்ள 18 பௌத்த மடாலயங்களைச் சேர்ந்த சாக்கிய குடும்பங்களைச் சேர்ந்தவளாக இருக்கவேண்டும் அப்பெண். பருவம் எய்தும்வரையிலும் அவள் வழிபாட்டுக்குரியவளாக இருப்பாள். இந்த வழிபாடு எப்படித் தோற்றம் கொண்டது என்பதை விசாரிக்கையில், அது ஆண் – பெண் உறவின் திருகல்முருகலான அம்சத்தையே தொட்டுச் செல்கிறது. நேபாள மன்னர் தன் அரண்மனையில் கோயில் கொண்டுள்ள பவானி தேவியுடன் சொக்கட்டான் ஆடுவது வழக்கம். ஒருமுறை அப்படி ஆடுகையில் அவருக்கு அத்தெய்வத்தின்மீது தவறான எண்ணம்' உண்டாக, தெய்வம் மறைந்து போகிறது. வருந்தி வேண்டும் மன்னரிடம் கன்னிவடிவில் காட்சியளிப்பேன்' என்று கூறுகிறாள் தேவி.[22]

தெய்வத்தின்மீது தவறான எண்ணம் என்று கதை குறிப்பிடுவது, இயல்பான தன்மையில் ஒரு பெண்ணை ஆனால் நடத்த முடியவில்லை, அவளுடன் நேசத்துடன் நடந்துகொள்ள முடியவில்லை என்பதனையே, எனவே பிராயச்சித்தமாக அவன் செய்வதே கன்னி வழிபாடும், தாய்த்தெய்வ வணக்கமும். அவனாக மேன்மை உணர்ந்து / பெருமையறிந்து செய்வதல்ல.

பெண் எடுத்துக்கொள்ளவேண்டிய சங்கல்பம் இதுதான். "சந்தர்ப்பத்தைப் பயன்படுத்திக்கொள்ள அஞ்சினாலும் எப்படியாகிலும் பயன்படுத்திடவேண்டும். நான் செய்திருப்பவை பலனளிக்காது போனால் எனக்கு நிறைவை அளிக்காது போனால், வேறெதனையாவது செய்வேன்.

வித்தியாசமானவை எனக்கு நிகழவேண்டுமாயின், வித்தியாசமானவற்றை நான் நிகழ்த்தியாக வேண்டும். நான் மேலும் மேலும் சிறந்து வருகிறேன்."

'வாழ்க்கை என்பது ஒரு புதிர். சமயங்களில் பகுதிகள் விழுந்து சிதறிவிடும், ஆனால் அவற்றை ஒன்றிணைத்திடமுடியும். புத்தகங்களிலிருந்தும் கீதங்களிலிருந்தும் பொருட்களிலிருந்தும் சில பகுதிகள் உனக்கு நேர்ந்திருக்கும். உன் வாழ்வின் இப்பகுதிகள் உன்னைப் பாதித்திருக்கும், ஆனால் அவையே நீயில்லை – என்பதைப் பெண் உணரவேண்டும்.'

"நீ கண்டுகொள்வதை விடவும் மேலதிகமானவள்,
நீ எண்ணிக்கொள்வதை விடவும் மேலதிகமானவள்,
நீ கேள்விப்பட்டிருப்பதை விடவும் மேலதிகமானவள்."[23]

குறிப்புகள் :

1. Who Needs Folklore, A.K. Ramanujan, Manushi, March - April 1992

2. Who Needs Folklore, A.K.Ramanujan, Manushi, March - April 1992

3. Ancient Fire, S.K.Dash, The Times of India, Bangalore Edition 26.12.1998.

4. இது சிறகுகளின் சேரம், அப்துல்ரகுமான், ஜூனியர் விகடன் **25.06.2000**

5. The Hindu, 31.10.1999, Chennai Edition

6. The Divine and Demoniac-Mahisa's Struggle with Durga / Carmel Berkson, 1997

7. The Cult of the Goddess pattini/ Gananath Obeyeskere/Motilal Banarasidas, 1987.

8. அபிதான சிந்தாமணி/ ஆ.சிங்காரவேலு முதலியார்/ Asian Educationl Services 1996. Page 771

9. Rigveda Santhita / Tr.by H.H.Wilson/Cosmo Publication, New Delhi, 1997-Vol.VI

10. Question & Answer with Ipsita Roy Chakraverty by Purnima Sharma/The Times of India/ Bangalore Edition/04.05.1999

11. பிரேம்–ரமேஷ், ஆரண்யம், மூன்றாம் இதழ், 2000.

12. Review artical: The wonder of being woman/ woman: An Intimate Geograohy/Natalie Angier/ Frontline, June 23, 2000

13. The Female Enuch/Germaine Greer/ A Bantom Book, 1970

14. Question & Answer: zora Segal by Pamela Bhagat / The Times of India/ Bangalore Edition/15.09.1998.

15. The Hindu/ Chennai Edition/ 12.12.1999

16. Outlook/ 26.06.2000

17. Editorial in The Times of India/ Bangalore Edition/18.12.1999

18. Gloria of the Aisles/ Anita Pratap/ Outlook/25.09.2000

19. Pligrim's Progress / Marith Lal/ The Times of India/03.03.2001

20,21. நீட்ஷேயின் அபிப்பிராயம் Give woman a chance to establish peace/Swami Chaitanya Keerti / The Times of India/03.03.2001 கட்டுரையில் குறிப்பிட்டுள்ளபடி

23. Iyania Vanzant/Dont't give your self away / The Times of india/ 08.03.2001

# 1. கவிதைகள்

## ஆன் செக்ஸ்டன் (1928 – 74)

அமெரிக்காவின் நியூட்டன் நகரில் பிறந்து வெல்லெஸ்லியில் வளர்ந்தவர். இருமுறை தற்கொலைக்கு முயன்று பின் மனநலகாப்பகத்தில் சிகிச்சை பெறும்போது எழுதுவது தன்னை இதப்படும், குணப்படுத்தும் என்றுணர்ந்து கவிதை எழுதத் தொடங்கியவர். சாதாரண யுவதியான அவர் பல்கலைக்கழகப் பேராசிரியராக முடிந்தது. புலிட்ஸர் விருது பெற முடிந்தது. என்றாலும் இறுதியில் தற்கொலையில் முற்றுப்புள்ளி வைத்துக் கொள்ள வேண்டிய நிர்ப்பந்தம் இருந்து விட்டது.

சிறைக் கொட்டடியின் தனிமையில் மலம் துடைக்கும் காகிதத்தில் நாவல்களும் நாடகங்களும் எழுதிய ஜெனேக்கு எழுத்து அத்தியாவசிய மாயிமிருந்தது போல, செக்ஸ்டனுக்கும் எழுத்து அத்தியாவசியமாயிருந்தது.

ஏழு கவிதைத் தொகுதிகள் வெளியிட்ட செக்ஸ்டன் தன் கவிதைகளில், பெண்ணின் பாலியலாற்றலை எடுத்துரைக்கிறார், ஆண் – பெண் தோற்றத்தின்/இயல்பின் ஆதிநிலைக்குப் போகிறார், பிரபஞ்ச சக்திகளை உடன் சேர்த்துக்கொள்கிறார் காதலைப் பாடுகிறார், பைத்திய நிலையின் உச்சத்தைத் தொட்டுக் காட்டுகிறார்.

Houghton Mifflin Company, Boston வெளியிட்ட The Death Notebooks(1974), Live or Die (1966) மற்றும் The Awful Rowing Toward God (1975) தொகுப்புகளிலிருந்து சில கவிதைகள் தமிழில் தரப்படுகின்றன.

## ஆன் செக்ஸ்டன் கவிதைகள்

பூக்கள் மற்றும் புழுக்களின் சீற்றம்

திங்களன்று பூக்கள் பயணிக்கட்டும், அப்போதுதான்
செவ்வெறும்பொன்று பொன்னிற
மையத்திற்கு ஊர்ந்து வரும்
நீல ஜாடியில் பத்து டைஸி மலர்களை
நான் காணக்கூடும்.
சேற்றினுள் ஆழ்ந்து போனவாறும்,
கடவுளின் அடிவயிற்றுக்குள் போனவாறும்,
பழுப்பு நிறத்துக்குள் சரிந்தவாறும்
குருட்டாட்டத்தில் சிரமப்படும்
புழுக்களுக்கு அணித்தாய் இருப்பதென
என்மேசைமீது வயலின் ஒரு பகுதி.
டைஸிமலர்கள் பூத்துக்கிடக்கின்றன
மக்காச் சோளம் போல்.
அவை வயலுக்கான தேவனின் வாக்குறுதி
டைஸிப்பூக்களே, உங்கள நேசிப்பதில் எவ்வளவு
சந்தோஷப்படுகிறேன்,
மந்தமான வயலிலிருந்து ரகசியம்போல்
உங்களை மாயத்தன்மைமிக்கனவாய் கண்டு
நேசிக்கப்படுவதற்கு நீங்கள் எவ்வளவு சந்தோஷப்பட
வேண்டும்.
உலகமெல்லாம் டைஸிப்பூக்களைப் பறித்தால்
யுத்தங்கள் நின்றுபோகும், ஜலதோஷம் நிற்கும்,
வேலையில்லாத் திண்டாட்டம் தீரும், நிதி ஆதாரச்சந்தை

சீரடைய, பணம் மிதக்காது போகும். உலகமே கவனி,
வெண்ணிற விரல்களையும், சிறு இருதயத்தையும்
பறிப்பதற்கு நீ நேரம் எடுத்துக் கொண்டால்
எல்லாம் சரியாகிவிடும்.

அவை மிகவும் எதிர்பாராதவை.
அவை உப்பு போல் சிறந்தவை.
யாரேனும் ஒருவர் அவற்றை
நிதமும் வான்கோலின் அறைக்கு எடுத்துச் சென்றிருந்தால்
அவரது காது அப்படியே இருந்திருக்கும்.
நாமெல்லாம் டைஸிப்பூக்களிடம் நம்பிக்கை கொண்டால்
யாரும் இனிமேல் மடியமாட்டார்கள் என்று எண்ண
விரும்புகிறேன்.
ஆனால் புழுக்கள் நன்றாக அறியும், இல்லையா?
பிரேதத்தின் காதுகள் நழுவிப்போய்
அதன் பெருமூச்சை கவனிக்கின்றன.

                "The Death Notebooks" தொகுப்பிலிருந்து.

ஃபாஸ்டஸும் நானும்

இசை நாடகத்திற்குச் சென்றேன். தெய்வமங்கில்லை.
அப்போது நான் பயிற்சிகாலத்திலிருந்தேன்.
நிரம்பிய கிண்ணங்களாய் குரல்கள் நிறைந்திருந்தன
அந்தரத்தில் அவற்றைப் பற்றி எறிந்தேன். ஒருவகை வழிபாடு
நம் தேவன் தூங்கும் அவ்வெற்றுத்தருணங்களில்
எனக்குக்குரல்கள் ஒலிக்கும். எனக்கான ஒரு கூக்குரல்.
பல்வேறு அரங்குகள் போனேன், தெய்வமங்கில்லை.
அன்னை ரௌலினும் வயதானவளான அவள் குழந்தையும்
- கருவரிகள் படிந்த முகமும் கன்னங்கருவிழிகளில்
விசித்திரப்பார்வையும் கொண்டவனாய் - மட்டுமே
இருந்தனர் என்னை வேட்டையாடுவதாய் தோன்றினர்.
கோதுமைவயலில் காகங்கள் தம் இறுதிப்பாய்ச்சலைத்
தொடங்கவும் வான்கா ஆவேசமானார் அரங்கினில்

அச்சாவின்பால் மூன்று வழிகள் போயின. எல்லாமே
குருட்டுவழிகள். வானிலே ஆயிரம் நீலவிழிகள் இருந்தன
கோதுமை தானாக அடித்துக்கொண்டது. கோதுமை
அன்பாயில்லை காகங்கள் சட்டென மறைந்துவிட்டன.
கிழவனின் பொய்களாய் என் டச்சுக்காரனே, நம்முள்
காத்திருக்கும் குற்றங்கள் இலையுதிர்காலத்திற்கு முன்பே
அக்கடலிலிருந்து ஊர்ந்து வந்துவிட்டன.
புத்தகக்கடைக்குப் போனேன், தெய்வமங்கில்லை.
டாக்டர் ஃபாஸ்டஸ் நீலநிறக் குழந்தையாய்

நாய்க்காது போல் விறைத்த knorf புத்தகத்துடன். சிதைந்து
நார்நாராய்க் கிடந்தார். மாபெரும் தந்திரசாலியும் நானும்
உரையாடினோம்
சாத்தானும் நானும், பொய்களின் தந்தையே
புத்தக அடுக்கிலிருந்தபடி உரையாடினார்.
உடன்படிக்கையொன்று செய்துகொண்டியிருக்கிறேன்
ஒரு காதல் நிகழ்வின்போது தெய்வநூலைத் திருடினேன்,
பக்திசிரத்தை கொண்டு பிரார்த்திக்கும் விற்பனையானர்
களுக்கான வேதநூலை,
சாலமோனின் கீதம் அடிக்கோடிப்பட்டிருந்தது ஒரு
ஜோடியினால்
மற்ற வார்த்தைகளெல்லாம் என்கைகளில்
உளுத்துப்போயின
நான் நீத்யமானவளில்லை. ஃபாஸ்டஸூம் நானும்.

"The Death Notebooks" தொகுப்பிலிருந்து.

## தற்கொலைக் குறிப்பு

சுயமோகத்தைப் பற்றி நீ பேச நானோ
அது ஒரு வாழ்க்கைப் பிரச்சனை என்றேன்...

-ஆர்தோ

இத்தருணத்தில் எஞ்சியதையெல்லாம் எப்படியேனும்
என் புத்திரிகளுக்கும் அவர்தம் புத்திரிகளுக்கும்
எழுதிவைக்கவிடுங்கள்'         - பெயர் தெரியாதவர்

மேலானது,
வயலிலுள்ள பெண் குதிரையின் குளம்படியுடன்
புழுக்கள் பேசிக் கொண்டிருப்பினும்,
மேலானது,
யுவதிகளின் பருவகாலம்
தம் குருதியைச் சிந்தவிட்டாலும்,
மேலானது ஏதோ ஒரு விதத்தில்
ஒரு பழைய அறையாக
என்னைச் சட்டென்று நழுவவிடுவது
மேலானது (யாரோ கூறினார்)
பிறவாதிருப்பது
இன்னும் மேலானது
இருமுறை பிறவாதிருப்பது
பதின்மூன்று வயதில்
விடுதியின்
ஒவ்வொரு படுக்கையறையும்
தீப்பற்றிக் கொள்வது.

அன்பான சிநேகிதனே.
நூற்றுக்கணக்கானவர்களுடன் நான்
மூழ்கவேண்டியிருக்கும்
நரகத்திற்குள்
இலேசானவளாய்
சாவினுள் நுழைவேன்
யாரோ ஒருவரின் காணாமல்போன கண்ணாடி வில்லைகளாய்.
வாழ்க்கை பாதி பெரிதாக்கப்பட்டிருக்கிறது.
மீனும் ஆந்தையும் கடுமையாயுள்ளன இன்று.
வாழ்க்கை ஆடுகிறது பின்னும் முன்னுமாய்.
குளவிகளால் கூட கண்டறிய முடியவில்லை என் விழிகளை.

ஆம்,
ஒரு காலத்தில் அவசரமானவையாயிருந்த விழிகளை.
உண்மையிலேயே விழித்திருந்த விழிகளை
மொத்தக் கதையினையும் கூறிய விழிகளை -
பரிதாபமான ஊமை விலங்குகள்.
துளைக்கப்பட்ட விழிகள்,
சிறிய ஆணித்தலைகள்,
மெலிதான நீலப்புள்ளிகள்.

ஒருமுறை கிண்ணம் போன்றவாய்,
களிமண் நிறத்தில் (அ) குருதி சிவப்பில்,
பாயும் நீராய் திறந்தது
காணாது போன சமுத்திரத்திற்காக
மற்றும் வலையாய் விரிந்தது
அகப்படும் முதல் தலைக்காக.
ஒருமுறை
இயேசுவுக்காக இருந்தது என் பசி
எனது பசியே! என் பசியே!
வயதாகும் முன்பே
ஜெருசேலமிற்குள் அமைதியாய் சவாரி செய்தான்
சாவினைத் தேடி.

இம்முறை
நிச்சயமாய் நான்
புரிந்துகொள்ளலைக் கோரப்போவதில்லை
இருப்பினும், ஒத்திகையில்லாத மீன்
எதிரொலி ஏரியின் நீர்ப்பரப்பில்
குதிக்கையில் ஒவ்வொருவரும் திருப்பிக் கொள்வர் தம்
தலைகளை என
நம்புகிறேன்.
நிலா வொளியில்,
அதன் ஆதாரஸ்ருதி உச்சமடைகையில்,

பாஸ்டனிலுள்ள கட்டிடம் ஒன்றை பாதிக்கையில்,
உண்மையிலேயே அழகானவை ஒன்றாய் கிடக்கும் அப்போது.
எண்ணிப்பார்க்கிறேன் இதனை நிச்சயமாய்,
நீண்டகாலம் எண்ணிப் பார்ப்பேன்
அப்பழம் நெருப்பில்
நானில்லாது போனால்... நானில்லாது போனால்.
என்னால் ஒத்துக்கொள்ள முடியும்
நான் நான் நானெனக் கதறிடும்
கோழைநான் என
சூழலால் உந்தப்படும்
கொசுக்களும் பூச்சிகளும் மின்விளக்கை
உறிஞ்சுவதைக் குறிப்பிடாதிருக்க முடியும்.
ஆனால் நிச்சயமாய் நீயறிவாய் ஒவ்வொருவருக்கும்
மரணம் இருப்பதை, அவரவர் மரணம்,
அவரவருக்கென காத்திருப்பதை,
ஆகவே இப்போது நான் போவேன்
முதுமையோ நோயோ இல்லாமல்,
காட்டுத்தனமாய் ஆனால் கறாராய்,
என் சிறந்தபாதையை அறிந்து,
இவ்வளவு ஆண்டுகளாய் நான் சவாரி செய்த
பொம்மையை கழுதையால் தூக்கப்பட்டு,

எங்கேநாம் போய்க்கொண்டிருக்கிறோம்?' என்று ஒருபோதும் வினவாது நாங்கள் சவாரி செய்து கொண்டிருந்தோம் இதற்காக (எனக்கு மட்டும் தெரிந்திருந்தால்)

அன்பான சிநேகிதனே,
தயவு செய்து எண்ணிவிடாதே -
கிதார்களை மீட்டுவதாய்
(அ) தன் எலும்பினை என் தந்தை வளைப்பதாய் கற்பிதம் செய்கிறேனென.
என் அம்மாவின் வாயினைக்கூட நான் எதிர்பார்ப்பதில்லை.

நானறிவேன், முன்னரே இறந்து போயிருக்கிறேன் என -
நவம்பரில் ஒருமுறை, ஜூனில் ஒரு முறை.
மீண்டும் ஜூனைத் தெரிவு செய்வது எவ்வளவு
விசித்திரமானது
தன் பசிய மார்பகங்கள் மற்றும் அடிவயிறுகளுடன் மிகவும்
ஸ்தூலமாய்.
கிதார்கள் நிச்சயமாய் மீட்டப்போவதில்லை!
சர்ப்பங்கள் நிச்சயமாய் கவனிக்கப்போவதில்லை.
நியூயார்க் நகரம் கவலைப்படப் போவதில்லை.
இரவில் வௌவால்கள் விருட்சங்களின்மீது மோதும்,
இதனையெல்லாம் அறிந்தபடி,
நாளெல்லாம் அவை எப்படி உணர்ந்தன என்பதைக்
கண்டபடி.

"Live or Die" தொகுப்பிலிருந்து.

**அக்காலங்கள்...**

ஆறுவயதில்
பொம்மைகள் நிறைந்த கல்லறை தோட்டத்தில் வசித்தேன்,
என்னைத் தவிர்த்தபடி,
தன் பயங்கர இல்லத்திலுள்ள
சந்தேகப் பிராணி, என் உடலைத் தவிர்த்தபடி.
நாளெல்லாம் ஒரு வாயிலின் பின்னே என் அறையில்
பூட்டப்பட்டிருந்தேன்,
ஒரு சிறைக் கொட்டடி.
நாளெல்லாம் முடிச்சொன்றில் அமர்ந்திருந்த
நான் புலம்பெயர்ந்தவள்.

கடைசியாய் வழங்கப்பட்டு
கடைசியாய் எடுத்துக்கொள்ளப்பட்ட
மூன்றாவது குழந்தையான
நான் எனது குழந்தைமைக் கொடூரங்களைக்
கூறுப்போகிறேன் -

அம்மா என் துணிமணிகளை அவிழ்க்கும் போதான
இரவுநேர அவமானங்களை,
என் அறையில் அடைபட்டுள்ள பகற்பொழுது
வாழ்க்கையை - தேவைப்படாதவளாய் இருப்பது,
விவாகரத்திலிருந்து தந்தையை
இழுப்பதற்காக அம்மா செய்து கொண்டிருந்த
தவறு.
விவாகரத்து!
புனைவியலாளனின் சிநேகிதன்,
பிறநாடுகளின் வரைபடங்களுக்குள்,
இடுப்புகள் மூக்குகள் மற்றும் மலைகளுக்குள்
ஆசியாவுக்குள் (அ) கறுப்பு வனத்திற்குள்
பறந்து போகும் புனைவியலாளர்கள்
(அ) என்னுடைய ஆண்டான
1928இல் பிடிபட்டவர்கள்
தவறுதலாய்,
விவாகரத்து காரணமாய் அல்ல
வேறொன்றால்.

மாரில் உறிஞ்சிட மறுதலித்த என்னை,
நிச்சயமின்றி வளர்ந்த உடல்கொண்ட என்னை,
தானுடைக்க இயலாத
பொம்மைகளின் மூக்குகளின் மீது அடியெடுத்து வைத்த
என்னை.
பொம்மைகளை எண்ணிப் பார்க்கிறேன்,
நன்கு செய்யப்பட்டு
நேர்த்தியாக்கப்பட்டிருந்த அவற்றை
என்னுடன் சேர்த்துக் கொள்ளுகையில்
கற்பிதமான சிறுவாய்களில் முத்தமிடுகையில்
அவற்றின் மிருதுவான சருமத்தை
இளஞ்சிவப்பு நிறத்தை, தீவிரம்கொண்ட நீல விழிகளை
நினைவு கூர்கின்றேன்.

மர்மமிகு தேசத்திலிருந்து வந்தவை அவை
பிரசவ வேதனை இல்லாது,
அமைதியாயும் நல்லபடியாயும் பிறந்தவை.
நான் போய்வர விரும்புகையில்,
என் வாழ்க்கையை ஒத்திகை பார்ப்பது என் தனியறையில்,
நாளெல்லாம் செருப்புகளிடையே,
கூரையிலுள்ள பல்பின் பிரகாசத்திலிருந்து நீங்கி,
கனத்த மேசை மற்றும் படுக்கையிலிருந்து நீங்கி
மற்றும் அதே பயங்கர ரோஜா சுவர்களின்மீது திரும்பவும்.
அதனை நான் வினவவில்லை.
மரத்தில் ஒளிவதுபோல் என் தனியறையில் மறைந்து
கொள்கிறேன். அதனுள் வேர்போல் வளர்ந்தேன்
இருந்தும் பறந்து போவதற்கான திட்டங்கள் தீட்டினேன்,
வானத்தில் என் உடலை எடுத்துப்போகலாம்
பெரிய படுக்கையாய் என்னுடன் இழுத்துச் செல்லலாம்
என்று நம்பியவாறு
எனக்குத் தேர்ச்சி போதாது எனினும்
போய்விடுவேன் (அ) உயர்த்தும் பொறிபோல்

நகர்ந்து விடுவேன் என்று உறுதியாயிருந்தேன்.
இத்தகு கனவுகளுடன்
எருது போல அவற்றின் ஆற்றலைத் திரட்டிக் கொண்டு,
என்வளர்ச்சிக்கும் என் பெண்மைப் பிராயத்திற்கும்
திட்டமிட்டேன்
நடனத்தை ஒழுங்கமைப்பவர் போல.
செருப்புகளிடையே நான் காத்திருந்தால்
அவற்றைத் தாண்டியும் வாழ்ந்திருப்பேன் என
அறிந்தேன்
கனத்த ஆக்ஸ்போர்ட் மிதியடிகள், சிவப்பு ஷீக்கள்,
ஜோடிகளாய் சேர்ந்துகிடந்த செருப்புகள்.
அப்புறம் எனக்குமேலே ஆடிக்கொண்டிருந்த
துணிமணிகள்,

எப்போதும் எனக்குமேலே, வெறுமையாய் உணர்வு
நுட்பம் கொண்டதாய்,
கழுத்துப்பட்டைகளும் ஒரு அங்குல முந்தானைகளும்
மற்றும் துரதிருஷ்டங்களை இடுப்புப்பட்டிகளில்
உடையவையாய்.

நாளெல்லாம் அமர்ந்திருந்தேன்
செருப்புபெட்டி ஒன்றுக்குள் என் இதயத்தை திணித்து,
நேர்த்தியான சன்னலைத் தவிர்த்து
அது ஒரு கோரமான கண் என்பதாய் -
அதன் வழியே பறவைகள் இறுமி
பெருமூச்செறியும் விருட்சங்களில் பிணைக்கப்படும்
அறையின் வண்ணக்காகிதத்தை தவிர்த்து -
அங்கிருந்து நாவுகள் மேலும் மேலும் நீட்டும்
கடல் பூக்கள் போல் உதடுகளிலிருந்து வெடிக்கும்
இப்படியாய் நாளெல்லாம் காத்திருந்தேன்
என் அம்மா
வரும் வரையிலும். நிசப்தமாய் அங்குக்கிடந்தேன்,
என் சிறு கண்ணியத்தை பதுக்கியபடி.
வாசலைப் பற்றியோ தனியறையைப்பற்றியோ
நான் வினவவில்லை,
சில்லிட்ட குளியலறைத்தரையில்
தினசரி கிடத்தப்பட்டு
தவறுகளுக்காகப் பரிசீலிக்கப்பட்ட
படுக்கையறை சடங்கினை நான் வினவவில்லை.

நானறியேன்
திடமானதும் சிற்ப பாகங்கள் போன்றதுமான
என் எலும்புகள்
சிதறாது என.
நான் மாற விரும்பும் பெண் பற்றியோ,
மாதந்தோறும் அபூர்வமான மலராய்

என்னுள் குருதி பூக்கும் என்றோ அறியேன்,
இரு குழந்தைகள்
என் கால்களுக்கிடையே தோன்றுவார்கள்
என்பதையோ அறியேன்.
நடுங்கிய இரு பெண்கள் கவனமின்றி சுவாசித்தவாறு
ஒவ்வொருவரும் தம் சிறு அழகிலே தூங்கிப்போனவர்களாய்.
எனக்குத் தெரியாது
கடைசியில் என் வாழ்க்கை
என் தாயின் வாழ்க்கை மீது லாரிபோல் மோதிட
எஞ்சியிருக்கப்போவது
எனது ஆறாவது வயதிலிருந்து
என் இருதயத்திலுள்ள சிறு துவாரம், ஓர்செவிடான
இடம்மட்டுமே என
அதனால், சொல்லப்படாததை தெளிவாய்
நான் கேட்க கூடும்.

"Live or Die" தொகுப்பிலிருந்து.

தேவதைகளுடன் உடன்பாடு செய்து கொள்ளல்

பெண்ணாயிருப்பதில் அலுத்துப்போயிருந்தேன்
கரண்டிகள் மற்றும் கிண்ணங்களால்
என் வாய் மற்றும் மார்புகளால்
அழகுசாதனங்கள் மற்றும் பட்டுகளால்.

நான் வழங்கிய கிண்ணத்தைச் சுற்றிவட்டமிட்டு
என் மேசைமுன் ஆண்கள் இன்னும் அமர்ந்தனர்.
கிண்ணம், வெளிறிய திராட்சைகளால் நிரம்பியிருந்தது
வாசத்தால் ஈக்கள் வட்டமிட்டன
என் தந்தைகூட தன் வெள்ளெலும்புடன் வந்தார்.
ஆனால் பால்பேதம் குறித்து அலுத்துப்போயிருந்தேன்.

சென்ற இரவில் ஒரு கனவு
அதனிடம் கூறினேன்...
"நீதான் பதில்.

என்கணவரையும் தந்தையையும் தாண்டி வாழ்வாய்”
அக்கனவில் சங்கிலிகளால் ஆன நகரமிருந்தது
அங்கே ஆணின் உடைகளில் ஜோன் சாகடிக்கப்பட்டான்
மற்றம். தேவதைகளின் இயற்கை விளக்கப்படவில்லை,
எந்த இரண்டும் ஒரேகுடும்பத்தில் ஆக்கப்பட்டதில்லை,
ஒன்று மூக்குடனும் மற்றது தன் கையில் காதுடனும்,
ஒன்று நட்சத்திரத்தை சுவைத்துக் கொண்டும்
தன் பாதையை பதிவு செய்துகொண்டும்,
ஒவ்வொன்றும் தனக்குத்தானே கீழ்ப்படியும் கவிதையாய்,
கடவுளின் பணிகளை நிறைவேற்றுவதாய்
வெவ்வேறான மக்கள்.
நீதான் பதில்’
என்று கூறி நுழைந்து
நகரின் வாயில்கள் மீது கிடந்தேன்.
அப்புறம் என்னைச் சுற்றி சங்கிலிகள்
பிணைக்கப்பட்டன
எனது பொதுப்பாலினையும் என் திடமான அம்சத்தை
- யும் இழந்தேன்.
ஆதாம் எனக்கு இடப்புறத்தில்
ஏவாள் எனக்கு வலப்புறத்தில்
இருவரும் அறிவுலகுடன் முற்றிலும் இணக்கமின்றி
நாங்கள் கைகளை கோர்த்துக்கொண்டோம்
சூரியனின் கீழே பயணித்தோம்.
நான் இனிமேலும் பெண்ணல்ல.
ஓ, ஜெருசலேமின் புத்திரிகளே,
மன்னர்தன் அறைக்கு கொண்டுவந்திருக்கிறார் என்னை.
நான் கறுப்பானவள், அழகானவள்.
திறக்கப்பட்டுள்ள நான் உடுத்தவில்லை.
எனக்கு கால் கைகள் இல்லை.
மீன்போல் ஒரு சருமமாயிருக்கிறேன்.
நான் பெண்ணாயில்லை

கிறித்து ஓர் ஆணாயிருந்தார் என்பதைவிடவும்
"Live or Die" தொகுப்பிலிருந்து.

## துடுப்பு போடுதல் முடிவுறுகிறது

என் படகினை நிறுத்திவைக்கிறேன்
கடவுள் என்றழைக்கப்படும் தீவுத்துறை முகத்தில்.
அத்துறைமுகம் மீன்வடிவில் உருவாக்கப்பட்டிருக்கிறது
பலபடகுகள் நிறுத்திவைக்கப்பட்டுள்ளன
பல்வேறு துறைமுகங்களில்
'சரி' என எனக்கு நானே சொல்லிக்கொள்கிறேன்
கட்டிகள் உடைவதும் குணமாவதும்
உடைவதும் குணமாவதுமாயிருக்க -
மீண்டும் மீண்டும் தம்மைக்காத்துக் கொள்கின்றன.
என் முகத்திலும் கைகளிலும் உப்புபடிந்துள்ளது
என் மரப்படகிலிருந்து
தீவின் சதைக்கு என்னைக் காலியாக்குகிறேன்.

கடலருகேயுள்ள பாறைமீது அவரும்
நானும் அமர்ந்து
விளையாடுகிறோம் - அது உண்மையாயிருக்க -
கூடுமா
சீட்டாட்டம்.
அவர் என்னை அழைக்கிறார்.
கண்ணியமான வெட்கமிருப்பதால் நான் ஜெயிக்கிறேன்.
மேலான சீட்டுக்கள் ஐந்திருப்பதால் அவர் ஜெயிக்கிறார்.
விசித்திரமான சீட்டொன்று இருப்பதாய் அறிவிக்கப்படுகிறது
ஆனால் நானதனைக் கேள்விப்பட்டதில்லை
அவர் சீட்டுகளை எடுத்துப் பிரித்துப்போடுகையில்
பிரமிப்பிலிருந்தேன்.
அவர்தனது மேலான சீட்டுக்களை முன்வைக்கையில்
கண்ணியமான வெட்கத்துடன் நான்
இளித்துக் கொண்டிருக்க,

அவர் சிரிக்கத் தொடங்கினார்,
அவரது வாயிலிருந்து வளையம் போல உருண்டு
வந்தசிரிப்பு என் வாய்க்கு வந்தது,
அத்தகைய சிரிப்பை என்மீது இரட்டிப்பாக்குகிறார்,
அப்புறம் நான் சிரிக்கிறேன், வாத்து சிரிக்கிறது,
கடல் சிரிக்கிறது. தீவு சிரிக்கிறது.
அபத்தம் சிரிக்கிறது.

அன்பான வணிகரே,
எனது கண்ணியமான வெட்கத்தால்
உங்களது விசித்திர சீட்டுக்காக நேசிக்கிறேன்
பழக்கமுடியாத, நித்யமான, அசாத்தியமான ஹா - ஹாவையும்
மற்றும் அதிருஷ்டம் வாய்ந்த காதலையும்.

"The Awful Rowing Toward God" தொகுப்பிலிருந்து.

## நடந்துபோன மீன்

அங்குள்ள சிப்பிகளிடமிருந்து
குழம்பிய செடி கொடிகளிடமிருந்து
கடவுளின் கண்ணீரிடமிருந்து சிராய்க்கும்
அலைகளிடமிருந்து
அது வந்தது.
அது வேர்களை வேட்டையாடுவதாக ஆனது
மனிதனைப் போல சுவாசித்தது
புற்களினூடே சலசலத்தது
வானம் அறியக்கூடியதாக மாறியது.
நெருங்கி நின்று அனைத்தையும் கவனித்தேன்.
அது சொன்னது, மன்னிப்புக் கோருகிறேன்
உங்களிடம் கொக்கிகளும் வலைகளும்
சுவாச சாதனங்களும் இருக்கின்றன,
ஆதலின் உங்கள் பூமியில்
நான் ஏன் ஒரு கணம் நுழையலாகாது?

இங்கே நடப்பது குறுகுறுப்பாக இருப்பினும்
அருவருப்பாயிருக்கிறது.
பொலிவின்றி இருக்கிறது. தூசுமண்டிய இத்தேசத்தில்
இணக்கமில்லை.

அதனிடம் நான் கூறினேன்
நான் தொலைத்து விட்ட
தேசம் ஒன்றிலிருந்து

சிலவற்றை என்னால் நினைவுகூர்தல் இயலும்.....
ஆனால் சமையலறை வெளிச்சம்
வழியில் படுகிறது.

இருப்பினும் நான் ரொட்டி செய்தபோது
நாட்டியம் நிகழ்ந்தது
என் அம்மா வழக்கமாய்ப் பாடும் பாடல் இருந்தது....
மற்றும் இருளின் கிண்ணத்தில் நான் மிதந்த
கடவுளின் அடிவயிற்று உப்பு.
மீனே, உன் தேசத்திற்காக ஏங்குகிறேன்.

மீன் பதிலளித்தது:
நீயொரு கவியாயிருக்க வேண்டும்,
நீ என்னவாக இல்லையோ அதனை விரும்புபவளாகவும்,
உன்னால் போய்வர மட்டுமே செய்யக் கூடியதின்பால்
வேட்கை கொண்டவளாகவும் உள்ள,
அதிருஷ்டம் கெட்ட பெண்ணாயிருக்க வேண்டும்.

      "The Awful Rowing Toward God" தொகுப்பிலிருந்து.

## சூனியக்காரியின் வாழ்க்கை

சிறுமியாய் நானிருந்தபோது
எங்களுக்கருகே வயதானவள் ஒருவளிருந்தாள்
அவளை சூனியக்காரி என்றோம்.
நாளெல்லாம் இரண்டாம்மாடி சன்னலின்
சுருங்கிய திரைச்சீலைக்குப் பின்னிருந்து எட்டிப்பார்ப்பாள்

சமயங்களில் சன்னலைத்திறந்து
கூச்சலிடுவாள், என் வாழ்க்கையினின்றும் போய்விடு!
கடற்பூண்டு போல் கூந்தலும் பாறைபோல் குரலும்
கொண்டிருந்தாள்.

இப்போது சில சமயம் அவளை நினைத்துப்பார்க்கிறேன்
அவள் போல் ஆகிக்கொண்டிருக்கின்றேனோ என
வியப்புறுகிறேன்.
என் ஷீக்கள் கோமாளியினுடையவைபோல திரும்புகின்றன.
இதனை நான் எழுதுகையில் என் முடிக்கற்றைகள்
கால் நுனிகளாய் சுருள்கின்றன தனித்தனியாய்.
குழந்தைகளை வாரிக்கொட்டுகிறேன்
கூடை கூடையாய்.
என் புத்தகங்களே ஆறுதலளிக்கின்றன
மற்றும் சில நண்பர்கள்

ஒருவேளை நான் துறவியாகிக் கொண்டிருக்கலாம்,
விசேஷமான சில விலங்குகளுக்கு மட்டும்
கதவைத் திறக்கலாம்?
ஒருவேளை என் கபாலம் மிகவும்
அடைத்துக் கிடக்கலாம்
தன் சாற்றினை உறிஞ்சுவதற்கான திறப்பில்லாது?
ஒருவேளை என் விழிக்குழிகளை அடைத்திருக்கலாம்
கடவுளரை வைத்துக்கொள்ளும் பொருட்டு?
ஒருவேளை, என் இருதயம்
வெண்ணெயாலான பூனைக்குட்டியாயிருந்த போதும்
புகைகக்கும் வானூர்த்தியாய் ஊதிக் கொண்டிருக்கலாம்.
ஆம், ஆதி ஏற்றத்தில் ஏறுகின்ற
சூனியக்காரியின் வாழ்க்கைதான் இது,
கனவுக்குள் ஓர் கனவு,
அப்புறம் இங்கே அமர்ந்து
எரிதழல் கூடையை ஏந்தியயிருப்பது.

"The Awful Rowing Toward God" தொகுப்பிலிருந்து.

# 2. நாட்குறிப்புகள்

## சில்வியாப்ளாத்

அமெரிக்காவின் பாஸ்டனில் பிறந்த சில்வியா ப்ளாத், தனது ‘Ariel’ கவித் தொகுப்புக்காக பெயர் பெற்றவர். இவரின் இன்னொரு முக்கியத்துவம் வாய்ந்த எழுத்து இவரது நாட்குறிப்புகள். குழந்தைப்பருவத்திலிருந்து இறக்கும்வரை தொடர்ந்து நாட்குறிப்பு எழுதி வந்தவர். நாட்குறிப்பு என்பது தனிப்பட்ட நிகழ்வுகளின் பதிவு. ஆனால் சில்வியாவைப் பொறுத்தவரை, நாட்குறிப்பு என்பது, தனக்குத்தானே பேசிக் கொள்வதற்கும், தன்னைப் பகுத்தாராய்ந்து கொள்வதற்கும், இனியான எழுத்துக்களுக்கான அடிப்படையாகவும், தன் இருப்பு குறித்த சந்தேகத்தை முறியடிப்பதாகவும் இருந்திருக்கிறது.

வாழ்க்கைப்படிகளில் விரைவாக ஏறிவிட வேண்டும் என்னும் உலகியல் பேராசை ஒருபுறம், தனித்து நின்று தன்னை அலசி ஆராய்ந்து, மதிப்பீடு செய்து கொள்ளும் சிந்தனைப்போக்கு மறுபுறம், மதநம்பிக்கை அவ்வளவாக இல்லாத சூழலில் வளரும் சில்வியா, நெருக்கடிகள் உந்தும்போது ஒரு பற்றுக்கோடினை நாடும் நிர்ப்பந்தம், பெயர்பெறவேண்டும் சம்பாதிக்க வேண்டும் என்பதற்காக அடுத்தடுத்து எழுதத்தொடங்கியவர், வேலை நிர்பந்தங்களால் அது இயலாது போகும்போது விரக்தியை எதிர்கொள்வது, தீவிரமான அழித்துக் கொள்வதான எண்ணவோட்டங்களிலும் கனவுகளிலும் சூழ்ந்துவிடுவது – என்றபடி முரண்பட்ட திசைகளில் ஒரேவேளையில் தன்னைச் செலுத்தி, ரணம்பட்டு, குருதி சிந்தி அதுவும் போதாதென்றபோது, தன்னையே ஆகுதியாகக் கொட்டிவிட்டார்.

“எல்லாவற்றையும் உறித்தெறிந்து விடுவதான வேட்கையும், ஆன்மா/ யதார்த்தம்/ தீவிரத்துடன் இணக்கம் கொள்வதான நாட்டமும் மிகுந்து

வெறிகொண்ட இஸ்லாமிய ஆன்மிக வாதிகளை நினைவுபடுத்துவதான தன்மை சில்வியாவிடம் இருந்தது என்கிறார் அவர் கணவர் டெட் ஹக்ஸ். இந்தப் போக்கின் எதிர்மறையான பக்கம் தற்கொலை. அதுதான் சில்வியாவிடம் நிகழ்ந்தது. புதியதொரு சுயத்தைப் பெறுவதற்காக, பழைய சுயத்தை அழிப்பதாகவே சில்வியா அதனைக் கருதினார். “உண்மையான சுயம் ஒருமொழியைக் கண்டறிந்து பேசமுடியுமானால், நிச்சயம் அது பிரமிக்கத்தக்கதாயிருக்கும் – ‘Ariel’ போல.”

கிடைத்த நாட்குறிப்புகளில் மூன்றில் ஒரு பாதியை வெளியிட்ட டெட்ஹக்ஸ், சில விஷயங்களை சில்வியாவின் குழந்தைகள் தெரிந்து கொள்ள வேண்டாம் என்பதற்காக ஒரு பகுதியை எரித்துவிட்டதாகவும் குறிப்பிடுகிறார். பொதுவாக தன்மை ஒருமையில் எழுதப்படும் நாட்குறிப்பினை, அங்கங்கே படர்க்கையில் வைத்து எழுதும் சில்வியாவின் நாட்குறிப்பு, ஆன்ஃப்ராங்கின் நாட்குறிப்பு போல தனி வடிவம் பெற்றுவிடுகிறது. முழுமையான உரை நடையினை இதில்காண முடியாது. ஆகவே பொருளமைதியிலும் அரை குறையான/ முழுமையற்ற தன்மையே கொண்டிருக்கும். இவை சிதறிக்கிடக்கும் எண்ணங்களும் உணர்வோட்டங்களும் வேட்கைகளும் சீற்றங்களும் வெடிப்புகளும்....

The Journals of Sylvia Plath / The Dial Press, N.Y.,1982 நூலிலிருந்து.

# சில்வியா ப்ளாத்தின் நாட்குறிப்புகள் (1950 – 62)

எனது புரிந்து கொள்ளலின் மேற்பரப்பின் கீழாக, நான் பற்றிக் கொள்வதற்காகக் காத்திருப்பதாக, ஏதோ இருப்பது போல, எதிர் பார்ப்புணர்வு உண்டாகும் நேரங்கள் உண்டு. பெயரொன்றை நினைவு கூரும்வேளையில், அது பிடிபடாது போவது போன்ற உணர்வைத் தருபவை அவை. மனித உயிர்களை, ஞானப்பல்லை அகற்றுவது, உணவை அசை போடுவதற்குத் தாடையைக் குறுக்குவது என்பவற்றால் உணர்த்தப்படும் பரிணாமக் குறிப்புகளை மனித உடலிலிருந்து படிப்படியாக உரோமம் மறைவதை நேர்த்தியான அச்சுக்கு இசைவாக மானுட விழி சரி செய்து கொள்வதை இருபதாம் நூற்றாண்டின் துரிதமானதும் வண்ணமயமானது மான இயக்கத்தை – எண்ணிப்பார்க்கையில் அதனை என்னால் உணர முடிகிறது. நம்மினத்தின் நீடித்த விடலைப் பருவம், பிறப்பு, திருமணம் மற்றும் இறப்பு தொடர்பான சடங்குகள், நவீன காலத்திற்கேற்றவகையில் ஒழுங்குபடுத்தப்பட்டுள்ள புராதனமானதும் காட்டுமிராண்டித் தனமானதுமாகிய கொண்டாட்டங்கள் ஆகியவற்றைப் பரிசீலிக்கையில் தெளிவற்றதும் உருவற்றதுமான இவ்வுணர்வு ஏற்படுகிறது. பகுத்தறிவு சாராத மிருகத்தூய்மை மேலானதாயிருந்தது என்றே எண்ணுகிறேன். ஆம், எனக்காக காத்துக்கொண்டு, ஏதோ அங்கிருக்கிறது. ஒருவேளை, என்றேனும் என்னிடம் வெளிப்படுத்துதல் நிகழ, இப்பூதாகரமான இருண்ட வேடிக்கையின் மறுபக்கத்தை நான் காணலாம். அப்போது நான் அகமகிழ்வேன். அப்போது நான் வாழ்க்கை என்ன என்றறிந்து கொள்வேன்.

குஷன் நாற்காலியில் நான் அமர்ந்திருக்க, வெளியே சிள்வண்டுகள் இரைந்து ரீங்கரிக்கின்றன. இது எனக்குப் பிடித்த நூலக அறை. முன்னர்

பைண்டு செய்யப்பட்ட நூல்களின் வண்ணங்கள்... தாமிரம், துரு, பழுப்பு ஆரஞ்சு, மிளகுப்பழுப்பு, பழுப்புச்சிவப்பு என. தோல் பிய்ந்து போய், முட்டாள்தனமான இளஞ்சிவப்பில் ஒரு வடிவமைப்பைக் காட்டும், பழுப்புச் சிவப்புத் தோல் நாற்காலிகள் இருக்கின்றன. மழை நாட்களில் பொழுது போக்க உதவும் புத்தகங்கள் நட்பார்ந்த விரல்கள் புரட்டினவாய் அடுக்கப்பட்டுள்ளன. ஆகவே, தொடர்பற்ற முறையில் எண்ணமிட்டு, புன்னகைத்தவாறு இங்கே நான் அமர்கிறேன். பெண், பரவசத்தின் இயந்திரம் மட்டுமே, அவளது சுருள் முடியின் நுனிகளிலிருந்து அரக்குச் சிவப்பு நகங்கள் வரையிலும் பூமியின் பாவனையே. அப்புறம் மேல்தளத்தில் தூங்கிக்கொண்டிருக்கும் அழகான குழந்தைகளையுடைய குடும்பத்தை நினைவில் கொண்டு, எண்ணுகிறேன்: இனவிருத்தி செய்தல் என்னும் இனிய சுழற்சிகளுக்கும், வீட்டைச் சுற்றிலும் இதந்தருவதான ஆணின் இருப்புக்கும் இணங்கிப்போவது சிறந்ததல்லவா? காற்றிலுள்ள சாம்பல் போன்று வெண்மையான முகமும், சிகரெட்டைக் கறைப்படுத்தும் செவ்விதழ்களும், இறுக்கமான கறுப்பு பனியனுக்குள்ளிருக்கும் முழுமையான மார்பகங்களும் கொண்ட லிசை நினைத்துப் பார்க்கிறான். ஒரு ஆணை என்றைக்காவது எப்படி சந்தோஷப்படுத்துவது என்பதை எண்ணிப்பார் என்றாள் என்னிடம். ஆம், எண்ணிக் கொண்டிருக்கிறேன், இதுவரையிலும் அது சரியே. அப்புறம், தொலைக்காட்சியில் பேஸ்பால் விளையாட்டைக் கவனித்தபடி அல்லது பீர் கேன்களும் சாம்பல் கிண்ணங்களும் இறைந்து கிடக்க பசங்களுடன் அருவருப்பான நகைச்சுவையொன்றைப் பகிர்ந்து சிரித்தபடி உள்ள எமிலியை என் மனத்தில் புரட்டிப்பார்க்கிறேன். நீந்தியும், மூழ்கியும், ஏக்கத்தில் துவண்டும், இங்கே அமர்ந்தவாறு, என்னிடம் திரும்பி வருகிறேன். என்னுள்ளே ஏராளமான மனசாட்சி ஏற்றப்பட்டிருப்பதால், மோசமான விளைவுகளின்றி, பழக்கவழக்கங்களை என்னால் விலக்குவது ஆகாது, எல்லையில் பொறாமையுடன் சாய்ந்து கொண்டு, சதசதக்கும் வேட்கையில் நாளுக்குநாள் நிறைவுறாது நானிருக்க சந்தேகமில்லாது, பாலியல் வேட்கையினை சுதந்திரமாக வெளிக்காட்டி முழுமையாயிருக்கும் பசங்களை வெறுக்கவே முடியும். இது என்னை நோய்க்கூறு கொள்ளச் செய்கிறது.

கடவுளே, நான் யார்? தலைக்குமேல் விளக்குகள் பிரகாசிக்க, காற்றாடி சப்தத்துடன் சுழல, இன்றிரவு நூலகத்தில் இருக்கிறேன். எங்குப் பார்த்தாலும் பெண்கள் படித்துக்கொண்டுள்ளனர். தீவிரமானதும், இளஞ்சிவப்பிலானதும், வெண்மையானதும் மஞ்சள் நிறத்திலுமான முகங்கள். இங்கே நான் அமர்கிறேன் அடையாளமில்லாது. முகமில்லாது. தலை வலிக்கிறது. வாசிப்பதற்கு வரலாறு இருக்கிறது.... தூங்குவதற்கு முன் புரிந்து கொள்ளவேண்டிய நூற்றாண்டுகளும், நாளைக் காலை உணவுக்கு முன் கிரகித்துக்கொள்ளவேண்டிய லட்சோப லட்சம் வாழ்க்கைளும். எனினும், வீட்டின் பின்னே, முழுதுமாய் என் இருப்பினைக் கொண்டுள்ள என் அறை இருக்கிறது. நான் வெறுமனே பெயரில்லை, மானுடஜீவிதான் என்று ஒருவர் நம்புகிறார். நான் அடையாளமில்லலாத வெறும் நரம்புகளின் முடிச்சல்ல, முழு மனித உயிரியே என்பதற்கு இவையே அடையாளங்கள். நான் தொலைந்து விட்டேன். ஹக்ஸ்லி சிரித்திருப்பார். எத்தகைய கட்டுப்பாட்டு மையமிது! புத்தகங்களில் கவிழ்ந்துள்ள நூற்றுக்கணக்கான முகங்கள், எண்ண விளிம்பில் காலத்தை அறைந்தபடி சுழலும் காற்றாடிகள். இது ஒரு தீக்கனவு. சூரியனில்லை. தொடர்ந்த இயக்கம் மட்டுமே. ஆசுவாசப்படுத்திக்கொண்டு, உள்முகமாக நோக்கினால் பைத்தியமாகிறேன். வெவ்வேறு திசைகளில் இழுபட்டு, மெலிந்து எட்டமுடியாத அளவுக்குத் தொலைதூரத்திலுள்ள தொடுவான்களுக்கு எதிராய் முறுக்கேறி விடுகிறேன். ஜெர்மானியப் பழங்குடியினரிடம் நிறுத்தி, சற்று ஓய்வு கொள்ளுதல், ஆனால், முடியாது! போய்க்கொண்டே இருத்தல் வேண்டும். பேரரசுகளின் சரிவு மற்றும் வீழ்ச்சி வழியாக. துரிதமான ஓய்வொழிச்சலற்ற கதியில். மீண்டும் நான் சூரியவொளியில் ஓய்வு கொள்ள மாட்டேனா – மெதுவாய், தளர்ந்து, அமைதியுடன் பொன்னிறமாய்?

மாயமான பிரதேசம், தேவதை ராணியர் மற்றும் கன்னியர், இளவரசரும் அவர்தம் ரோஜாப்புதர்களும், தீவிரம் கொண்ட கரடிகளும் மாசற்ற கழுதைகளும், தனிப்பட்ட அந்தரங்க வாழ்க்கையும், மந்திரக்கோலும் கொண்ட உலகில் குழந்தையாயிருக்கையில் சஞ்சரித்துப் பழகியபின் – கருப்பு கேசமுடைய அழகான குழந்தை தன் தாயின் பெட்டியிலமர்ந்து நள்ளிரவில் நட்சத்திரப்பாதையில் சிறகடித்துப்போவது – இறகுகளான ஆடையில், விளக்குகள் எரியும் மந்திரவாதிகளின் தேசத்தில் குயிலுடன்

வெறுங்கால்களால் நடந்து செல்வது, மெல்லிய அவயவங்கள் கொண்ட மலர் ஆவிகளுடனான கொண்டாட்டம், நீலமும் வெளிர்மையுமான குல்லாய்கள், தங்க இடுப்புப்பட்டைகளுடன் கூடிய குள்ளர்களும் பூதங்களும் மதுவருந்தி, பள்ளத்தாக்கின் குகைளிலுருள்ள டிராகன்கள் பற்றிப்பாடுவது – என்பவற்றை யெல்லாம் அறிந்து, உணர்ந்து நம்பினேன். இளமையில் இவையெல்லாம் தான் என் வாழ்க்கை. இதிலிருந்து வளர்ந்த யதார்த்த உலகிற்குள் போவது. நுட்பமான குழந்தை விரல்களின் மெல்லிய சருமம், பாலுணர்வை உணர்வதில் மரத்துப்போவது... பாலுறுப்புகள் வளர்ச்சியை உணர்ந்து சதையை உசுப்பிவிடுவது, பள்ளி, தேர்வுகள் (கரும்பலகையில் கீறிச்சிடும் சாக்பீஸின் சப்தமாய் நாராசமாய் ஒலிக்கும் சொற்கள்), ரொட்டி – வெண்ணெய், திருமணம், பாலுணர்வு, பொருத்தம், யுத்தம், பொருளாதாரம், மரணம் மற்றும் சுயம் பற்றியெல்லாம் அறிந்து கொள்வது. குழந்தைமையின் அழகு மற்றும் யதார்த்தத்தை எப்படியெல்லாம் சிறுமைப்படுத்துவது. உணர்ச்சிவசப்படத் தேவையில்லை. ஆனால், மிருதுவான ஸ்ட்ராபெரி –க்ரீம் – தாய்வாத்தின் உலகத்திற்குள், ஆலீஸின் அதிசய உலக கதைக்குள் உலவவிட்டு, வளரும்போது சக்கரத்தில் சிக்கி முறிபட்டு, வாழ்வில் கிளர்ச்சியற்ற பொறுப்புணர்வுடைய தனிநபர்களாய் நம்மை உணருகின்ற அவலம் ஏன்? ஒருகாலத்தில் நீங்கள் விரும்பிய தேவதை போன்ற சொற்களின் ஆபாச அர்த்தங்களை அறிந்து கொள்வது. உங்கள் கழுத்தில் பையனொருவன் தன் முகத்தைப் புதைத்துக்கொள்வது (அ) உங்கள் மார்பகச் சதையில் தன் விரல்களை அழுத்துவது திருப்தியளிக்காது போனால் உங்களைக் கற்பழிக்க முயல்வதான கல்லூரி நிகழ்ச்சிகளுக்குப் போவது. அழகான லட்சோபலட்சம் பெண்கள் இருக்கின்றனர், நாள்தோறும் அதிகப்படியானவர்கள் தம் மோசமான விடலைப் பருவத்தைக் கடந்து வருகின்றனர் மற்றும் விரும்பி நேசிக்கப்படுவதான சாகசத்தில் அடியெடுத்து வைக்கின்றனர் என்பதை அறிந்து கொள்வது. எப்படியேனும் நீங்கள் போட்டியிட்டாக வேண்டும், ஆனால் சொத்தும் அழகும் உங்கள் வசமில்லை என்பதை அறிந்து கொள்வது. தன் தந்தையின் சமீபத்தையக்காரில் உங்களை அழைத்துச் செல்லும் பையன் "உங்கள் நகர்ப்பகுதி"ப்பற்றிக் குறிப்பிடும் கவனக்குறைவான குறிப்பினை கண்டு கொள்வது. செல்வந்த அறிவு ஜீவிகளின் குடும்பத்தில் பிறந்திருந்தால், நீங்கள் மேலான கலைஞராகியிருக்க முடியுமென்பதை

அறிந்து கொள்வது. உண்மையென்று செல்லுபடியாகும் எதனையும் கற்றுக்கொள்ள இயலாது. மாறாக உங்களுடைய தருணம், பிரதேசம், தற்போதைய மனநிலைகளுக்குப் பொருந்துவதான கணநேர, தற்காலிக வாசகங்களையே கற்றுக்கொள்ள முடியும் என்பதை அறிந்து கொள்வது. நீங்கள் பாராட்டுகின்ற பெரிபோன்றவர்கள் பி.கே.போன்றவர்களையே விரும்பும் காரணத்தினால் அடைய இயலாதவர்களாய் இருப்பதால், காதல் ஒருபோதும் நனவாகாது என்பதை அறிந்து கொள்வது. அவர்களைப் பெற முடியாது என்பதாலேயே விரும்புகிறீர்கள் என்பதை அறிந்து கொள்வது. பெரும்பாலான அமெரிக்க ஆண்கள், உருண்டு திரண்ட மார்பகங்களும் வாய்ப்பான பிளவும் கொண்ட பாலியல் எந்திரமாக, வழக்கமான கடின வேலைக்குப்பின் படுக்கையில் தன்னை இதப்படுத்துவது, உணவு தயாரிப்பது தவிர்த்த வேறெதனையும் தன் சிறு தலையில் நினைக்காத, வண்ண பொம்மையாக பெண்களை வழிபடுவதால், உங்களுடைய எண்ணங்களையும் உள்ளுணர்வு களையும் புரிந்து கொண்டு தீவிரமாக்கிக் கொள்வதற்கு ஏற்ப, எதிர்ப்பாலினரின் உறுப்புக்காக ஏங்குவது.

சீரானவிதத்தில் துடிப்போடும் களிப்போடுமிருப்பது உள்முகமான வகையில் அடங்கியும் வேதனையோடும் இருப்பது என்ற தேர்வுச் சுதந்திரம் எனக்கிருக்கிறது. (அ) இவற்றிக்கிடையே தத்தியபடி பைத்தியமாகலாம்.

பூனைகளுக்கு ஒன்பது பிறவிகளுண்டு என்றொரு வாசகமுண்டு. உனக்கு ஒன்று, உனது இருப்பெனும் மெல்லிய இழையின் ஓரிடத்திலே, கறுப்பு முடிச்சும், இரத்த உறைவும், 'நான், நீ மற்றும் சில்வியா' என்றழைக்கப் படுவதான தனிநபரின் இறுதியைக் கூறுவதான நின்று போன இருதயத் துடிப்பும் உள்ளன. எனவே எவ்வாறு செயல்படுவது எப்படியாவது என வியக்கின்றாய் – மதிப்புகள் பற்றியும் வியக்கிறாய். ஒப்பீட்டுத்தன்மை மற்றம் விரக்தியில், தொடங்க விருக்கும் அணுகுண்டுகளுக்காக காத்திருப்பதில், உன்விழிகளுக்கு முன்பாக பாய்ந்து சொட்டவிருக்கும் குருதிக்காக (இப்போது கொரியாவிலும் ஜெர்மனியிலும் ருஷ்யாவிலும் சிந்தப்படுகிறது) பூமியுடன், வாழ்க்கையுடன் புல்லின் வித்துக்களுடன் ஒட்டிக் கொண்டிருப்பது எப்படி என அச்சத்துடன் வியக்கிறாய். உனது வாய்ப்புகளுக்கும் திறமைகளுக்கு மேற்ப நன்றாகவே செயல்பட்டிருத்தல்... உள்ளூரிலிருந்து மட்டுமல்லாது அமெரிக்காவெங்கிலுமிருந்து வந்துள்ள பெண்களுடன் இப்போது

போட்டியிட்டுக் கொண்டு, போதுமான அளவு சாதிக்கவில்லை என்னும் அச்சம் கொண்டிருத்தல் இவற்றுக்கிடையே தத்தளிக்கும் உனது பதினெட்டாண்டுகளை அதிசயிக்கிறாய்.

...உனது பதினெட்டாண்டுகளுக்கென என்ன வைத்திருக்கிறாய்? என்ற பல்லவி மீண்டும். புலப்படக்கூடியதாய் எதனைக் கைக்கொண்டாலும், அதனை வைத்திருக்க முடியாது, ஆனால் அது, அழுகி மரத்துப்போனதும் முரட்டுத் தோலுமுடைய உனது விரல்களினூடே நழுவியும் போய்விடும் என்பதை அறிவாய். ஆகவே நீ பூமியில் அழுகி நாறுவாய், ஆகவே என்ன நரகம்? யாருக்குக் கவலை? என்பாய். என்றாலும் கவலைப்படுவாய், எப்படியேனும் ஒரு வாழ்க்கையினை மட்டும் – “அவள் அப்படிப்பட்டவள்” என்று தட்டச்சு செய்து பெருவிரல் தீட்டலாய் தூக்கிய எறியக்கூடியதான வாழ்க்கையினை மட்டும் – வாழ்ந்திட விரும்ப மாட்டாய்.... 25(அ) அதற்கு மேலான வார்த்தைகளில் முடிந்து போதல். உன்னால் முடிந்த அளவு வாழ்க்கைகளை வாழ விரும்புகிறாய் .... நீயொரு முதலாளித்துவ வாதி... நீ பதினெட்டு வயதுடையவளாய், இன்னும் உன்னிடம் நம்பிக்கை இல்லாதவளாயிருப்பதால் சிறிது முட்டாள் தனமாய், சிறிது புத்திசாலித் தனமாய் பேசுகிறாய் – உணர்ச்சிவசப் படுகிறாய் (அ) நெகிழ்ந்து போகிறாய் (அ) பெண்ணுக்குரிய சாகசங்களில் ஈடுபடுகிறாய் என்று குற்றஞ் சாட்டப்படவாகாது என்பதை மூடி மறைப்பதற்காக. மூடி மறைக்கிறாய், எனவே நேரமிருக்கையில் உன்னைக் குறித்து நகைத்துக் கொள்ளலாம். அப்புறம் உனக்குத் தெரிந்த இரத்தசம்பந்தமான உறவினரை நினைத்துக்கொள்ளலாம் மற்றும் இச்சிறு நம்பிக்கை வெள்ளம் உன்னை எங்கே இட்டுச் செல்லுமென குற்றவுணர்வுடன் வியப்படையலாம்.

அவ்வளவாக யாரும் போகாத கற்கள் நிறைந்த கடற்கரையில் கடல் மீது துருத்திக்கொண்டிருக்கும் பெரும்பாறையிருக்கிறது. ஒவ்வொரு காலாய் எடுத்துவைத்து, ஏறி, மேலே போனால் அங்கே கால் நீட்டிப் படுத்துக் கொள்ளலாம். எழுந்து வீழும் அலைகளை உற்று நோக்கலாம். வளைகுடா தாண்டி தொடுவானை நெருங்கும் படகுகள் ஒளி, நிழல், ஒளி என மாறி மாறிப்பிடித்தபடி செல்வதைக் காணலாம். சூரியனால்

சுட்டெரிக்கப்படும் இப்பாறைகள், தொடர்ந்து உயர்ந்து விழும் அலைகளால் நொறுக்கப்பட்டு, சிதறி வீழ்த்தப்பட்டு மிருதுவான கூழாங்கற்களாய் கடற்கரையில் கிடக்கும் – நடந்து செல்லும் ஒருவரின் பாதங்களின்கீழே அலை கலகலத்து, நழுவிப்போகும். பூமியின் மேலடுக்கு மீதான படிப்படியான மாற்றங்களின் மெதுவான தவிர்க்க இயலாமை குறித்த பரிசுத்த உணர்வு என்மீது கவியும். தெய்வத்தின் மீதல்லாமல், பெயரற்ற பாறைகள், பெயரற்ற அலைகள் மற்றும் பெயரற்ற புற்கள், உற்று நோக்குவோரின் பிரக்ஞையால் தற்காலிகமாய் வரையறுக்கப்படும் என்னும் இடையறாததும் தூய்மையானதுமான உணர்வின் மீதான காதல். பாறைக்குள்ளும் சதைக்குள்ளும் சூரியன் தகிக்க, புல்லினூடும் கூந்தலினூடும் காற்று அடிக்க, குருட்டுத்தனமான மாபெரும் நனவிலியும் நடுநிலை ஆற்றல்களும் நீடிக்கும், அவற்றை விளக்குவதும் அவற்றுக்கு அர்த்தம் வழங்குவதுமான நொய்மை யானதும் ஆச்சரியமானவிதத்தில் ஒன்றிணைக்கப்பட்டுள்ளது மான உயிர், சிறிது நகரும், பின் தடுமாறும், கடைசியில் அநாமதேயமான மண்ணிலே குரலற்று, முகமற்று அடையாளமற்று அழுகிப்போகும் என்னும் விழிப்புணர்வு உண்டாகும்.

இவ்வனுபவத்திலிருந்து, எலும்புவரை சூரியனால் கடிபட்டு, உப்பு நீரின் சில்லிடும் கூர்மையால் தூய்மையாய் கழுவப்பட்டு, பிரபஞ்ச சக்திகளிடையே வாழ்தலால் கிடைப்பதான மிருதுவான சாந்தம் கிடைக்கும் விதத்தில் உலர்த்தி வெளுக்கப்பட்டுத் தூயவளாய், முழுமையானவளாய் எழுந்தேன்.

… ஓர் ஆண் விரும்பினால் உறவு நிலைகளில் தாராளமாக இருக்க முடியும். அதேவேளையில், காமத்திலிருந்து தன்னைக் காத்து தனக்கு விசுவாசமானவளாய் ஒருபெண் இருக்க வேண்டும் என்று கோரமுடியும். உணர்வுகளின் பாதுகாவலராய், சிசுக்களை கவனிப்போராய், ஆணின் உடல், ஆன்மா மற்றும் பெருமிதத்தை ஊட்டி வளர்ப்போராய் பெண்கள் ஏன் ஒதுக்கித்தள்ளப்பட வேண்டும்? பெண்ணாய்ப் பிறந்தது என் பயங்கரமான சோகநாடகம். கருத்தரித்த கணத்திலிருந்து, ஆண்குறிக்கும் விதைப்பை களுக்கும் பதிலாக முலைகளும் கருப்பையும் துளிர்க்குமாறு விதிக்கப்பட்டேன்.

எனது எண்ணம், உணர்வு, செயல் என ஒட்டுமொத்த நடவடிக்கையும் தவிர்க்க இயலாததான பெண்தன்மையால் இறுக்கமாய் கட்டுப்படுத்தப் பட்டவள் ஆனேன். ஆம், சாலையோரக் கூட்டத்தினர், மாலுமிகள், படைவீரர்கள், மது விடுதி வாடிக்கையாளர்களுடன் கலந்து கொள்ளுதல் – யாருமறியாதபடி காட்சியொன்றின் அங்கமாகி அதனைக் கவனிப்பதும் பதிவு செய்வதும் – என்பதன் என் வேட்கையெல்லாம், நான் பெண் என்பதால் நாசமாகிப்போய்விட்டன. பெண் என்பவள் தாக்குதலுக்குள்ளாகும் அபாயத்திலிருக்கிறாள். ஆண்களிடமும் அவர்தம் வாழ்க்கைகளினிடமுமான எனது தீராத ஆர்வம், அவர்களை மயக்கும் வேட்கையாகவோ, நெருக்கத்திற்கான அழைப்பாகவோ தவறாக எண்ணப்படுகிறது. ஆமாம், ஆண்டவனே, என்னால் எவ்வளவு அழகாக முடியுமோ அவ்வளவுக்கு ஒவ்வொருவரிடமும் பேச விரும்புகிறேன். திறந்த வயலில் உறங்கவும் மேற்கில் பயணிக்கவும், இரவில் சுதந்திரமாய் உலாவவும் விரும்புகிறேன்.

ஃ ஃ ஃ

குளிர்ச்சியான ஆற்றங்கரையினையும், தொலைதூரத்து மேகங்களில் மழை நிறைந்த மே மாதத்து இரவினையும், நீர்மீது விழும் சந்திரனின் ஒளிக்கிரணங்களையும், பசிய செடி கொடிகளின் கனத்த ஈரத்தையும் நினைவு கூர்கிறேன். என் வெற்றுப்பாதங்களில் நீர் சில்லிட்டது, கால்விரல் களுக்கிடையே சேறு சிந்தியது. அப்போது மணலில் அவன் ஓட அவன் பின் ஓடினேன், என்கூந்தல், நீண்டதாய் ஈரத்துடன் இருந்தது. காற்றில் முகத்தை ஊதினேன். எங்களிடமிருந்த தவிர்க்க இயலாத காந்த விசைகளை மற்றும் என்காதுகளில் முழங்கி, உரத்து சந்தத்துடன் துடிக்கும் குருதியை என்னால் உணரமுடிந்தது. அப்புறம் அவன் நிற்க, அவன்பின் நின்று நான் அவனது விலா எலும்புகளைத் தழுவி, விரல்களால் வருடினேன். அவனுடன் கிடக்கவேண்டும், அவனுடன் கிடக்க வேண்டும், சுவையான மிருக நெருப்பில், மறந்தபடி, எரிய வேண்டும். முதலில் நின்றபடி, தொடைகளைச் சுற்றி தொடைகளும், நடுங்கும் வாயுடன் வாயும், மாருடன் மாரும் இறுக்கிக்கொண்டு, கால்கள் பின்னிக் கொள்ளப்பின் கீழே கிடந்து உடல் மீது உடலின் பாரம் அழுந்த, வளைந்து திருகி ஆற்றலுடன் பொருதும் ஆற்றலாய், அழிப்பதற்காகவா, எரியும் இருளுள் பாயவா? அடையாளத்தை இழக்கவா, இது காதலில்லை. வேறு ஏதோ ஒன்று மெருகேறிய

இன்பநுகர்வு. இன்பநுகர்வு. குருட்டுத்தனமாக வாய்வைத்து உறிஞ்சுவதும் உடல் திளைப்புக்காக வருடும் வேட்கையும் இருப்பதால். மெருகேறியது தனக்காக மட்டும் இல்லாது இன்னொருவரிடமும் வேட்கையைக்கிளறி விடுவதால். விவாதங்களுக்கு லகவான முடிவு வாயின்மீது. நாவுகள் நடுங்கி, நடுங்கி ருசிக்க, வாய்களின் கதகதப்பான சந்திப்பு. கோபத்துடன் வெறுக்கும் பற்கள், நகங்கள் மற்றும் குரலுக்கு எளிதானதொரு மாற்று; மார்பகங்களுக்கு கீழே எழுந்து, தொண்டை, தோள்கள், முழங்கால்கள் மற்றும் தொடைகளைத் தழுவிடும் கரங்களின் நூதனமான சந்த வேகம். பரஸ்பரம் தேவைப்படும் அழித்தொழிப்பின் கருஞ்சுழலுக்குள் சரணடைவது. முதல் முத்தம் வந்து விட்டால், அப்புறம் சக்கரச் சுழற்சிதான். பயிற்சியும் கட்டுப்பாடும் மார்பகங்களில் பசி தகிப்பதாய், பெண்ணுறுப்பில் இரகசியத்திரவம் சுரப்பதாய், குருட்டுத்தனமாய் நாசத்தை நோக்கி செலுத்துவதாய் இருக்கும். அழிவுக்காக அன்றி வேறெதற்காக இது? புலனார்ந்த அழித்தொழிப்புக்கு ஈடுகொடுத்து துடிக்கும் அநுபூதிவேட்கை – இன்னொரு அடையாளத்தின்மீது தன் அடையாளத்தை இல்லாததாக்குவது – அடையாளங்களின் சங்கமம் மற்றும் அழிப்பு? ஒருவரின் மரணம்? (அ) இரண்டுமா? விழுங்குதல் மற்றும் அடங்கிப் போதல்? இல்லை, இல்லை. துருவநிலைப் படல்தான் – ஒருவிதத்தில் மின்னேற்றம் கொண்டிருந்தாலும், இன்னொரு விதத்தில் நட்சத்திரங்களைப்போல குளிர்ந்த மையங்களுடன், இரு அம்சங்கள் சமநிலை கொண்டிருத்தல்.

∞ ∞ ∞

தெய்வமே, எப்போதாவது நான் தற்கொலை செய்துகொள்வதற்கு அருகாமையில் வந்திருக்கிறேன் என்றால் அது இப்போது தான். தடுமாறும் தூக்கமற்ற குருதி என் நரம்புகளில் இழுபட, மழையுடன் சேர்ந்து காற்று அடர்த்தியாய் சாம்பல் நிறம் கொள்ள, தெருக்களில் செல்லும் கழிசடைகள் கூரைமீது சுத்தியல் மற்றும் கோடாரிகளால் அடித்து சப்தம் எழுப்ப மற்றும் தார் நாறுகின்றது. நடவடிக்கைகளிலிருந்தும் பொறுப்புணர்விலிருந்தும் விடுபட்டு, இருண்டதும் வெது வெதுப்பானதுமான புகலிடத்தில் ஒதுங்கி, தூக்கத்தை இறைஞ்சி இன்று காலையில் மீண்டும் படுக்கையில் விழுந்தேன். ஒன்றும் பயனில்லை. தபால்காரரின் மணி ஒலிக்க, விரைந்தேன். டிக்கிடமிருந்து கடிதம். அவன் அங்கே, ஓய்வெடுத்துக்கொண்டு, உண்டு,

தன்விருப்பப்படி எண்ணவும் புத்தகங்களில் தேடவுமாய் இருப்பது போல எண்ணிக்கொண்டு, அதனை வாசித்தேன். நான் செய்யவேண்டிய எண்ணற்ற கடமைகளை எண்ணிப்பார்த்தேன். ப்ரௌடிக்கு எழுதவேண்டும். காலிற்கு Life இதழை அனுப்பவேண்டும். பத்திரிகை குழுவிற்கு எழுத வேண்டும். மார்ஸியாவைப் பார்த்து வரவேண்டும். இந்தப்பட்டியல் எண்ணற்ற தடைகளைக் கொண்டுள்ளது., ... ஒருவரின் சுயத்தை அழித்து உலகை அழிப்பது, தீவிரமான தன் முனைப்பின் உச்சமாகும். சிறுசிறு செங்கல் கட்டிகளிலிருந்து லகுவாய் விடுபட, நகங்களால் கீச்சுகிறோம். டிக் எழுந்து, தன் உடல் பராமரிப்பு தவிர்த்து வேறெதனின் மீதும் அக்கறை கொள்ளாத பொறுப்பற்ற தன்மையின் உச்சிக்கு உயர்வது – அவன் மனம் உயர்ந்து போவதும், என் மனம் சிறைப்பட்டு அழுவதும் தான் – விநோதம். என்னை, எனது துணிச்சலுமும் தைரியமுமிக்க மனித நேய நம்பிக்கையினை எவ்வாறு நியாயப்படுத்துவது? என் உலகம் சிதறி விழுந்து, நொறுங்குகிறது, மையத்தால் தாங்கிக்கொள்ள இயலவில்லை. அப்பட்டமான அச்சமும் தன்னைப் பாதுகாத்துக் கொள்ளும் வேட்கையும் தவிர்த்து ஒன்றிணைக்கும் ஆற்றல் இல்லை.

நான் அஞ்சுகிறேன். நான் திண்மையானவளில்லை, உள்ளீடற்றவள். என் விழிகளின் பின்னே மரத்துப்போனதும் முடமாகிப்போனதுமான பொந்து, நகரப்படுகுழி, சூன்யத்தின் போலிமை இருப்பதாய் உணர்கிறேன். நான் ஒருபோதும் சிந்திக்கவேயில்லை, எழுதவேயில்லை, வருந்தவேயில்லை. என்னைக் கொன்றுபோட விரும்புகிறேன், பொறுப்பிலிருந்து தப்பித்து, கருப்பைக்கு திரும்பவும் தவழ்ந்து போக விரும்புகிறேன். நான் யாரென எனக்குத் தெரியவில்லை, எங்கே போகிறேன் எனத் தெரியவில்லை – கொடுமையான இக்கேள்விகளுக்கு உரிய பதில்களைத் தீர்மானிக்க வேண்டியது நானே. விடுதலையிலிருந்தான உன்னத தப்பித்தலுக்கு ஏங்குகிறேன் – ஆரோக்கியமானதும் செயலூக்கம் நிறைந்ததுமான அறிவு மற்றும் உறுதிப்பாட்டினை முன்னனுமானம் செய்யும், வலுவான, ஆக்கப் பூர்வமான மனிதநேய நம்பிக்கைக்கெதிராக கிளர்ந்து, ஓய்ந்தும் பலவீனமாயும் ஆகிவிட்டேன். போவதற்கு ஓரிடமும் இல்லை – வீட்டுக்குப் போக முடியாது, அங்கே நான் உளறிக்கொட்டி, அழுதுவிடுவேன், என் தாயின் குட்டைப் பாவடைகளுக்குள் புகுந்து கொள்ளும் அருவருப்பான முட்டாளாவேன் –

ஆண்களிடம் போக முடியாது, முன்னெப்போதையும் விட இப்போது அவர்தம் தீவிரமானதும், இறுதியானதுமான கட்டளைகளை விரும்புகிறேன் – தேவாலயத்திற்கு போக முடியாது, அது சுதந்திரமானதாய், தாராளமானதாய் இருக்கிறது – முடியாது, எனது தனிப்பட்ட பொறுப்புகளிலிருந்து விடுதலை செய்யப்பட்டு, காரணத்தின் பீடத்தின்மீது, “சேவையுணர்வின் அமளியில்” என்னைப் பலி கொடுக்கக்கூடிய சர்வாதிகாரத்தினிடம் சோர்வுடன் திரும்புகிறேன்.

சுவரின்மீது எனது வெற்றுவிதியினை எழுதிக்கொண்டிருக்கும் விரலைக் கவனித்தபடி என்னைக் கண்டித்துக் கொண்டு, அநேகமாக அழுதவாறு, அச்சத்துடன் இங்கே அமர்கிறேன் – தெய்வமே, ஒருங்கிணைக்கும் சக்தி எங்கிருந்து வரப்போகிறது. என் திட்டங்களை தவறாய் வகுத்தேன், ஒன்று படுத்தும் விதிகளில்லாது என் யுத்தாலுசாரங்களை பிரயோகித்தேன் – என்னுள் பொதிந்துள்ள ஆற்றல்கள் கண்டு கிளர்ச்சியடைந்தேன், எனினும் பிறருக்குச் சேவகம் செய்யும்பொருட்டு ஒரு பகுதியைத் துண்டித்தேன். எதிர்மறையில், சுயவெறுப்பில், சந்தேகத்தில், பைத்திய நிலையில் மூழ்கிக் கொண்டிருக்கிறேன். முடியாது, என் விழிகளின் பின்னுள்ள வெற்று நரகம். இருண்ட தொற்று நோயாய் வந்து விடுமோ என அஞ்சியபடி, என் உடலின் சாரத்தை இரக்கமின்றி தின்றுகொண்டிருக்கும் நோய், ‘துரோகி, பாலி, காட்டிக்கொடுப்பவள்’ என்றலறியவாறு புண்களினூடாகவும் கழலைகளினூடாகவும் வெளிப்பட்டுவிடுமோ என அஞ்சியபடி, போய்க்கொண்டேயிருக்க வேண்டும்.

ஆதிப்பாவத்தை ஒத்துக்கொள்வதற்கும் ஹிட்லரைப் போற்றுவதற்கும் அபினி தின்பதற்குமான கட்டாயத்தைக் காணத் தொடங்கமுடியும். தத்துவம், உளவியல், தேசியம், மதசித்தாந்தம் மற்றும் பூர்வ பிரக்ஞையினை படித்தாராய நீண்டகாலமாய் விரும்பியிருக்கிறேன், ஆனால் தாமதித்து விட்டதாகவே தோன்றுகிறது – குப்பை கூளங்களின் குவியல் நான் – சுயநலமியாய், பீதிமிக்கவளாய், எஞ்சிய என் வாழ்நாளை ஒரு லட்சியத்தின் பால் அர்ப்பணித்திட வேண்டுமென்று எண்ணுபவளாய் – தேவைப் படுவோருக்குத் துணிமணிகள் அனுப்ப அம்மணமாய்ப் போவது, கிறித்தவ மடாலயத்திற்குத் தப்பிச் செல்வது, மனவாட்டத்தில், மத அனுபூதியில், அவைகளில் புகுந்து கொள்பவளாய் – எங்காவது, எங்காவது, பொறுப்புணர்வு

மற்றும் அறுதியான சுயதீர்ப்பின் கொடுஞ்சுமையின் பாரம் இறக்கி வைக்கப்படும் எங்காவது. கசடும், கழிவும், என் வாழ்வின் பொய்களின் அருவருப்பும், மாற்றமுறாது சீண்டுவாரில்லாது கிடக்கும், இருண்ட சந்துகளுக்குள்ளாகவே என்னால் நோக்கமுடிகிறது – எதளாலும் உருமாறாது: மேன்மையில்லை, கனவின் மாயம்கூட இல்லாமல்,

யதார்த்தமென்பது என்னால் உருவாக்கப்படுவது. இப்படியே தான் சொல்லியிருக்கிறேன். செயலெதுவும் இல்லாது, நரம்புகள் முடங்கிப் போய் நான் உழன்று கொண்டிருக்கும் நரகத்தை உற்று நோக்குகிறேன் அச்சம், பொறாமை, வெறுப்பு. பாதுகாப்பின்மையின் அரித்துத்தின்னும் உணர்வோட்டங்களெல்லாம் என் உணர்வார்ந்த மையங்களைக் கடித்துத்தின்கின்றன. காலம், அனுபவம்: ராட்சச அலை, என்மீது அடித்துச் செல்லும் அலை, மூழ்கடிக்கிறது. மூழ்கடிக்கிறது. கடந்தகாலத்துடனும் எதிர்காலத்துடனுமாகிய அத்தொடர்ச்சியையும் அந்நிரந்தரத்தையும் மற்றும் நான் ஏக்கங் கொண்டுள்ள, மற்ற மானுடரான தொடர்பினை எப்படி நான் கண்டடைவது? செயற்கையாய் திணிக்கப்படும் தீர்வை நான் நேர்மையுடன் ஏற்றுக்கொள்ள இயலுமா? எஞ்சியுள்ள என் வாழ்வை எவ்விதம் நியாயப்படுத்துவது, எவ்விதம் பகுத்தறிவது?

நீ மிகவும் பீதி கொண்ட, சீரற்ற போலி. உன்னைப்பற்றி அறிந்து கொள்ள, எழுதுவதற்கான உன் திறனை அறிந்து கொள்ள, சிந்திக்க உனக்கு நேரம் வேண்டியிருந்தது, இப்போது அது உன்னிடமிருக்கிறது. மூன்றுமாதகாலம், நீ முடங்கிப் போய் விட்டாய், அதிர்ந்து போய் விட்டாய், குமட்டி நிற்கிறாய், குருதி உறைந்திருக்கிறாய். சாதாரணக் காரியங்களே விலக்கப்பட்டதாயும் பிரும்மாண்டமானதாயும் ஆகிடும் ஸ்திதியில் உன்னைத் திணித்துக் கொள்வது தவிர்த்து வேறெதுவும் செய்ய இயலாத, உனது தனிப்பட்ட எதிர்மறைச் சூன்யத்தின் மிக ஆழத்தில் விழுந்து கிடக்கிறாய். உன்மனம் சிந்திக்க இயலாததாய் இருக்கிறது. ஹார்வர்டு பல்கலைகழகத்திற்குப் போனால், உனது நேரமெல்லாம் திட்டமிட்டு வகுத்துத்தரப்படும் – நடைமுறையில், அடுத்த ஆண்டு ஸ்மித்தில் இருப்பதே சரி. இப்போதைக்கு அத்தகைய பாதுகாப்பு வேண்டடத்தக்கதாய்

தோன்றுகிறது – உனது காரியங்களுக்கும் திட்டங்களுக்குமான பொறுப்பிலிருந்து விடுபட்டுக் கொள்வதற்கான இன்னொருவழியே அது. பிரச்னை இப்போது மிகவும் குழம்பியிருந்தாலும் எதனைத் தெரிவுசெய்ய அதிகத் திராணி தேவை. என்னவகைத் திராணி அது என்று எண்ணுவது சிரமமானது, மார்ஸியா வேலைபார்த்துக் கொண்டே படிக்கின்றாள் – நீ ஒன்றுமே செய்யவில்லை. தொழில் பிரிவு அலுவலகத்திலுள்ள பெண் நீ சுருக்கெழுத்து தெரிந்துகொள்ள வேண்டும் என்றாள். நீ இப்போது அதனைக் கற்றுக் கொள்ளலாம் – திரும்பவும் இச்சந்தர்ப்பம் வாய்க்காது பாப்பா. பயணம் செய்யும் தெம்பு இருந்தால் போஸ்டன் பல்கலையில் உளவியல் படிக்கலாம்... ஆனால் தொடர்ந்து படிப்பு மாற்றிபடிப்பாக எடுத்து குருடாக்கிக் கொள்கிறாய். நீ யாரோ ஒருவராய் இருப்பின், சந்தேகத்திடமின்றி அப்படியில்லை, நீ சலிப்புறலாகாது, சிந்திக்கவும், ஏற்கவும் உறுதிப்படுத்திக் கொள்ளவும் வேண்டும் – பொறாமையும் பயமும் சேர்ந்து சாப்பிடுவதை நிறுத்தச் செய்யும், துன்புறுத்தி இன்புறுவதான மன நரகத்திற்குள் பின்வாங்கலாகாது. செயலற்ற வெற்றிடத்தில் உன்னை அடைத்துக் கொண்டு, உன்னால் அறியக்கூடியவரையெல்லாம் புறக்கணிக்காதே, உன் திறனை நிரூபிக்க, உன்வாழ்நாளில் ஒருமுறை கிடைக்கும் சந்தர்ப்பத்தில், பீதியில் ஆண்டுகளைக் கழிக்காது, தயவுசெய்து உன்னை சரிப்படுத்திக்கொள்... நிதானமாய் நோக்கு, சுருக்கெழுத்து கற்றுக்கொள், ஃப்ரெஞ்சு படிக்கவும், ஆக்கப்பூர்வமாய் சிந்திக்கவும் உனக்கென்று மரியாதை பெற்றுக்கொள். சற்று சிரமப்பட்டால் Ladies Home Journal - க்கான கதையை உன்னால் எழுதமுடியும் என்று எப்போதும் கூறினாய். இதுதான் நேரம் – மற்றவர்களாலும் அவர்தம் வார்த்தைகளாலும் நிரப்பிக் கொண்டிருக்கலாகாது. உனக்கென்று வார்த்தைகளையும் கருத்துக் களையும் உருவாக்கிக்கொள்ள இதுதான் நேரம் – மனத்தளவில் உறைந்து போயிருக்கிறாய் – தொடர்ந்து செல்ல பயமும், கருப்பைக்கு தவழ்ந்து திரும்ப ஆர்வமும் கொண்டிருக்கிறாய். முதலில் யோசிக்கவும், இங்கேயிருக்கிறது உன்னறை – இங்கேயிருக்கிறது உன் வாழ்க்கை, உன் மனம். பீதி கொள்ளவேண்டாம். சீரற்றதாயிருந்தாலும், தொடற்பற்றதாயிருந்தாலும், எழுதுவதைத் தொடங்கு, முதலில் உன் பத்திரிகைகளைத் தெரிவுசெய். Ladis Home Journal (அ) Discovery? Seventeen (அ) Mlle? அப்புறம் தலைப்பதைத் தெரிவுசெய். பின்னர்

சிந்தனைசெய். உனக்கு வெளியே உன்னால் சிந்திக்க முடியாது போயின், உன்னால் எழுத முடியாது..

கதைப்பின்னல் ஒன்றை எடுத்துக்கொள். அதனை வேடிக்கையானதாக மாற்று. மற்றவர்களைப் பொறுத்தவரை பெரியவளாகவும் சந்தோஷமான வளாகவும் இரு அவர்களை சந்தோஷப்படுத்து, ஒன்றும் செய்யவில்லை யெனில், இருவரை சந்தோஷப்படுத்து. நாளைக்கு... கட்டுரை – ஒவ்வொரு இரவும் அடுத்த நாளைக்கான திட்டங்களை வகுத்துக்கொள். டிக்கால் தனித்து நின்று எழுதுவதும் படைப்பதும் முடியுமானால், உன்னாலும் முடியும். கோடைகாலத்தில் செயல்படும் வகையில் உனக்குத்திராணி கிடைக்க உனக்குள்ளாக பிரார்த்தித்துக்கொள். ஒன்று விலைபோயின், அது உதவும். அதன் பொருட்டு உழைக்கவும்.

என் எழுத்துக்கும் என் வாழ்க்கைக்குமிடையேயான உரையாடல் பொறுப்புணர்விலிருந்து நழுவிச் செல்வது மற்றும் பகுத்தறிவதிலிருந்து தப்பிப்பது என்னும் ஆபத்தில் எப்போதும் இருக்கின்றது. வேறுவிதமாய் சொல்வதாயின் வாழ்க்கைக்கு வடிவமும் ஒழுங்கும் அழகும் வழங்கி, வாழ்க்கைபற்றி எழுதி விடுவதாகக் கூறி, நான் செய்துள்ள குளறுபடியை நியாயப்படுத்தினேன். என் எழுத்து பிரசுரமாகும், எனக்கு ஜீவிதம் தரும் (வாழ்வுக்குப் பெருமை தரும்) என்று கூறி என் எழுத்தை நியாயப் படுத்தினேன். இப்போது, எங்கேனும் நீ தொடங்கியாக வேண்டும், அது வாழ்க்கையுடனே கூட இருக்க முடியும், உன்னில் நம்பிக்கையும், என் வரம்புகளுடன், அவற்றை ஒவ்வொன்றாய் சமாளிக்கும் திடமான முடிவுடன், மொழிகளை விரும்புதல், ஃபிரஞ்சு கற்றுக்கொள்ளுதல், இத்தாலியைப் புறக்கணித்தல், (மூன்று மொழிகளை மேலோட்டமாய் அறிந்திருப்பது நுனிப்புல் மேய்தலாகும்) ஜெர்மன் பயில்வதை மீண்டும் புதுப்பித்தல், ஒவ்வொன்றையும் திண்மையாகக் கட்டி எழுப்புதல். அனைத்தையும் திண்மையாகக் கட்டி எழுப்புதல்.

வெளியே வானம் வெறுமனே இளஞ்சிவப்பாய் இருக்க, கூரைஉச்சிகள் வெறுமனே கருப்பாய் இருக்க, பிரதிபலிக்கும் மனம்

முரண்பட்டவகையிலே உண்மை உரைக்கும், ஆனால் உலகுபற்றிய அவ்வுண்மை உபயோகமற்றதாய் இருக்கும். ஒன்றிணைக்கும் அவ்வுணர்வே, உருவாக்கும் அவ்வாற்றலே, கடவுளைவிடவும் மிகுதியான நுட்பத்துடன் தனக்கான வார்த்தைகளை உருவாக்கிக் கொண்டு எண்ணற்றதாய் முளை விடும் – அதனை நான் விரும்புவேன். சலனமில்லாது அமர்ந்து எதுவும் செய்யாது நானிருப்பின், உலகம் மந்தமான முரசம் போன்று அர்த்தமின்றி அடித்துக் கொண்டிருக்கும். நாம் இயங்கிக் கொண்டிருக்க வேண்டும், வேலை செய்து கொண்டு, முன்னோக்கி ஓடிட கனவுகளை உருவாக்கிக் கொண்டிருக்க வேண்டும். கனவுகளற்ற வாழ்வின் வறியநிலை, கற்பிதம் செய்து பார்க்க இயலாத அளவுக்கு பயங்கரமானதாகும். அவ்வகையான பைத்திய நிலை மிகவும் மோசமானதாகும். புனைவு செய்து பார்ப்பதும் மாயக்காட்சிகள் காண்பதுமான நிலை விடுதலை தருவதாயிருக்கும்.

படிக்கட்டுகளில் ஏறிவரும் காலடிகளை எப்போதும் கவனிப்பேன், அவை என்னை நோக்கியதாயில்லாது போனால், அவற்றை வெறுப்பேன். ஏன், ஏன், படிப்பதற்கும் வேலை செய்வதற்கும் முழுமையான தனிமையை விரும்புதல் என்னும் விளிம்பில் பதுங்கியிருப்பதற்குப் பதிலாக, சிறிது காலத்திற்கு என்னால் துறவியாக முடியாதா. நல்லது, இவ்வார இறுதியில் நான் கடிதங்கள், உரைநடை மற்றும் கவிதை எழுதுவேன், அதுவரையிலும் நான் இறுக்கமாயிருக்கவேண்டும்.

நேற்றைக்கு ஆர்.பி.யுடன் நீளமானதும் ஆழமானதுமான சிகிச்சை ஆலோசனை பெற்றேன். என்னை ரணப்படுத்தி அழவைப்பதான விஷயங்களைத் தோண்டியெடுத்தேன். அவளுடன் நான் ஏன் அழுகிறேன், அவளுடன் மட்டுமே ஏன் அழுகிறேன்? தாயன்பின் இழப்புக்காக வேதனையை அனுபவிக்கிறேன். அன்பின் திசைவழியில் எதனை நான் எதிர்பார்க்கிறேன்? ஆர்.பி.யைப் பார்க்கையில் நான் எதிர்பார்ப்பதை உணர்கின்றேனா? அதனால்தான் அழுகிறேனா? தாயிடம் உணர்வதைவிடவும் அவளது தொழிலார்ந்த அன்பு என்னை மிகவும் தொட்டு விடுகிறதா? என் தந்தையினையும் அவரது அன்பினையும் வெகு ஆரம்பத்திலேயே இழந்திருக்கிறேன், இதன்காரணமாக அவள் (தாய்) மீது கோபங்

கொள்கிறேன், நான் அவரைக் கொன்றதாக அவள் உணர்கிறாளென உணர்கிறேன். (கோஷ்டி கானப்பாடகியகா என்னையும், வண்டியோட்டிச் சென்ற அவர் மூழ்கிவிட்டதாகவும் அவள் கனவு கண்டிருந்தாள்). அவளை இழந்து விடுவதாய் அடிக்கடி கனவு கண்டேன், இக்குழந்தைப்பருவ தீக்கனவுகள் நிலைத்து நிற்கின்றன. டெட் இன்னொருத்தியுடன் இருந்தார் என்பதை அறிந்து அவர் பின்னே பெரிய மருத்துவமனை ஊடாக நான் ஓடுவதாய் ஒருநாள் கனவு கண்டேன் – எல்லாவிடத்திலும் அவரைத் தேடிக் கொண்டு பைத்தியகார பிரிவுக்குள் போகிறேன். அவர் டெட் என உன்னை எண்ணச் செய்தது எது? அவர் முகம் இருந்தது, ஆனால் அது என் தந்தை, என் தாய்.

சில வேளைகளில் அவரை என் தந்தையாக அடையாளப் படுத்திக் கொள்கிறேன், இவ்வேளைகள் பெரும் முக்கியத்துவம் பெருகின்றன. (உ–ம்.) முக்கியமான ஒரு தினத்தன்று அவரைக் காணாமல், இன்னொரு பெண்ணுடன் இருந்ததால் உண்டான சண்டை. ஆவேசமாகச் சீறினேன். நான் எவ்வளவு நேசித்தேன் என்பதை அவரறிவார், ஆனால் அங்கே அது காணப்படவில்லை. என் தந்தை எனக்கு என்ன செய்தார் என்பதன் படிமமல்லவா இது? அப்படியிருக்கலாம் என்றே எண்ணுகிறேன். இதனை நான் டெடுடன் விவாதிக்காதிருப்பதற்கு காரணம், சந்தர்ப்பம் மீண்டும் வரவில்லை என்பதே... ஓர் ஆணின் இருப்பு என்றவகையில் டெட், என் தந்தைக்கான ஒரு மாற்று. மற்றெந்த வகையிலும் அல்ல. பெண்களுடனான அவரது விசுவாசமற்ற தன்மையின் படிமங்கள், என்தாய் மற்றும் சாவுச்சீமாட்டியுடனான என் தந்தையின் உறவு குறித்த என் அச்சத்தை எதிரொலிக்கும்.

...ப்ராய்டின் “Mourning and Melancholia” – வை இன்று காலையில், டெட் நூலகத்திற்கு கிளம்பிய பிற்பாடு, வாசித்தேன். தற்கொலைக்கான எனது உணர்வோட்டங்கள் மற்றும் காரணங்களைப் பற்றிய கச்சிதமான விவரிப்பாய் இருக்கிறது. என்தாயிடமிருந்து எனக்கு இடமாறின கொலை உந்துதல் ஃப்ராய்ட் பயன்படுத்தும் குருதியுறிஞ்சும் பேய் உருவகம், ஆணவத்தை ஓடச்செய்வது என் எழுத்தில் நான் பெறுகின்ற உணர்வு கச்சிதமாய் அதே சுய அவமதிப்பை திரையிட்டுக்கொண்டு (இடம்மாறிய

அவள் மீதான வெறுப்பு) எனது அதிருப்திகளுடன் சேர்த்து உண்மையில் மாற்றிடக்கூடிய பொறுப்பிலிருந்து, போலியான விமர்சனத்தை பிரித்தறிய முடியாதபடிக்கு சிரமமானதாகும்வரை என்னிடம் பிணைத்து விடுகிறேன். இம்மைச் சோர்விலிருந்து நான் விடுபடுவது எவ்விதம். தட்டு நிறைய பாலும் தேனும் வைக்கப்பட்டுள்ள பழங்காலத்து சூனியக்காரிகள் போல, அவள் என்னிடம் கொண்டுள்ள சக்தியை நம்ப மறுப்பதன் மூலமாக விடுபடலாம். இது எளிதாகச் செய்யக் கூடியதில்லை. பின், எப்படிச் செய்வது? எது என்ன என்று பேசித் தீர்த்து, அது பற்றி விழிப்புணர்வு கொள்வது, உதவும்.

எல்லாமே மலடாகிவிட்டது. உலகின் சாம்பலின் அங்கம் நான், அதனின்றும் எதுவும் வளராது, எதுவும் மலராது / கனியாக உருக்கொள்ளாது. இருபதாம் நூற்றாண்டு மருத்துவத்தின் இனிய வார்த்தைகளில் சொல்வதானால், என்னால் கருத்தரிக்க முடியாது. அல்லது கருத்தரிக்க மாட்டேன்..

.... என்னால் குழந்தைகள் பெற முடியாது போயின் என்னால் கருத்தரிப்பது இயலாததாயின், எப்படி?..என்னை எப்படி எண்ணிக் கொள்வார்கள்? – நான் இறந்தவளாவேன். என் பெண்ணுடலுக்கு இறந்தவளாவேன். உடல் உறவு என்பது இறந்த ஒன்றாகும், முடிந்துவிட்ட ஒன்றாகும். என் சந்தோஷம், சந்தோஷமாக இல்லாது கேலிக்கூத்தாகும். என் எழுத்து சந்தோஷமானதாய், மலர்வதாய், கனிவதாய் இருப்பதற்கு மாறாய், உண்மையான வாழ்க்கை, உண்மையான உணர்வுக்கு மாற்றான ஒன்றாய், உள்ளீடற்றதாய் ஆகும்...

## 3. ஹீப்ரு சிறுகதைகள்

யூத மொழியிலிருந்து மூன்று கதைகள். ஹீப்ரு மொழியில் எழுதப்பட்டுள்ள இக்கதைகள், பரிகாசத் தொனியுடன், ஆணை உருவிழக்கச் செய்துவிடும் ஆற்றல் கொண்டுள்ளவை.

'யூதர் வெல்வது சுதந்திரம், அங்கீகாரம், உலகளாவிய தன்மை, மானுடநேயம், இஸ்ரேல் என எதுவாயிருப்பினும் அது இழப்பின் மூலமே.'

யூதரிலும் பெண் வெல்வது இன்னும் மேலதிகமான இழப்பின் மூலமாகவே....

A Married Woman : Collection of Stories by 10 prominent writers of Hebrew /Star Publications Pvt. Ltd., New Delhi, 1995 தொகுப்பிலிருந்து தமிழ்வடிவம்.

## 1. இரட்டை குழந்தைகளைப் பெற்று அவமதித்துக்கொண்டவள்

– ஆர்லிகேஸ்டல் – ப்ளும்

ஒருகாலத்தில் மிகுந்த பிரசவ வேதனை ஏற்பட்ட பெண்ணொருத்தி, குழந்தை பெற்றெடுக்க மருத்துவமனை சென்றாள். அவளை பிரசவ வார்டில் சேர்த்தனர், அவளது கணவனும் கூடச் செல்ல விரும்பினான், ஆனால், அவளும் மருத்துவரும் அவன் வரலாகாது என்றனர் – அவன் வருவதற்கான தேவை என்ன இருக்கிறது? உலகில் நிகழும் ஒவ்வொன்றிலும் அவன் இருக்க வேண்டிய அவசியம் இல்லை.

Noblesse சிகரெட் பாக்கெட்டை எடுத்துக்கொண்டு வெளியேறினான். இரவெல்லாம் அவள் வேதனையில் அலறினாள், ஆனால் அது அவள் ஒருவள் மட்டுமே அல்ல. பிரசவ வார்டுகளில் அப்படித்தான் இருக்கும். மூன்று நிமிடங்களுக்கு ஒருமுறை அவளுக்கு பெரியதொரு வலி உண்டானது. மருத்துவர் வந்து அவள் பிரசவிக்கத் தொடங்குகிறாள் என்றும் அவர்கள் தள்ளுமாறு கூறியதும் அவள் தள்ளிவிட வேண்டும் என்றும் தெரிவித்தனர்.

ஒரு வலிக்கும் அடுத்த வலிக்குமிடையே உறுதிமொழி எடுத்துக் கொள்ளும் அண்டை அயலாரை கவனித்தாள். சிலர் தம் குழந்தை மீதும், வேறுசிலர் தம் கணவர்மீதும், இன்னும் சிலர் வெறுமனே, தம் முடி கொட்டிடவேண்டும் என்றும் உறுதி எடுத்தனர்.

அவள் உறுதி எடுத்துக்கொள்ளவில்லை என்றாலும் எழுச்சிமிகு பாடல்களையும் பாடவில்லை. வலிகளுக்கிடையே அமைதியாயிருந்த அவள், தள்ளுமாறு அவர்கள் கூறினதும் தள்ளி விட்டாள். முதல் குழந்தை வெளிவந்ததும், அவளை ஓய்வெடுக்குமாறு கூறினர், இரண்டாவது குழந்தை 15 நிமிடங்களில் வந்து விடும் என்றனர், அப்படியே வந்தது,

உனக்கு இரட்டைக் குழந்தைகள் என்று செவிலியர் வாழ்த்தினர், அவள் மிகவும் மகிழ்ந்தாள், ஒரு முலைக்காம்பைத்துடைத்துக் கொண்டாள், தன் கருப்பை சுருங்குவதை உணரத் தொடங்கினாள்.

விழிகள் பிரகாசிக்க, அவள் கணவன் வெளியே காத்திருந்தான். அவள் நெற்றியில் முத்தமிட்டு, அவள் அற்புதமானவள் என்றான்; குழந்தைகளை ஹமுராபி மற்றும் நெபூயுகட்நெஸர் என்றழைக்க தீர்மானித்திருப்பதாகத் தெரிவித்தாள். அவளை ஆச்சரியத்துடன் நோக்கியவன், அவள் ஓய்வெடுக்க வேண்டும் என்றான்.

அவளது குடும்பத்தினரும் அவனது குடும்பத்தினரும்கூட மருத்துவமனைக்கு படையெடுத்து விட்டனர், அவளை வாழ்த்துவதற்காக அவர்கள் வந்தபோது, குழந்தைகளுக்கு ஹமுராபி, நெபூயுகட்நெஸர் என்று பெயர்கள் இடப்பட்டுள்ளதாகக் கூறினாள்; எங்கே ஒளிந்து கொள்வது என்று தெரியாமல் அவள் கணவன் திகைத்தான்.

மலர்க்கொத்துகளை நீட்டி அவள் தேர்வு செய்துள்ள பெயர்களைக் கேட்ட அவர்தம் கைகள் உறைந்துபோயின.

அவளது கணவனுக்கு என்ன செய்வதென்று தெரியவில்லை. அவன் பெரியசிக்கலில் இருந்தான். இடாய், டானி என்னும் இயல்பான பெயர்களால் குழந்தைகளை அழைக்கலாமென்று தன்னால் முடிந்தமட்டும் சொல்லிப் பார்த்தான், ஆனால் அவளோ கோவேறுகழுதை போல பிடிவாதமாயிருந்தாள்.

அதன்பின் சிலமணி நேரங்கள் ஆத்திரத்துடன் காணப்பட்டான், குழந்தைகளின் பெயர்கள் என்னவென்று யாரேனும் கேட்டால், அவன் இடாய் மற்றும் டானி என்று கூற, அவளோ ஹமுராபி மற்றும் நெபூயுகட்நெஸர் எனப் பதிலளித்தாள். அன்று மாலை அவன் அழுதான். மருத்துவமனை முற்றத்தில் வெறுமனே நின்றபடி அழுதான்.

இரவெல்லாம் அங்குமிங்குமாக உலவியவன், என்ன செய்வதென்று எண்ணினான். காலையில் அவளிடம் போய் கூறினான் – அவன் இட்டுக்கட்டிய கதைதான் – இரவில் தரிசனம் தந்த தேவன், தன் குழந்தைகளை அவன் ஹமுராபி, நெபூயுகட்நெஸர் என்றழைப்பது கேட்டினை உண்டாக்கும் என்று தெரிவித்தார்.

உதடுகள் உலர்ந்து வெளிறியும், சருமம் மஞ்சளாகியும் இருந்த அப்பெண் இரவில் தன்னிடம் தோன்றிய தேவன், குழந்தைகளை ஹமுராபி மற்றும் நெபுயுகட்நெஸர் என்றழைக்குமாறு ஆணையிட்டதாகத் தெரிவித்தாள்.

மூன்று நாள் சென்றதும் தாயும் குழந்தைகளும் மருத்துவமனையை விட்டுக் கிளம்பினர். குழந்தை பெற்று மருத்துவமனையிலிருந்து புறப்படும் பெண்ணுடன் வழக்கமாகச் செல்லும் பெருங்கூட்டத்திற்குப் பதிலாக, கணவனும் அவனது சிறிய காரும் மட்டுமே வெளியே காத்திருந்தனர்.

நெஸ் ஜியோனாவிலுள்ள வீட்டிற்குச் செல்லும் வழியிலெல்லாம் பெற்றோர் அமைதியாய் அமர்ந்திருக்க, குழந்தைகள் அழுதனர். நெஸ் ஜியோனா விலுள்ள அவர்தம் அடுக்குமாடி வீட்டுக்குள் அடியெடுத்து வைத்த நிமிடம் தொட்டு, அவர்களின் வாழ்க்கை தீக்கனவாய் மாறிவிட்டது. சிசுக்களின் மணிக்கட்டுகளில் பெற்றோர் ஒவ்வொருவரும் தாம் தெரிவு செய்திருந்த பெயர்களை பதிந்தனர், அவர்களைப் பார்த்துப்போக ஒருவரும் வரவில்லை. இது பெயர்களால் ஏற்பட்டது என்பது வெளிப்படை. சுண்ணத்து செய்யும் வைபவத்திற்கும் யாரும் வரவில்லை, கணவன் தெரிவித்த பெயர்களை – இடாய், டானியல் – மதகுரு உச்சரித்தார் – குழந்தைகளின் உண்மைப்பெயர்கள் ஹமுராபி மற்றும் நெபூயுகட் நெஸர் என்று அவள் முணுமுணுத்த போதும்.

மானத்தைக் கெடுத்த அந்த சடங்கிற்குப்பின் அவளை வீட்டுக்கு அழைத்து வந்து, படுக்கையறைக்குள் பூட்டி வைத்தான். அவள் எழுதியிருந்த பெயர்களை அழித்து விட்டு, தான் கருதிய பெயர்களை கறுப்பு மையால் எழுதினான். அக் குழந்தைகளுக்கு இடாய், டானியல் என்னும் பெயர்தாங்கிய துணிமணிகளை அளித்தான். இவற்றை ஒருமுறை அவள் கவனித்தால், இணங்கிதான் தெரிவு செய்த பெயர்களை ஏற்றுக்கொள்வாள் என எண்ணினான்.

ஆனால் நிலைமை மேலும் மோசமாயிற்று. அவர்களது நண்பர்கள் கைவிட்டனர், ஹமுராபி மற்றும் நெபூயுகட்நெஸர்களுடன் அவள் பூங்கா விலிருப்பதைக்கண்ட மற்ற அன்னையரும் பாட்டிமாரும் ஓடிச் சென்றனர்.

இவ்விஷயத்தில் வேறுவாய்ப்பில்லை என்பதை அறிந்து கொண்ட கணவன், வேலைக்குத் திரும்பினான், ஆனால் தன் வாழ்க்கை வாழத்தகுந்த தில்லை என்று உணர்ந்தான்.

ஒருநாள் இரண்டுமணிவாக்கில், தானில்லாதபோது தன் வீட்டில் எனன நிகழ்கிறது என்று கண்டறிவதற்காக வீட்டுக்குப்போகத் தீர்மானித்தான். தான் வேலை செய்யும்போது தன் மனைவி அதிசயமான மாயங்களைச் செய்திருப்பாள் எனத் திடீரென்று நினைத்துக்கொண்டான் – ஆனால் அது முட்டாள்தனமாய் போய்விட்டது, அவள் செய்து கொண்டிருந்ததெல்லாம், குழந்தைகளுக்குப் பாலுட்டியதும் குழந்தைத் துணிகளை மாற்றியதும்தான்; விரக்தியுற்ற கணவன் மேலும் பரிதாபமாய் வேலைக்குத் திரும்பினான்.

ஒருநாள், கிரேனின் உச்சியில் கணவன் இருக்கையில், தன் மனைவியும் இரட்டைக் குழந்தைகளும் துறைமுகம் நோக்கி வந்து கொண்டிருப்பதைக் கண்டான். கிரேனிலிருந்து கீழேவந்து, தன் மனைவியை நோக்கி விரைந்தான்.

‘காலை வணக்கம், உங்கள் சாண்ட்விச்சை மறந்து போனீர்கள்’ என்றாள்.

மிகுதியும் ஏமாற்றமுற்ற கணவன், கண்ணீர் சிந்தினான். இடாய் மற்றும் டானியல் என்னும் பெயர்களால் அழைக்க தன் சம்மதத்தை தெரிவிக்கவே வந்திருந்தாள் என்று கருதியவன், உண்மையான காரணத்தை அறிந்ததும் நிலைகுலைந்து விட்டான். நாடக பாணியில் அழுது அரற்றி முடியைக்கலைத்துப் போட்டு, புழுதியில் கிடந்து தேம்பிக் கொண்டிருந்ததையும் அவன் மனைவி நின்றதையும் துறைமுகத் தொழிலாளரெல்லாம் கவனித்தனர்.

மூன்று மூன்றரை மணி நேரம் கழித்ததும் எழுந்து நின்ற கணவன், ‘ஒன்று குழந்தைகளை இடாய், டானி என்றழைக்கவேண்டும் இல்லாது போனால் உனக்கும் குழந்தைகளுக்கும் மற்றும் எனக்குமிடையேயான பந்தம் முடிவுக்கு வரவேண்டும்’ என்றான்.

‘சரி, இவன் இடாய், இவன் டானியல், சரிதானே?’ என அவள் ஏற்றுக் கொண்டாள்.

கணவனால் தன்காதுகளை நம்பமுடியவில்லை , ஹமுராபி மற்றும் நெபூயுகட்நெஸர் என்னும் பெயர்கள் அவள் தலையிலிருந்து சட்டென்று அகன்றுவிட்டன என்பதை நம்பமுடியவில்லை, ஆனால் அது நிகழ்ந்தது!

# ஆர்லி கேஸ்டல் – ப்ளூம்
# (பி.1960, டெல் அவிவ்)

இரு நாவல்களும் இரு சிறுகதை தொகுதிகளும் வெளியிட்டிருக்கிறார்.

'சமரசங்கள் எதுவுமின்றி, கட்டுப்பாடோ அர்த்தமற்ற மொழியோ இல்லாது, தாய்மையின் இதிகாசத் தன்மையை தீர்மானகரமாகவும் விடாப் பிடியாகவும் வெளிப்படுத்துகின்ற வேறெந்த இலக்கிய முயற்சியும் எனக்குத் தெரியவில்லை'

என்று ஆர்லியின் எழுத்து பற்றிக் குறிப்பிட்டுள்ளார் ஆரியானா மெலாமெட் என்னும் விமர்சகர்.

மிகையான புனைவியலும் மிகையான யதார்த்தமும் கொண்டு பரிகசிக்கும் தன்மையி லிருப்பது அவரது எழுத்து. சம்பிரதாயங்களின் மீது வெறுப்பும், தனிமை குறித்த பீதியூட்டும் உணர்வும் கொண்டுள்ள எழுத்தினை உருவாக்கும் ஆர்லி சமூகத்தை 'மானுடவன'மாகக் காண்கிறார். இளம் ஹீப்ரு எழுத்தாளர்களுள் மிகவும் உத்வேகம் அளிக்கும் எழுத்தாளராய் கருதப்படுபவர்.

## 2. யாரோ ஒருவரை கொல்ல விரும்பியவள்

– ஆர்லி கேஸ்டல் - ப்ளும்

யாரோ ஒருவரை, கொழுத்து குண்டானவராயிருந்தால் நல்லது, கொல்ல விரும்பியவள் ஒருத்தி ஒருசமயம் இருந்தாள். தவறாக எடுத்துக் கொள்ள வேண்டாம் – புதுதில்லியில் பட்டினிகிடக்கும் குழந்தைகளுக்கு போதுமான உணவு கிடைக்கும் என்பதற்காக குண்டானவரை அவள் கொல்ல விரும்பவில்லை, மறைவானதும், புலப்படாததுமான வேறு நோக்கங்கள் அவளிடமிருந்தன. கையில் துப்பாக்கி, நாக்கைத் தொங்கப் போட்டபடி கூடவே அமர்ந்திருக்கும் நாயொன்று, குண்டானவனின் வயிற்றில் சுட, மறுபுறத்தில் குண்டு வெளிப்பட வேண்டும், ஒருவரின் ஒரு காதில் நுழைந்து மறுகாதில் வெளிவருபவைபோல, குண்டு குண்டனைக் கொன்றுவிட வேண்டும். அல்லது அவனது அவயங்கள் சிலவற்றை பிய்த்தெறிய வேண்டும்: அவனது அடிவயிற்றின் மட்டத்தில், ஒரு மீட்பினை, சீர்திருத்தத்தை, மறு ஒழுங்கினை, மறு சீரமைப்பை செய்திருக்கும் என்று கூறுவோம். குண்டு அவனைத் தாக்கும்போது குண்டன் அவளை அதிர்ச்சியுடன் நோக்குவான், அப்புறம் திரைப்படத்தில் வரும் நபர் போல வாயைத்திறந்து 'என்ன செய்து விட்டாய்?' (அ) 'ஏன் என்னைச்சுட வேண்டும்?' (அ) 'இன்னொரு சந்தர்ப்பம் தா' (அ) 'நீ செய்ய விரும்புவதை செய்துவிடு' என்பது போன்று ஏதாவது கூறிவிட்டு, பழுப்புமணற் மூட்டையாய் தரையில் நிலைகுலைந்து சாய்வான்.

ஆனால் கொல்ல விரும்பியவள், யாரும் அதன் காரணமாக சாவதை விரும்பவில்லை. யாரோ ஒருவரின் ஜீவிதத்தை முற்றுப்பெறச் செய்வதற்கு தான் காரணமாக இருக்க விரும்பவில்லை – அவன் குண்டனாய், நிறையத்தின்று, மலைகளில் சிக்கிக் கொண்ட சிறுவர்களின் வாயிலிருந்து உணவை எடுத்துக் கொண்டாலும் கூட எதுவானாலும், கைத்துப்பாக்கி (அ) கத்தி (அ) கொல்லும் ஆயுதம் ஒன்று இல்லாமல் அவள் எதுவும் செய்யலாகாது,

ஆனால் அவளிடம் போதுமான பணமில்லை. இருந்தாலும், குண்டன் ஒருவனைக் காணும் வரை தெருவில் நடந்தாள், ஒரு மைதானத்திற்கு தன்னுடன் வரும்படி அவனை அழைத்தாள். ஆனால் அவன் வரவில்லை . தெரு மத்தியில் நபர்களை நிறுத்தி, மைதானம் ஒன்றுக்கு வரும்படி கூறினால், ஏதோ விபரீதம் என்பதை அவர்கள் உணர்ந்து கொண்டு, ஜெட் வேகத்தில் பறந்து விடுவார்கள்.

நீங்கள் சட்டத்தை உங்கள் கைகளில் எடுத்துக்கொள்ள முடியாது. உங்களால் அதனை வளைத்து, திருகி, எடுத்துக்கொள்ளலாகாது. சட்டம் ஒரு குழந்தையன்று, மற்றவற்றுடன் சேர்ந்து நேற்றுப் பிறந்த ஒன்றல்ல.

அதிலிருந்து விடுபட முடியாது – சட்டம் ஒன்று சரிந்து விழுந்தால், கன்போக்கில் அதனைச் சரிசெய்து கொள்ளுமாறு விட்டுவிட வேண்டும். பூங்காவின் பழைய பெஞ்சில் ஓய்வெடுக்க அது அமர்ந்தால், அதனை, நெருங்குவது முற்றிலும் விலக்கப்பட்டுள்ளது. அதற்காக சட்டம் ஒரு மோசமான வாடிக்கையாளரோ, (அ) பிரயோகிக்கும் நபர்களை வெறுக்கிறதோ என்றில்லை. செல்லம் கொடுப்பதை அது விரும்புவதில்லை, அதன் கன்னத்தில் முத்தமிடுமாறு அத்தையை எதிர்பார்ப்பதில்லை.

யாரோ ஒருவரை கொல்லவிரும்பியவள் சட்டத்தை தன் கைகளில் எடுத்துக்கொண்டு அதனை தழுவி அது நல்ல மனநிலையிலிருந்தால், அதன் உடைகளைக் களைந்து நன்றாக குளிப்பாட்டியும் விடலாம் என எண்ணினாள். உரத்துக் கூவுகின்ற சில விஷயங்கள் இவ்வுலகில் இருக்கவே செய்கின்றன: என்னைத் தூக்கிக்கொள்! அநாதரவாய் விடப்பட்ட குழந்தைபோல், நொண்டியான ஓநாய்க்குட்டிபோல். மாறாக, ஒருகாலத்தில் பீட்நிக்குகளாக இருந்தவர்களை மெய்க்காப்பாளர்களாக கொண்டுள்ளவை சில இருக்கும்.

இவ்வுலகம் தன் தந்தைக்குரியது, தன்னைக் கட்டுப்பத்திக்கொள்ள இயலாது போனால் யாராவது குண்டனை கொல்லலாம் என்று அவள் எண்ணினாள். ஆனால் சட்டத்தை உங்கள் கைகளில் எடுத்துக் கொள்ளலாகாது, அது முடியவே முடியாது, சட்டத்தை கைகளில் எடுத்துக் கொண்டவர்களுக்கு என்ன நேர்ந்தது என்று யாரேனும் அறிய விரும்பினால், அதற்கானபதில் – வஞ்சகர்களான அவர்கள் அடைக்கப்பட்டார்கள், தம் ஆயுளை சிறையில் முடித்தார்கள்.

நிறைய திரைப்படங்களும் புத்தகங்களும் ஊழலை விவரித்து, அம்பலப்படுத்தி, இம்மோதல் குறித்து விவாதிக்கின்றன: சட்டத்தை உங்கள் கைகளில் எடுத்துக்கொள்கிறீர்களோ, இல்லையோ, அதனை எடுத்துக் கொண்டு, விரும்பும் இடத்தில் அது ஆசனவாயாகக்கூட இருக்கும் (குறிப்பாகதுப்பறிவோர் அதனை விரும்புவர்), முத்தமிடுவர்.

தேவனை துதியுங்கள்! நிறைய புத்தகங்கள் இருக்கின்றன, குறிப்பாக பைபிள்; மற்ற புத்தகங்களும் இருந்தபோதும், அவர்கள் எங்கே போவார்கள் என்பதை பைபிளே எடுத்துக்காட்டும்.

தனிப்பட்ட முறையில் தன் கைகளில் சட்டத்தை தான் எடுத்துக் கொண்டால் என்ன நேரும் என்றறிய அவள் விரும்பினாள், சட்டத்திற்கோ, அவளுக்கோ ஏதேனும் நேர்ந்து விட்டால், உடனே விரைந்தோடுவாள், ஆஸ்துமாவைப் பற்றிக் கொள்வாள்.

அதிகாலையில் எழுந்து, நேர்த்தியான கைத்துப்பாக்கியும் குண்டுகளும் வாங்கிக் கொண்டு நகரில் பயணித்தாள். அவளைக் கடந்து சென்ற முகங்களில், குறிபார்ப்பதற்காக ஒன்றைக் கவனித்தாள். ஆனால் எதுவும் இலக்காகவில்லை, வழக்கம்போல மக்கள் நடந்து போயினர், கடந்து போயினர், திடீரென்று பார்த்தால் அவர்களைக் காணமுடியாது போயிற்று.

நொறுங்கிய கண்ணாடியும் சன்னல்களில் சோர்வளிக்கும் காட்சிப் பதுமைகளும் கொண்ட கடைகள் நிறைந்திருக்கும் பெரும் சதுக்கத்தை அவள் அடைந்தாள். கைதுப்பாக்கியை இழுத்து, சட்டத்தைத்தன் கைகளில் எடுத்துக்கொள்ள இருந்தாள், ஆனால் அப்போது, யாரோ மந்திரக் கோலை அசைத்தது போல், துப்பாக்கி நுனியை தன் கன்னத்தில் பதித்துச் சுட்டாள், ஆனால் துப்பாக்கியில் குண்டு ஏதும் இல்லை, அதிர்ச்சியடைந்த அப்பெண், சதுக்கத்தின் மையத்திலிருந்த நீரூற்றில் எறிந்தாள். நீரூற்றை எட்டும் வழியிலே அத்துப்பாக்கி தூக்கணாங்குருவியாகவோ வேறொன்றாகவோ மாறி, தொலைதூரம் பறந்து போயிற்று – சட்டத்தை உங்கள் கைகளில் எடுத்துக்கொண்டு, நடுங்காமல் தவறாமல் சரியாகப் பற்றியபடி, நெருக்கமாக அதைக் கவனித்தவாறு அதன்கதை என்னவென்று வினவும் வகையில், இவ்வுலகின் ஒரிடத்திற்கு பறந்து போயிற்று.

&#x1680; &#x1680; &#x1680;

# 3. தரைக்கு சமீபமாய்

– எஹீதீத் ஹெண்டல்

இந்த வாரம் ஒரு வழியாய் ஹைஃபா அடுக்குமாடி குடியிருப்பிலிருந்து வெளியேறிய போது, எனது அம்மாவின் பழைய நிழற்படத்தினை ஸ்டுடியோவின் அடுக்குகள் ஒன்றில் பார்த்தேன். அது பலவருடங்களாய் என் தந்தையின் வீட்டில் தொங்கிக் கொண்டிருந்தது. ஒரு நாள் நான் வந்து பார்த்தபோது அந்நிழற்படத்திற்குப் பதிலாய், சுவரின் மேல் வெளிறிய வெற்று அடையாளம் காணப்பட்டது. என்னவென்று நான் கேட்கவுமில்லை, அவர் சொல்லவுமில்லை, வெற்று அடையாளம் என்ன என்பது எங்கள் இருவருக்கும் தெரியும்; மறுநாள் அவரது இரண்டாம் மனைவி வீட்டுக்கு வந்து விட்டார். அப்புறம் அவர்கள் சுவருக்கு வண்ணம் பூச, வெற்று அடையாளம் மறைந்து போனது, அதன்பின்னர் ஒருநாள் என் தந்தையைப் பார்க்க வந்தபோது, நன்றாகக் கட்டப்பட்டிருந்த பார்சல் ஒன்றினைக் கொடுத்தார். என்னவென்று நான் கேட்கவுமில்லை, அவர் சொல்லவுமில்லை, பார்சலுக்குள் இருப்பது என்ன என்பது எங்கள் இருவருக்கும் தெரியும்; உண்மையைச் சொல்வதானால் அதனை நான் ஒருபோதும் திறந்து பார்க்கவில்லை, அதனை அப்படியே ஸ்டுடியோ அடுக்கில் வைத்து விட்டேன். சில சமயங்களில், நானும் என் சகோதரியரும் கல்லறைக்குப் போனோம். அவர் போனதில்லை. அப்புறம் நாங்களும் போவதை நிறுத்தி விட்டோம். முட்கள் புதராக வளர்ந்தன. கல்லறையின் கல் சரிந்து, பத்தாண்டுகள் கழிந்தன. இருபதாண்டுகள் கழிந்தன. தாழ்ந்து போயிருந்த கல்லினை முட்புதர் மூடியிருக்கும் – இப்போது தரைமட்டத்திற்கு கல் வந்திருக்கும்.

முப்பது வருடங்களுக்குப்பின்னர், அவரருகே நான் அமர்ந்திருந்த அம்மாலைப் போதில், அவர்முகம் சுருக்கங்களுடனிருந்தது ஓயாது அழுது கொண்டிருந்தார்.

உன்னிடம் நான் பேச வேண்டும், என்றார் அழுதபடியே.

அப்படியானால் பேசுவோம், என்றேன்.

சிறு அறைக்குப் போவரோம், என்றார்.

சரி, சிறு அறைக்குப் போவோம், என்றேன்.

தெளிவான அவரது நீலவிழிகள் உறைந்து போயிருக்க, அழுது கொண்டேயிருந்தார்.

என்ன செய்வதென்று தெரியவில்லை, என்றார்.

எதைப்பற்றி, என்றேன்.

எங்கே அடக்கம் செய்வதென்று தெரியவில்லை, என்றார்.

ஆனால் அப்பா... என்றேன்.

அழுதுகொண்டே இருந்தார்.

எங்கே அடக்கம் செய்வதென்று தெரியவில்லை, என்று சொல்லி அழுதார்.

சலனமற்று இருநீலக்கற்களாக இருந்த அவர் விழிகள் இப்போது பிரகாசித்தன.

அவர் சொன்னார்: பாத்யாவுக்கு அருகே வெற்றிடம் இருப்பதாய்க் கூறுகிறார்கள்.

பாத்யா, அவரது இரண்டாம் மனைவி. அது ஈமச்சடங்கு முடிந்த மறுநாள்.

வெற்று நிலத்தை வாங்கிவிடுங்கள், என்றேன். முடியாது, என்றார்.

ஏன், என்றேன்.

உன் தாய்க்கு அதனை என்னால் செய்யமுடியாது. ஒருத்தியை விட இன்னொருத்தியை உயர்வாக என்னால் கூற இயலாது, என்றார்.

ஆனால், அப்பா... என்றேன்.

திடீரென அவரது முகம் சாம்பல் நிறம் கண்டது.

இல்லை, நான் தனியே அடக்கம் செய்யப்படவேண்டும். என்னால் ஒருத்தியைவிட இன்னொருத்தி வேண்டும் என தேர்வு செய்ய இயலாது, என்றார்.

அவரை நோக்குவது எனக்குச் சிரமமாயிருந்தது. முப்பது வருடங்களாக அவளைப்பற்றி அவர் பேசினதில்லை என்பதை எண்ணிப்பார்த்தேன்.

அவர் உரைத்தார்: எனக்கு எது சரியாகத் தோன்றுகிறதோ, அவ்வாறு செய்யலாம் என்கின்றனர். எங்கே எனக்கு சரியாகத் தோன்றுகிறதோ அங்கே அடக்கம் செய்யப்படலாம்.

அவரை நோக்குவது எனக்குச் சிரமாயிருந்தது. அவர் தாடை இலேசாய் நடுங்கிற்று.

அவர்களுக்கு என்ன தெரியும், என்றார்.

ஆம், என்றேன்.

அவர்முகம் இன்னும் மரத்தின் நிறமான சாம்பல் நிறத்தில் இருந்தது, அவரது விழிகள் மட்டும், மரப்பெட்டியிலுள்ள விளக்குகளாய் ஒளிர்ந்தன.

நான்தனியே புதைக்கப்படுவேன், என்று திரும்பவும் கூறினார். ஒருத்தியை விட்டு இன்னொருத்தியை என்னால் தேர்வு செய்ய இயலாது.

அவர் பாத்யாவுடன் முப்பதாண்டுகள் வாழ்ந்திருந்ததை நினைவு படுத்தினேன். அவர் சொன்னார்: முப்பது ஆண்டுகள் என்பது என்ன.

அவர் பற்கள் அடித்துக்கொண்டன. நான் சொன்னேன்: முப்பதாண்டு களாய் அவர் இல்லாதிருந்தேன்.

இப்போது அவர் குரல் விநோதமாய், கரகரப்பாயிருந்தது; ஒரு கையின் விரல்களை இடுக்கியைப் பற்றுவது போல் மறுகை விரல்களால் பற்றிக் கொண்டார்.

ஆம், என்னைத்தனியே புதைக்கவேண்டும், என்றார் சட்டென்று.

அவர் பற்கள் இன்னும் அடித்துக்கொண்டிருந்தன, இருகைகளையும் வாய்க்குள் திணித்து அப்படியே நெடு நேரம் உட்கார்ந்திருந்தார் – மூடப்பட்டிருந்த அவர் வாய், கோமாளிபோன்று கருப்பாயிருந்தது.

அவரைநோக்குவது எனக்கு சிரமாயிருந்தது. அவர் கடித்த நகங்கள் அவர் முகமெல்லாம் கிடந்தன. கடித்த நகங்களை அசைபோடுகின்ற கிழவனாக என் தந்தையை எண்ணினேன். முப்பதாண்டுகளாக அவளைப் பற்றி அவர் பேசியிராததை எண்ணினேன். அவர் நகங்கள் இறுகியும், நறுக்கப்பட்டு மிருந்தன; சுண்ணாம்பு பற்றியும் குருதியிலுள்ள பொருட்கள் பற்றியும் பூமியிலுள்ள பொருட்கள் பற்றியும் எண்ணினேன்; எவ்வாறு அவரால் நிசப்தமாய் வந்தமர்ந்திருக்க முடிகிறது என எண்ணினேன்; மனிதரிடம் ஓர் உத்வேகமுள்ளது, ஓர்உத்வேகமுள்ளது என்று எனக்குள் கூறிக்கொண்டேன்; அவர் முகம் சாம்பல் நிறம் கொண்டதாய், களைத்துப் போயிருந்தது. இறுமினார், அழுதழுது அவரது தொண்டை கரகரத்துப் போயிருந்தது. அவர் விழித்துப் பார்த்தபோது, முகத்துக்கு வெளியே அவர் கண்கள் தகித்தன. குளிர்ந்திருந்த அவற்றில் தாது உப்புக்களின் ஆற்றலிருந்தது.

ஆம், நான்தனியே புதைக்கப்படுவேன், எனத் தீர்மானகரமாக திரும்பத்திரும்பக் கூறினார். அவர் இறுமல் மோசமாகியது, அறையின் நடுவில் நின்று கொண்ட அவர், காற்றில் தொங்குவது போல அசைந்தாடினார். நான் தனியே புதைக்கப்படுவேன். என்று திரும்பத் திரும்பக் கூறினார். சுவரோரம் போக யத்தனித்தார்.

சிலமாதங்களுக்குப்பின்னர் மரப்படிகளில் அவர் ஏறிச் செல்வதைக் கேட்டேன். திரும்பிவந்தபோது வெளிறிப் போயிருந்தார்.

கேட்டுவரப் போனேன், என்றார்.

எதைப்பற்றி, என்றேன்

உலர்ந்து, ஓய்ந்து போன அவர் விழிகள் என்னை நோக்கின.

ஆம், கேட்டுவரப்போனேன், என்றார். பரிதாபமாகப் புன்னகைத்தார்.

அந்த நிலம் இன்னும் காலியாயிருக்கிறது, என்றார்.

வாங்கி விடுங்கள், என்றேன்.

முடியாது, என்றார்.

வாங்கிவிடுங்கள், என்றேன்.

காஃபி தயாரித்தேன். நீண்ட நேரம் நாங்கள் பேசிக்கொள்ளவில்லை. அவர் சொன்னார்: அது ஒரு சிரமமான முடிவு. அவர் கைகள் நடுங்கின. அவர் சொன்னார்: என்னால் பூமியில் தனித்திருக்க இயலாது. காஃபி கால்சராய்களில் சிந்த, மேசைமீது குவளையை வைத்து விட்டு, கால்சராய்களை கவனமாய் சுத்தம் செய்தார்.

அவர் குரல் தழுதழுத்தது. என்னால் பூமியில் தனித்திருப்பது இயலாது, அவர் திரும்பவும் கூறினார். அவர் கைகள் இன்னும் நடுங்கின, இருகைகளாலும் குவளையைப் பற்றிக் கொண்டு மெல்ல குடித்துக் கொண்டிருந்தார்.

சில நாள் கழித்து தரையின் மீது குஷன்போல சுருண்டபடி அவர் இறந்து கிடந்ததை என் சகோதரி பார்த்தாள்.

வெற்றுநிலம் அவர் பெயரில் பதிவு செய்யப்பட்டது. கல்லறையில் நட இருகற்கள் தயாரித்து இரண்டிலும் ஒரே வாசகத்தை எழுதுவிக்க வேண்டுமென்றனர். கல்லில் ஒத்த வாசகமிருப்பின் நல்லது என்று கூட ஒருவர் தெரிவித்தார்.

ஹைஃபா அடுக்குமாடி குடியிருப்பிலிருந்து இவ்வாரம் நான் வெளியேறியபோது ஸ்டுடியோ அடுக்கிலிருந்த என் அம்மாவின் நிழற்படம், அதேபோல் கட்டப்பட்டிருந்ததைக் கண்டேன். டெல் அவிவிற்கு என்னுடன் அதை எடுத்துச் சென்று, திறந்து பார்த்தேன்.

என் அம்மா மிக இளமையாய்த் தோற்றமளித்தாள். கண்ணாடியைச் சுத்தப்படுத்தி, சுவரில் ஆணியடித்து, தரைக்குச் சமீபமாய் தாழ்வாய் தொங்கவிட்டேன். கதவு எப்போதும் திறந்திருப்பதால் அவள் பக்கவாட்டிலே தான் எட்டிப்பார்ப்பாள். ஒவ்வொருநாளும் இளமையாய்த் தோற்றமளிக்கிறாள்.

# எஹீதீத் ஹெண்டல்

வார்சாவில் மதகுருமாரின் குடும்பத்தில் பிறந்த ஹெண்டல் குழந்தையாயிருக்கையில் ஹைஃபாவுக்கு குடிபெயர்ந்தவர். இப்போது டெல் அவிவில் வசிக்கிறார். சிறுகதை மற்றும் நாவலாசிரியர்.

ஹெண்டலின் எழுத்தில் துயரமும் மோதலும் அடிக்கடி இடம் பெறுகின்றன, சாவின் நிழல் படிந்து காணப்படுகிறது அவர் படைப்பு என்று கூறப்படுவதற்கு அவரின் எதிர்வினை: 'தம் அன்றாட வாழ்க்கையினுடன் சாவினையும் உடனெடுத்து செல்வதாய் உள்ள மனிதரின் வாழ்க்கை பற்றி எழுதுகின்றேன், உத்வேகத்துடிப்பு ஒருபோதும் மடிவதில்லை.' திடமாகக் கட்டமைக்கப்பட்ட உரைநடையும் நவீனமான மொழியும் கொண்டவர்.

# 4. மலையாள சிறுகதை
# சாமுண்டிபள்ளம்

– பி. வத்சலா

தனது ஓட்டல் தொழிலுக்கு உதவியாள் வேண்டுமென்பதற்காக, பரமேஸ்வரன், ருக்மிணியை மணந்து கொண்டான். கிருஷ்ணன் கோயிலுக்கு வரும் யாத்ரிகர்களுக்கு சாப்பாடு பரிமாறுவதுதான் அவன் வேலை. அதுவே அவனது ஜீவனமாயும் சம்பாத்தியமாயும் இருந்தது. மலைத் தொடரின் மத்தியில் அமைந்துள்ள கிருஷ்ணன் கோயிலுக்கு வருவோரின் பூஜை, புனஸ்காரம், நாமகரணம் மற்றும் திருமண வைபவங்களுக்கென உணவு வழங்கிடும் புனிதக்கடமைக்காக பணம் பெற்றுக் கொண்டான். வாழ்க்கையை நடத்திடப் போதுமான அளவுக்கு சம்பாதித்தான். தன் வீட்டுக்கு கூரை வேயவும், உடுத்த இரண்டு ஜோடி துணிமணிகள் வாங்கவும் போதுமானதாயிருந்தது அது. மேலும் ஆசைப் படுவதில் அர்த்தமென்ன இருக்கிறது? பரமேஸ்வரனுக்கு வேறுவேலையெதுவும் தெரியாது.

கோயில் வரையிலும் சாலை வசதியும் பேருந்து வசதியும் விரிவு பெற்றபோது, யாத்ரிகர்களின் எண்ணிக்கையும் அதிகரித்தது. அவனுக்கு துணையாக ஒருவர் தேவைப்பட்டார். ஒரு பெண் பொருத்தமாய் தோன்றியது. மாவரைப்பதையும் சமைப்பதையும் அவள் பார்த்துக்கொள்வாள். பலர் வந்து போகும் அவ்விடத்தை அவள் கூட்டிப்பெருக்கி சுத்தமாய் வைத்துக் கொள்வாள். எனவே தொலைதூரத்துக்கிராமம் ஒன்றைச் சேர்ந்த ருக்மிணியை அவன் மணம் செய்து, தன்னிடத்திற்கு கூட்டி வந்தான். பரமேஸ்வரனின் கண்களுக்கு அவளது அழகும் படிப்பும் ஒரு பொருட்டல்ல. அவனது நடவடிக்கையின் ஒவ்வொரு அம்சத்திலும், அவள் ஏற்படுத்தியிருந்த

ஒழுங்குமுறைதான் அவனுக்கு முக்கியமாயிருந்தது. இப்போது அவர்கள் யாத்ரிகர்களுக்கு காலை உணவும் மதிய சாப்பாடும் போடமுடியும். காலை உணவும் மதிய சாப்பாடும் லகுவாய் தயாரித்திடும் நுட்பமும் திறமையும் அவளுக்கிருந்தன.

இத்தகைய கட்டற்ற வாழ்க்கையில் சிக்கல் என்ன, அவளுக்கு என்ன குறை? இது பரமேஸ்வரனால் அறிய முடியாததாய் இருந்தது.

விருந்தினரில் கடைசி நபர் சாப்பாட்டை முடித்துக்கொண்டு, விடுதிக்குச் செல்லும் படிக்கட்டில் ஏறினார். ருக்மிணி விளக்கை அணைத்து விட்டு கதவைச் சாத்தினாள். சமையலறையில் அமர்ந்து சாப்பிட ஆயத்தமானாள். கூடையில் கொஞ்சம் சாதமிருந்தது. வாடின வாழை இலையை நோக்கியவள், இனியாரும் வரப்போவதில்லை என்று நம்பினாள். குளிர்ந்து விட்ட வெந்நீர் இன்னும் கதகதப்பாயிருந்த அடுப்பின்மீது வைக்கப்பட்டது. அவளுக்கென பதார்த்தமெதுவும் மிஞ்சவில்லை. ஒவ்வொரு நாளும் இதே கதைதான். காய்கறிகள் விலை அதிகமாய் இருந்தன. கொஞ்சம் மிளகாயும் கத்தரியும் நட்டுவைக்க விரும்பினாள், ஆனால் அவளுக்கு ஓய்வொழிச்சல் இல்லை.

மாங்காய் ஊறுகாயிருந்த ஜாடியைத் துடைத்து எடுத்ததில் ஒரு துண்டு கிடைக்க, அதனைத் தட்டில் போட்டுக் கொண்டாள். மோர் இருந்த குவளை காலியாகி, வாசம் மட்டும் தங்கியிருந்தது.

தட்டில் போட்ட பாதியை மீண்டும் பானையில் போட்டுவிட்டு, கூடையை ஓரமாகத் தள்ளினாள்.

அவள் சாப்பிடத் தொடங்கியிருந்த அப்போது பார்த்து வெளியே காலடிச் சப்தம் கேட்டது. வெளிச்சமில்லாத முற்றம், தாமதித்து வந்த இவ்விருந்தாளியை திரும்பச் செய்துவிடும் என எண்ணினாள்.

முற்றத்துக்குச் செல்லும் படிக்கட்டின் அருகே காலடிகள் நின்றன. திறந்து கிடந்த சமையலறை வாயில் வழியே இருளில் நோக்கினாள்.

ஒருகையால் மண்ணெண்ணெய் விளக்கினை ஏற்றினாள். ஆனால் அப்போதே வந்திருந்த நபர் அவளை நன்றாகக் காண முடிந்தது. தட்டும், அவளது சேலை முந்தானையும், பித்தளை தம்ளரும் அவனுக்குச் சற்று

ஆறுதல் தந்தன. விடுதிக்குப் போகும் பலவான படிக்கட்டில் ஏறும் நிலையில் அவனில்லை.

அவனது பார்வை சமையலறை சுக்குகாபி பாத்திரத்தின் மீது திரும்பிற்று.

அவளால் இனி அமைதியாய் இருக்க முடியவில்லை. சாப்பாட்டுத் தட்டை தள்ளி வைத்து, அதன்மீது இலையால் மூடிவிட்டு, விளக்கை எடுத்துக்கொண்டு முற்றத்தை நோக்கி நடந்தாள். இப்போது அவளால், விருந்தாளியின் நட்சத்திரம் பிரகாசிக்கும் விழிகளையும் கறுப்புத் தாடியையும் காண முடிந்தது. அவனது வேட்டியும் தொள தொள ஜிப்பாவும் அழுக்கேறி யிருந்தன. காட்டில் நடந்து வந்தது அப்படிச் செய்திருக்கும். அவனிடம் காட்டு மஞ்சள் வாசமடித்தது. தோளிலிருந்த பையை சுவர்மீது வைத்தான். முதலில் அவளையும், அப்புறம் இருண்ட சமையலறைக்குள்ளும் ஏக்கத்தோடு நோக்கினான்.

'தயவு செய்து உட்காருங்கள்' என்றாள் ருக்மிணி, சுருட்டியிருந்த பாயை விரித்து விட்டாள், அணைத்திருந்த விளக்கை ஏற்றினாள். சூழ்ந்திருந்த இருளில் பிரகாசமாய் எரிந்தது விளக்கு. அமாவாசை திதியின் முதல் நாளைக் கருத்தில் கொண்டு, விளக்கு நிரம்ப மண்ணெண்ணெய் ஊற்றியிருந்தாள்.

ஒன்றும் கூறாமலேயே சுக்குகாபி இருந்த பாத்திரத்தை இறக்கி அவன் முன் வைத்தாள்.

தாகத்துடன் அதனைக் குடித்தான். வறண்ட பள்ளத்தில் பாயும் ஊற்றின் ஓசையை ஒத்திருந்தது சப்தம். அவனது தொண்டைக்குழியில் வேட்கையின் துடிப்பை கண்டு கொண்டாள்.

'சாப்பிட்டுவிட்டீகளா?' என்று வினவினாள். இவ்வளவு தாமதித்து சாப்பாடு கேட்பது சரியல்ல என்று கருதியவன் அமைதியாயிருந்தான்.

தூரத்து மலைகளின்மேல் காட்டுத் தீ பற்றி எரிந்தது. கருகும் பச்சைமர வாசம். 'எல்லா ஊற்றுக்களையும் இத்தீ வற்றச் செய்துவிடும்' எனப் பதற்றத்துடன் எண்ணினாள்.

அடுத்த நாளன்று எப்படி சாதம் சமைப்பாள்! விருந்தாளிகள் கைகழுவிக்கொள்ள தண்ணீர் கிடைக்குமா? பெரும்பாலான சமயங்களில் அவர்கள் கைகால் கழுவிக்கொண்டு ஆசுவாசம் பெறவே வருகின்றனர். உணவை விடவும் நீரையே விரும்புகின்றனர். சாப்பாட்டுக்குப் பதிலாய் எலுமிச்சை சாறு விற்பனை செய்து வந்திருந்தால் தான், பணக்காரனாகி யிருக்க முடியும் என்று பரமேஸ்வரன் சொல்வதுண்டு. ஆனால் குடிதண்ணீரை விற்றுப் பணம் பண்ணுவது பாவமென நம்பினான்.

'எங்கிருந்தாவது ஒரு குடம் தண்ணீர் கொண்டுவர முடியுமா?' என அவன் கெஞ்சினான். அவள் அமைதியற்றவளானாள். விடுதியின் பாத்திரம் கழுவுமிடம் உலர்ந்து கிடந்தது. வீடு அனலிருக்கிறது என்று கூறி படிகளேறி விடுதியின் முதல்தள முற்றத்திற்கு தாவிப் போயிருந்தான் பரமேஸ்வரன். சுற்று முற்றும் ஒரு பொட்டு தண்ணீர் கிடையாது. பற்றி எரியும் காடுகளுக்கிடையே வலியால் துடிக்கும் ஓடையின் வேதனையை அவள்புரிந்து கொண்டாள். சிறிது நேரத்தில் வேதனையின் சப்தம்கூட அவிந்து போய் ஒன்றுமில்லாது போனது.

தண்ணீர்க்குவளையை எடுத்துக்கொண்ட விருந்தாளி குவள மரத்தடியில் கைகால்களை கழுவிக் கொண்டான். எஞ்சிய நீரால் பாதங்களைக் கழுவுவதற்கு அவன் முற்பட்டபோது, அவள் திகைப்புடன் கவனித்தாள். ஆட்சேபித்துக் குரல் கொடுக்க அவளால் இயலாதிருந்தது. நடந்து அலுப்புற்றவன்! மெலிந்து உயர்ந்திருந்த அவன் உடலை விளக்கொளியில் காணுகையில், அவள் முன் புதியதொரு உரு எழுந்து நின்றது. இருண்ட அவளது மனத்தில் அவனது பிரகாசமான விழிகள், கிருஷ்ணபட்சத்து இரவின் தொடு வானில் தோன்றும் நட்சத்திரங்களாய் மின்னின. நள்ளிரவுதாண்டிவிட்டதா?

தண்ணீர் இல்லாத இன்னொரு விடியல் அவளுக்கு அச்சமூட்டியது. இன்னொரு நாள் பிறக்கவே செய்யும் அல்லவா?

இலைகள் வாடிப் போயிருந்தன. தட்டில் உணவு பரிமாறினாள், ஊறுகாய்த்துண்டு ஒன்று தட்டின் ஓரத்தில் இருந்தது. மறுநாளைக்கு பிறைகுத்துவதற்கு வைக்கப்பட்டிருந்த சிறிது மோர், சாதத்தில் ஊற்றப் பட்டிருந்தது. மரியாதைக்குரிய விருந்தினர் ஒருவருக்கு அளிக்கும் உணவு

இது என எண்ணிப்பார்க்கவே முடியாததாகும். சாப்பாடு பற்றி அவனிடம் கேட்டிருக்ககூடாது என்று விரும்பினாள். சாப்பிடுமுன், அவன் ருக்மிணியை ஏறிட்டான். 'நீ சாப்பிடவில்லையா?'

ருக்மிணி நடுங்கிப்போனாள். இத்தருணம் வரையும் அவள் சாப்பிட்டாளா என யாரும் கேட்டதில்லை. அவளது கணவன் கூட. அவள் அமைதியாயிருந்தாள்.

'தயவு செய்த இன்னொரு தட்டு கொண்டு வாருங்கள். சாதம் நிறைய இருக்கிறது'

ஒன்றும் சொல்லாது இன்னொரு தட்டைக் கழுவிக்கொண்டு வந்தாள். அப்புறம் முற்றத்திலிருந்து விலகிப் போனாள். பதார்த்தம் ஏதாவது கேட்பானெனப் பயந்தாள். விளக்கின் திரியை இறக்கிவிட்டு, சமையலறை மூலையில் நின்றாள். யாரும் யாரையும் கண்டுகொள்ள முடியாத இருள்மூலை அது.

அமைதியாய் உண்டான். வறுப்பதற்கு அப்பளம் கூட கிடையாது. அவள் வருத்தப்பட்டாள். விசேடமான விருந்தினர்களுக்கு உபசரிப்பதற்கென அவளிடம் எப்போதும் உப்பு போட்டு வறுத்த அவரைக்காயும் பாவற்காயும் பலாக்கொட்டையும் இருக்கவே செய்யும். சமையலறை அருகேயுள்ள வெளியில் இதற்கெனவே அவள் பல காய்கறிச் செடிகளை நட்டு வைத்திருந்தாள். கோடை எல்லாவற்றையும் நக்கித்தீர்த்து விட்டது. மலைகள் பற்றிய எரிய, காட்டு ஓடைகள் தொண்டை வறண்டுமடிய, அவளைப் பாலை சூழ்ந்துவிட்டது. மழை, தொலைவில், மலைகளைத் தாண்டி எங்கோ இருப்பதாகத் தோன்றியது. மழை மேகங்களை கையால் தாங்கிக் கொண்டு, இங்கே இட்டுவரக்கூடிய மெல்லிய தென்றலைப்பற்றின சுவடே காணோம்.

சாப்பிட்டதும் விருந்தாளி எழுவதை உணர்ந்தாள். நடுங்கினாள். அவன் கை கழுவுவதற்கு நீர் எப்படித் தரமுடியும்?

சமையலறையிலிருந்த பானைகள், குடங்கள் தட்டுக்களெல்லாம் காலியாகி, கவிழ்த்து வைக்கப்பட்டிருந்தன. குடிப்பதற்காக வெந்நீர் மட்டும் கொஞ்சம் இருந்தது. அதனைத்தம்ளரில் ஊற்றி அவனிடம் கொடுத்தாள்.

கை கழுவுகையில், விருந்தாளி அவள் முகத்தை கடைக்கண்ணால் நோக்கினாள். 'தண்ணீர் தீர்ந்துவிட்டது' என்று மெல்லச் சொன்னாள். அவன் வியப்புடன் பார்த்தான். 'இங்கே தண்ணீர்ப் பஞ்சமா?' என்றவன் பெருச் செறிந்தான் – தொடுவானின் செந்நெருப்பு மலைகளை நோக்கியவாறு. பின்னர், இரவுச்சாப்பாடு தேவையில்லை என்று தீர்மானித்தாள். பானை களையும் தட்டுக்களையும் அடுக்கினாள். அவள் கதவைச் சாத்தும்போது தோளில் பையைப் போட்டவாறு, 'விடுதியில் தூங்கப் போகிறேன். காலையில் எங்கே போய் நான் குளிப்பது?' என்று விருந்தாளி வினவினான்.

இருட்டில் நின்றபடி தொலைவில் தெரியும் நீர்த்துறையைச் சுட்டிக் காட்டினாள்.

'வெகுதூரம் நடக்கவேண்டும். சாமுண்டிப் பள்ளத்தில்தான் நீர் இருக்கிறது. அது உண்மையிலேயே ஆழமான குளம்'

கல்படிகளில் ஏறி கோயில் முற்றத்தில் அவன் மறைந்ததும் அவள் முன்னே விதிபோல பிருமாண்டமாய் நின்று அச்சுறுத்துகின்ற செங்குத்துச் சுவர்களை உற்று நோக்கினாள். அச்சுவர்கள் பாறையிலிருந்து வெட்டப்பட்டவை; கீழே சிறைபோல் எழுப்பப்பட்டுள்ள மேடு. அவளது சிறு ஓலைக்குடிலை ஏறிட்டுப்பார்க்க யாரும், நாடோடித் தென்றல் கூட, நின்றதில்லை.

நள்ளிரவு தாண்டிவிட்டது, அடுப்பு குளிர்ந்ததும் அவளது கணவன் விடுதியின் படிகளில் இறங்கிவரக்கூடும். ஒருவேளை இறங்காமலும் இருக்கக்கூடும்.

கதவைச் சாத்தி விட்டு, முற்றத்தில் பாயை விரித்தாள். பாயில் காட்டுமஞ்சள் வாசம் – அறியாத விருந்தாளியிடமிருந்து வரும் வாசம் – அடித்தது.

தூக்கம் வராமல் புரண்டு படுத்தாள். தூக்கத்தில் எழுந்து கொண்ட அவளது கடைக்குட்டிப்பையன் எதையோ முணு முணுத்தவாறு அவளிடம் வந்தான். அவனுக்கு வியர்த்துக், கொட்டுவதை அறிந்து கொண்டாள். விசிறியால் வீசி அவனைத் தூங்கவைத்தாள்.

தொலைவில் எங்கோ வெற்று இடி அதிர்ந்தது. முற்றத்து மரங்களின் பசிக்கிளைகளிலிருந்த இலைகள் சலசலத்தன. அப்புறம் பங்கிவிட்டாள். காலடியோசை ஒன்று அவளை எழுப்பிற்று.

இன்னும் விடியவில்லை. மேலே ஒன்றிரண்டு பறவைகள் மிச்சிட்டன. விழிகளைத்திறந்து மூடியவள், தன்னருகே எதனையே தேடத்தொடங்கினாள்.

டார்ச் விளக்கொளி பிரகாசித்தது. முற்றத்திலிருந்து ஒரு குரல் 'எதனை இழந்து விட்டாய்?' என்றது. இருளின் மையத்தைக் கிழித்தெறிந்த ஒளியில், மீண்டும் தன்பார்வையை பாய்க்குத் திருப்பினாள்.

ஒன்றுமில்லை. வெறுமைதான். தனது மகன் என்பது வெறும் கனவுதான் என்பதை கசப்புடன் நினைவு கூர்ந்தாள். கிளையொன்றில் துளிர்த்திருந்த பாழாய்ப்போன குருத்தொன்று வறண்ட மண்ணில் தவித்து நின்றது. வெளிச்சத்தைக் காண்பதற்குள்ளாகவே வாடிப்போய்விட்டது.

தன் கனவை மறந்து புன்னகைக்க முயன்றாள். 'குளிர்ந்த நீர்த்துளி தேடிப் போய்க் கொண்டிருக்கிறேன்' என விருந்தாளியின் குரல் முணுமுணுத்தது. கேள்விக்குறியுடன் அவள் விழிகளைத் தேடினான்.

பாயை மடித்துப்போட்டுவிட்டு, அவனுடன் சேர்ந்து கொண்டாள்.

Under The Wild Skies/Ed. by K. Satchidanandan/NBT, New Delhi, 1997 - தொகுப்பிலிருந்து தமிழாக்கம்.

❧   ❧   ❧

## பி.வத்சலா (பி.1938)

கோழிக்கோட்டைச் சேர்ந்தவர். அரசாங்க பயிற்சிப் பள்ளியின் தலைமை ஆசிரியை. வயநாட்டு ஆதிவாசி மக்களைப் பற்றியதாக நிறைய எழுதியிருப்பவர். கேரள சாகித்ய அகாதெமி விருது உள்ளிட்ட பல விருதுகள் பெற்றிருப்பவர்.

## 5. குரேஷிய சிறுகதை

குறிப்பு

யுத்த கால இலக்கிய வடிவம் திறந்த மடல்களாகவும் நினைவுக்குறிப்புகளாகவும் சுருங்கிப்போய்விடுகிறது என்று குறிப்பிடும் இச்சிறுகதை கதையும் கட்டுரையும் கலந்த குறிப்புகளாய் உருவாகியுள்ளது. தொடர்ச்சியான கதையாடல் இதில் இல்லை. தத்துவத்தின் பிரச்சனைப்பாடாயிருந்து வந்த 'நான்யார்?' என்பது, இங்கே இருத்தலுக்கான சிக்கலாகி யிருக்கிறது, குரேஷிய அகதிபற்றியதான இச்சிறுகதை, பற்றியெரியும் அகதியர் பிரச்னைகளுக்கெல்லாம் விரிவு கொள்ளக்கூடியது, பொருத்தப்பாடுடையது.

யூகோஸ்லாவிய அதிபரான ஸ்லோபதான் மிலோஸ்விக்கின் மனைவியும் பெல்கிரேடு பல்கலைக்கழகப் பேராசிரியையுமான மீரா மர்கோவிச்சும் நாட்குறிப்பு வடிவில் 'இரவும் பகலும்' / த்வனி, சென்னை, 1997 – என்று ஒருநூல் எழுதியுள்ளார். யூகோஸ்லாவியா சிதறுண்டு போனதற்கு காரணம் தாங்களல்ல, குரேஷியரே, அல்பேனிய முஸ்லிம்களே, எதிர்கட்சி தலைவர்களே என்று பழியை இடம் மாற்றிப் போடவே அவர் முயற்சி செய்திருக்கிறார். அதில் இலக்கிய வாதியின் மனச்சாட்சியின் பதிவு இல்லை.

மாறாக, ஜாக்ரெப் நகரைச் சேர்ந்த துப்ரவ்கா உக்ரெஸிக் என்னும் இந்த எழுத்தாளர் ஒரு அகதியின் பதிவாக இச்சிறு கதையை கூர்மையாகத் தந்திருக்கிறார்.

Crosscurrents / A Year Book of Central European Cultures / Yale University Press, 1992, நூலிலிருந்து தமிழாக்கம்.

('விசை' ஆகஸ்டு – 2000 இதழில் வெளியானது)

# ஜாக்ரெப் – ஆஸ்டர்டாம் – நியூயார்க்

– துப்ரவ்கா உக்ரெஸிக்

தன் கேள்வி மூலம் என்னை ஆறுதல்படுத்த முயன்ற டச்சுக்கார இளம் புகைப்படக்காரர் ஒருவர் 'எங்கிருந்து வருகிறீர்கள்?' என்கிறார். 'ஜாக்ரெபிலிருந்து' என்கிறேன். 'அது எங்கேயிருக்கிறது?' சூயிங்கம்மை மென்றபடி அந்த டச்சுக்கார இளம்புகைப்படக்காரர் இயல்பாக வினவுகிறார்.

உண்மையில், அது எங்கே இருக்கிறது? குரேஷியாவில். இல்லாததொரு தேசத்தில். அது எங்கே இருக்கிறது? யூகோஸ்லாவியாவில். இல்லாததொரு தேசத்தில். ஒரு தேசம் இல்லாது போனால், அத்தேசத்தில் எதுவும் நிகழாது. மரணம் நிகழ்வதில்லை; குரோஷிய நகரங்கள் நிர்மூலமாக்கப்படுவதில்லை; பலியானோர் சாவதில்லை. அகதிகள் வீட்டிலிருந்து போவதில்லை; ராணுவத்தின் கொடூரமான தளபதியர்கூட தாக்குதல்களை நடத்திச் செல்வதில்லை... ஹாலந்தில், ஆம்ஸ்டர்டாமில் நான் வீட்டிலிருக்கிறேன்; பறந்து கொண்டிருக்கும் டச்சுக்காரன் நான், அவ்வளவுதான்.

இப்போது நான்யார், எங்கேயிருக்கிறேன், யாரைச் சேர்ந்தவள் என்றெல்லாம் எனக்குத் தெரியாது என என்தாய் பலநாட்களுக்கு முன் கூறினாள். அன்று குண்டுத்தாக்குதலிலிருந்து தப்பிக்க நிலவறைக்குள் அய்ந்து முறை விரைந்தோம். குண்டுத் தாக்குதல் இருக்குமாயின், ஊர் பேரறியாத பிரதேங்கள் என்று ஆகிவிடாமல், அடையாளம் காண்பதற்காக, தற்காப்பு வழிகாட்டுதல்களின்படி எங்களது தனிப்பட்ட ஆவணங்களை எடுத்து வைத்திருந்தோம்.

நான் ஆம்ஸ்டர்டாம் போகப் போகிறேன் என்று கேள்விப்பட்ட பக்கத்து வீட்டார் 'அங்கே என்ன நடக்கிறதென்று வான் டென் ப்ரோகிற்குச் சொல்லவும்' என்றனர். அப்போது நாங்கள் எங்களது அடுக்குமாடி

குடியிருப்பின் நிலவறையிலிருந்தோம். கம்பளி மற்றும் பருத்தி நூலிழைகளால் தளர்ந்து விட்டதம் நரம்புகளை ஆறுதல் படுத்தியவாறு அவர்கள் தைத்துக் கொண்டும் பின்னிக்கொண்டு மிருந்தனர். 'நான் சொல்லிவிடுவேன்' என்றேன். என்னை உற்று நோக்கிய ஒவ்வொருவர் பார்வையிலும் சந்தேகத்தின் சுவடுகூடக்கிடையாது. இப்போது ஆம்ஸ்டர் டாமின் வீதிகளில் உலவிக் கொண்டிருக்கும் நான், அடுக்குமாடி குடியிருப்பின் நிலவறையில் அவர்கள் பின்னலிட்டுத் தைக்கத் தொடங்கியிருந்த சட்டைகள் பனியன்களும் சால்வைகளும் முடிவடைந்து புதியவற்றை பின்னலிடத் தொடங்கியிருப்பார்கள் என்பதை அறிவேன்.

ஹென்ரென்க்ராசெட் கால்வாய் மீதிருக்கும் அம்பாஸடா ஓட்டலின் கூட்ட அரங்கில், அக்கட்டிடத்தின் பிம்பங்கள் ஸ்படிகத்தில் பட்டுத் தெறிப்பனவாய்த் தோன்றின.

'வரலாறு நெடுகிலும் பாதுகாக்கப்பட்டு வந்ததிருந்த 324 பண்பாட்டு நினைவுச்சின்னங்கள் குரோஷியாவில் ஏற்கனவே நாசமாக்கப்பட்டு விட்டன. துப்ரோவ்னிக்மீது குண்டு வீசுவது உதாரணமாக வெனிஸின் மீது குண்டு வீசுவதைப் போன்ற அளவுக்கு, கலாசாரகுற்றமாகும்.' என்று பத்திரிகையாளர் ஒருவரின் கேள்விக்குப் பதிலளித்தேன்.

'வெனிஸின் மீது குண்டு வீசுவதா, பயங்கரமானது.....' அப்பத்திரிகையாளர் நடுங்குகிறார்.

ஆம்ஸ்டர்டாமின் ஆர்டிஸ் விலங்குக்காட்சியகத்தில் அமைதியான ஊர்வனவற்றைப் பார்க்கின்றேன். ஜாக்ரெபினை விட்டுப் புறப்படுவதற்கு முன்பு நான் படித்திருந்த தினசரிச் செய்தி ஒன்றினை என்னால் நினைக்காது இருக்க முடியவில்லை. கலபாகாஸின் அருகிப்போன ஆமையினங்களின் அல்லது அவை போன்ற இன்னொன்றின் பாதுகாப்புக்கென இலவச நிகழ்ச்சி ஒன்றினை நடத்தியப் பிரபல பாடகர்லுஸியானோ பவரொட்டிக்கு குரேஷியாவி குழுவொன்று ஒரு திறந்த மடல் அனுப்பியிருந்தது. 'கலபாகாஸின் அருகிப்போன ஆமைகளைவிடவும் குரோஷியர் அருகி வருவது மிக மோசமானதாகும்' என்று அக்குழுவினர் குறிப்பிட்டிருந்தனர்.

'அவர்கள் எழுதியிருக்கலாகாது, கழிவிரக்கம் எதிர்மறையானது' என்றார் தெரிந்த ஒருவர். ஏற்றுக்கொள்கிறேன் : மரணம் எதிர்மறையானது.

யூகோஸ்லாவியாவின் தினசரிகள் திறந்த மடல்களால் நிறைந்துள்ளன. மிலன் குண்டேராவுக்குத் திறந்த மடல்கள், பீடர் ஹாண்ட்கிக்குத் திறந்த மடல்கள், ஜார்ஜ் கான்ராடுக்குத் திறந்த மடல்கள் என.. திறந்த மடல், போர்க்காலத்தின் இலக்கிய வடிவம்; அதீத நிராசையின் இலக்கிய வடிவம், மற்றவரைப் பழிப்பதாய் உருவெடுத்து, தனது உணர்வுகளையே ஒருவர் பழித்துக் கொள்வதாய் ஆகியிருப்பது. திறந்தமடல் மிகவும் இயற்கைக்கு முரணான, பொருத்தமற்ற இலக்கிய வடிவம் ஆகும். யாருக்கென எழுதப்பட்டதோ அவரால் படிக்கப்படாதிருப்பது; மாறாக, எழுதுவோர் பலரறியத்தம்மை அவமானப்படுத்திக் கொள்ளும் வடிவமாகும். யுத்த காலத்தின்போது இலக்கியம் இரு வடிவங்களாய் சுருங்கிப்போகிறது: திறந்த மடலாகவும் நாட்குறிப்பாகவும்.

அங்கேயுள்ள ஒவ்வொன்றும் சுவையற்றதாய், பொருத்தமற்றதாய், நபக்கோவ் ஒருமுறை குறிப்பிட்டது போல 'Poshlost' – மொழிபெயர்க்க இயலாத ருஷ்யச் சொல் – ஆக மாறியிருக்க இயலாத ருஷ்யச் சொல் – ஆக மாறியிருக்கின்றது. ஒவ்வொன்றும் தொடர்ந்து 'Poshlost' – இன் மறுபயன்பாட்டுக்கானதாய் மாறிவருகின்றது.

குண்டு வீசப்பட்ட உகோவாரிலிருந்து அகதிகளின் நதி பாய்ந்தது. ஜாக்ரெபிற்கு அருகாமையிலுள்ள உறவினரைப் போய்ச்சேருவதில் ஒருத்தி எப்படியோ வெற்றி பெற்றுவிட்டாள். அவர்கள் உகோவார் வீதியில் வசித்தனர். உகோவாரில் மரணத்தை தவிர்த்துவிட்ட அவள், உகோவார் வீதியில் போனபோது, தப்பிவிழுந்த குண்டிற்கு இரையானாள். அவளது சாவு மோசமான நகைச்சுவை போன்றது. யூகோஸ்லாவியாவில் மரணங்கள் கணக்கிடப்படுவதில்லை. ஜீவிதங்கள் விற்பனைக்கு உள்ளன; செர்பியரும் குரோஷியரும் மலினமாக இறந்து கொண்டிருக்கின்றனர்.

ஜாக்ரெபிலிருக்கும் என் தாயுடன் தொலைபேசியில் பேசுகின்றேன். அவள் கதறுகின்றாள். 'கவலைப்பட வேண்டாம், நாங்களெல்லாம் கதறுகின்றோம். எமது நரம்புகள் புடைத்துள்ளன..'

பொடேகா காப்ஸெரில் காஃபி அருந்துகிறேன். தாளில் எதிரிணைகளை குறிக்கின்றன. ஒழுங்கமைக்கப்பெற்றது, வலது – ஒழுங்கமைக்கப்பெறாதது, இடது; சகிப்புத்தன்மை, வலது – சகிப்பற்ற தன்மை, இடது; ஜனநாயகம் –

ஜனநாயக் குறியீடுகளால் ஜனநாயகத்தை இடம்பெயரச் செய்தல்; நாகரிகம் – புராதனம்; சட்டரீதியானது – சட்டத்துக்குப் புறம்பானது; அறிவு பூர்வ பிரக்ஞை – தொன்மப்பிரக்ஞை; திறந்த மனதுடன் எதிர்காலத்தை அணுகுதல் – பிணத்தின்மீதான கவர்ச்சி கொண்ட திறந்த மனதுடன் கடந்த காலத்தை அணுகுதல்; நிர்ணயித்துக் கூறுதல் – நிர்ணயிக்க இயலாமை; விழுமியங்கள் மற்றும் அடிப்படைகளின் நெறிப்படுத்தப்பட்ட அமைப்பு – அமைப்பின்மை; தனி நபர்ப்பிரக்ஞை – கூட்டுப்பிரக்ஞை பிரஜை – தேசிய இனம். மேற்கு ஐரோப்பா என்னும் தலைப்பின் கீழாக வலது வரிசையினையும் கிழக்கு ஐரோப்பா என்னும் தலைப்பின் கீழாக இடது வரிசையினையும் குறித்தேன்.

இக்கிழக்கு ஐரோப்பாவை என்னால் தெளிவாகக் காணமுடிகின்றது என்பது உடனடியாகத் தோன்றுகிறது. என் மேசை முன்பு அது அமர்ந்திருக்கிறது, கண்ணாடியில் பார்ப்பது போல நாங்கள் ஒருவரை யொருவர் பார்த்துக் கொள்கிறோம். வளைந்து திருகிய ஷீக்களையும், கவனிக்கப்பெறாத சருமத்தினையும், மலிவான ஒப்பனையினையும், முகத்தில் அடிமைத்தனமும் வெட்கங்கெட்ட தன்மையும் சேர்ந்த வெளிப்பாட்டையும் என்னால் காணமுடிகின்றது. தன்கையால் வாயினைத் துடைத்துக்கொள்கிறது, சப்தமாகப் பேசுகிறது, பேசுவதாக சமிக்ஞை செய்கிறது, கண்களால் பேசுகிறது. அதே வேளையில் வஞ்சனை மற்றும் நிராசையின் பிரகாசத்தையும் அக்கண்களில் என்னால் பார்க்க முடிகிறது விடாப்பிடியான வேட்கையினை 'யாரோ ஒருவராக' காண்கிறேன்... என் துயரமிகு கிழக்கு ஐரோப்பா, என் சகோதரி.

ஒரு திருமண நிகழ்வு மூலம் ஆங்கிலப் பின்பெயர் கொண்டிருந்த யூகோஸ்லாவிய மாதொருத்தியை ஹோப் ஓட்டலில் சந்திக்கிறேன். உடனடியாக முகர்ந்து விடுகிறேன்: அவள் 'நம்மவள் ' உடனடியாக நான் கண்டுகொள்கின்ற வகைமாதிரி. ஒரு வாழ்க்கை கதை, தனிப்பட்ட கதை என்றவகையில் ஒரு புத்தகத்தை எழுதினாள்.

அது அவளை குனவத்தில் நிறுத்திற்று. ஏற்கனவே அங்கே மாட்டிக் கொண்டுவிட்ட அவள், நூலொன்றினை ஏன் எழுதக்கூடாது என்கிறாள்.. குவைத்துக்கு முன் வாழ்க்கை, குவைத்துக்குப்பின் என்வாழ்க்கை , என் தேசத்தவன் உளறுகிறான்.

அமெரிக்காவில் 25,000 பிரதிகள், ஜெர்மனியில் 20,000 பிரதிகள், இங்கிலாந்தில் 20, ஹாலந்தில் 25... ஃப்ரெஞ்சுக்காரர்கள் மட்டும் வெளியிட மாட்டார்கள்... 'என் தனிப்பட்ட வாழ்க்கையை வைத்து அவர்கள் திரைப்பட மொன்று எடுக்கப்போகிறார்கள்' என்கிறாள். 'தனிப்பட்ட' என்னும் சொல்லினை அவள் விரும்புகிறாள்.

'நீ ஏன் யூகோஸ்லாவியா பற்றி எழுதக்கூடாது? அங்கேயும் குவைத்போல ஏதோ நிகழ்ந்து கொண்டிருக்கிறது' என்கிறேன்.

'அது என் தனிப்பட்ட கதையல்ல. மேலும் அது விற்கக்கூடியதல்ல' என்கிறாள் அவசரமாக.

புரிந்து கொள்கிறேன். குவைத் என்பது சட்டென்று சாதித்த தனிநபர் அடையாளம், அதனால் ஏதாவது உபயோகமிருக்கும் வரையும் அதனைக் கைவிடமாட்டாள். துரதிருஷ்டமும் நல்லதொரு யுக்தியை வேண்டுகிறது. குரோஷியாவில் புனித லாரெண்ட் துயரகரமான நிகழ்வினை திட்டமிட்டிருந்தால் யாரவது ஒருவர் வாங்கி இருப்பார். ஆனால் இந்நிலவரப்படி, பால்கனில் கிடக்கும் மரணங்களின் மேடு வர்த்தகரீதியில் ஏற்க இயலாதது. வர்த்தகரீதியில் ஏற்க இயலாததாயின், அப்போது அது தார்மிகரீதியிலும் உணர்வோட்டரீதியிலும் நடுநிலையானதாகும்.

வோல்க்ஸ்க்ராந்தில் தலைப்புச் செய்தி பார்க்கிறேன். மொழி புரியவில்லை, ஆனால் செய்தி புரிகின்றது. கதை தொடர்கிறது. கிரேக்கப் புராணத்தில் வரும் எரிஷிடான் போல, கூட்டாட்சியின் ராணுவம் முதலில் குரோஷியாவை விழுங்கும், அப்புறம் உணவு கிடைக்காமல், நிரந்தரப் பட்டினியால், எஞ்சியிருப்பதை, 'டிடோதேச'த்தின் மிச்சத்தை உண்டு, இறுதியில் தன்னையே தின்று விடும். களிப்புமிக்க எதிர்காலத்தை சமீபகாலத்தில் அறிவித்த சித்தாந்த திட்டத்தை உடைய இந்நாடு, இன்றைக்கு உருவாக்கும் இந்த எதிர்காலம்: பிச்சைக்காரரும் செயலிழந்த வரும் சேர்ந்த எதிர்கால தேசம்.

யூகோஸ்லாவியாவின் தொழிற்சாலைகள் பொய்களையும் சாவினையும் ஒட்டுமொத்த அழிவையும் உற்பத்தி செய்கையில், அண்டை நாடுகள் உடனடியாக பாதகாப்பு கவசங்களை உற்பத்தி செய்து கொள்கின்றன. 'அங்கே கிடப்பவர் நாம்' ஐரோப்பாவின் கழிவு, அதன் சிக்கல், அதன்

மோசமான உறவினன் என்று கருதிக் கொள்கிறேன். திடமான, ஆரோக்கியமான, போட்டியிடக்கூடிய குடும்ப உறுப்பினர்களையே ஐரோப்பா விரும்புகிறது என்று கருதிக்கொள்கிறேன், 'ஆனால் இது இன்னும் கொடூரமானது' என கசப்புடன் கூறுகிறேன்.

ஆம்ஸ்டர் டாமிலுள்ள என் சகா கூறுகிறார்: 'உன்னையே வதைத்துக் கொள்வதை நிறுத்து. நீயே உனது தேசமன்று.'

'துரதிருஷ்டவசமாக நான் என் தேசமாயிருக்கிறேன்' – பட்டென்று கூறுகிறேன் – என் முன்னுள்ள கண்ணாடிக் குவளையில் உள்ள பீர் போன்று எளிமையான உண்மை போன்று இருப்பதாலா என்று தெரியவில்லை – அழுவதா, சிரிப்பதா என்று தெரியவில்லை .

ஆம்ஸ்ட ர்டாமின் வீதிகளில் உலவுகிறேன். துரித உணவுக்கெதிராய் ஆர்பாட்டம் நடத்திக்கொண்டிருப்பவர்களின் அருகில் லெய்ட்ஸிப்லெனில் நிற்கின்றேன். முன்னாள் யூகோஸ்லாவியனான நான், நான்யாரென்றும் எங்கே இருக்கிறேன் என்றும் யாரைச் சேர்ந்தவன் என்றும் தெரிந்து கொள்ளாத நான், துரித உணவான கேக் ஒன்று வாங்க நிற்கிறேன். கரிய விற்பனையாளரிடம் கண் சிமிட்டுகிறேன்; 'துரித உணவின்றி உணவே இல்லை' என்கிறேன். புன்னகைக்கிறான். இவ்விற்பனையாளன் மூன்றாம் உலகைச் சேர்ந்த 'நம்மவ'ருள் ஒருவன்; அவனது முகத்தில் தெரியும், வெட்கங்கெட்ட தன்மையும் அடிமைத்தனமும் சேர்ந்த வெளிப்பாட்டால், அவனை அடையாளங்கண்டு கொள்கிறேன்.

கூட்டத்துடன் கலந்து விடுகிறேன். சமீபத்தில் நான் வாங்கிய லாரா பால்மரின் நாட்குறிப்பை கக்கத்தில் வைத்திருக்கிறேன் – டேவிட் லிஞ்சின் நவநாடகத்தை ஒத்திருப்பதான என்தாய்த் தேசத்துக் காட்சிகள் என் தலையில் பதிந்துள்ளன. அங்கே ஓடும் குருதி உண்மையானது என்பது தவிர.

என்னருகில் இருப்பவனிடம் உள்ள அட்டையில் துரித உணவை நிறுத்து! என்று எழுதப்பட்டுள்ளது. நானும் சிறிய காகிதத்துண்டில் குரோஷியாவில் யுத்தத்தை நிறுத்து! என்று எழுதி உயர்த்துகிறேன். எனது முக்கியத்துவமற்ற தன்மை, உலகின் நாசகரமான யுத்த தந்திரங்கள், அதன் பின்நவீனத்துவம் பற்றியெல்லாம் அறிந்து கொண்டேதான் இக்காகிதத்தை உயர்த்திப் பிடிக்கிறேன். இக்காகிதத்தை உயர்த்திக்கொண்டு, தெருவின்

மறுபக்கத்தில் கவர்ச்சிகரமாய் தெரியும் ஒரு விளம்பரத்தை நோக்குகிறேன். அதுபற்றி நாளையோசிக்கிறேன்' என்று கூறவிரும்புவது போல என்னைப் பார்த்து கண்கண்சிமிட்டுகிறது. அது பற்றி நாளை யோசிக்கிறேன் என்கிறாள் என் சகோதரி, என் அழகிய மேற்கு ஐரோப்பா..

ஆம்ஸ்டர்டாமிலுள்ள அமெரிக்க தூதுவரகத்தின் பணியாளர் ஒருவர் எனக்கு முன்னுள்ள யூகோஸ்லாவிய ஜோடியை நிர்தாட்சண்யமாக மறுதலிக்கிறார்.

'ஜாக்ரெபில் நீங்கள் விசா பெற்றுக்கொள்ளமுடியும்' என்கிறாள்.

'ஆனால் அங்குள்ள கான்சுலேட் அலுவலகம் மூடியுள்ளதே!' என்கின்றனர்.

'அது பற்றி எங்களுக்கு ஒன்றும் தெரியாது' விவகாரத்தை முடித்துவைக்கும் தொனியில் அந்த அலுவலர் கூறுகிறார்.

உடனடியாக தான் விசா வாங்குவேன். அமெரிக்கப் பல்கலைக்கழகம் ஒன்றிலே பயிற்றுவிப்பேன்.. இது சந்தோஷமானது. அதிருஷ்டம் வாய்க்கட்டும், நல்லது' வெட்கப்படுகிறேன். நான் உரிமைகள் பெற்ற ஓர் அகதி.

    ❧    ❧    ❧

விமானம் கிளம்புமுன், இளம் பணியாளர் மீண்டும் ஒருமுறை பாஸ்போர்ட்களை சரிபார்க்கின்றார்.

'இது போன்ற ஒன்றினை நான் பார்த்ததேயில்லை' என்று சிரிக்கிறார்.

'மீண்டும் இது போன்ற ஒன்றை பார்க்கப் போவதில்லை,' என் பாஸ்போர்ட்டை எடுத்துக் கொள்கையில் நான் கூறுகிறேன் – திடீரென்று வெளிப்பட்ட எனது திமிராலும் ஒழுங்கீனத்தாலும் சிவந்து போகிறேன் – அறியாதாரை அடக்கி வைப்பதாயும் என் இயல்புக்கு அந்நியமானதையும் உள்ள தொனியில் நச்சுக்கிருமிபோல அது என் குரலையும் பாதித்திருக்கிறது கூறுகிறான். என் தேசமெங்கும், யூகஸ்லாவியா முழுதிலும் ஒலிக்கின்ற இத் தொனியினால் சிவந்து போனேன்.

    ❧    ❧    ❧

எனது முடிவான அதன் பிடிப்பிலிருந்து மாற்ற முடியாமைக்காக விமானத்திலிருக்கையில் குளிரால் பீடிக்கப்பட்டேன். இன்னும் கூட திரும்புவது என்னும் எண்ணத்தை தாங்கிக் கொள்ள முடியவில்லை. இருந்தபோதும் எனது உணர்வோட்டங்களுடன் எங்காவது ஓரிடத்திலிருப்பேன் என்னும் எண்ணமும் தாங்கிக்கொள்ள முடியாததாயிருக்கிறது. என்னால் சமாதானம் அடையமுடியவில்லை. அங்கே. இங்கே. எங்காயினும் எனது தனிநபர் அடையாளம் செல்லுபடியாகாது. எனது பாஸ்போர்ட் காலாவதியாகிவிட்டது.

அருகிலுள்ள பயணி நான் எங்கிருந்து வருகிறேனென இனிதாய் கேட்கிறார்.

'யூகோஸ்லாவியாவிலிருந்து' என்கிறேன்.

அவர் விஷயமறிந்தவர் என்பதை எனக்கு உணர்த்தும் கர்வத்துடன் 'செர்பியரா / குரோஷியரா?' என்று வினவுகிறார்.

இறுதியாக நாங்கள் ஏற்றுக்கொண்டோம். ஒப்புதலை வேண்டிநின்ற யூகோஸ்லாவியவை பல ஆண்டுகளாக நோக்கினேன். உலகமே எங்களை அறிந்துள்ளது என்னும் நம்பிக்கையில் முதலில் வளர்க்கப்பட்டோம். முதல் எல்லையைத் தாண்டினால் போதும், யாரும் எங்களை அறிந்துகொள்ள வில்லை என்னும் ஏமாற்றமிக்க உண்மையை அந்நிய மண்ணில் எதிர்கொள்ள வேண்டியிருந்தது. இதன்காரணமாகவே அந்நியர் ஒருவர் எங்களை அடையாளம் காணும்போது சந்தோஷமாகத் தலையாட்டினோம். ஆஹா! டிட்டோ! வெளியே டிட்டோதான் எங்கள் அடையாள அட்டை. யூகோஸ்லாவியா – டிட்டோ. 'இரும்புத்திரை'க்குப் பின்னுள்ள வாழ்க்கை, குறித்த கேள்விகளுக்கும் என் யூகோஸ்லாவியாவுக்குப் போய் வந்தவர்களின் நேசமிக்க அறிக்கைகளுக்கும் எங்களது தலைநகரான புடாபெஸ்ட் எவ்வளவு இனிதானது என்பதற்கும் பழகிப்போனேன். கடைகளுக்குள் பன்றிகளைக் கூட்டி வருவதுப் பற்றியும், யூகோஸ்லாவியின் சதிக்கார கும்பல்கள் பற்றியும் நிழலுலகம் பற்றியும் திருட்டுகள் பற்றியும், உஸ்டாஸி பற்றியும் செட்னிக்குகள் பற்றியும், கொலைகள் பற்றியும் கேள்விப்படுவதற்குப் பழகிப்போனேன். ஹா, ஹா, நீங்களெல்லாம் ஆபத்தான பசங்கள்.... ஆரம்பத்தில் மறுத்தேன். விளக்கினேன்;

இரும்புத்திரையை விலக்கினேன்; குடியரசுகளை, மொழிகளை, மதங்களை எண்ணினேன்; ரொமானியா, பல்கேரியா அல்லது செக்கோஸ்லாவாகியா போல நாங்கள் ‘அவர்களைப் போன்றவரில்லை என விளக்கினேன். நாங்கள் வேறானவர்கள். அப்புறம் என் துருப்புச் சீட்டுகளை எடுத்து விட்டேன் – துப்ரோவ்னிக்கின் எழில், சிறியதொரு பால்கன் தேசத்திலுள்ள பண்பாட்டு வித்தியாசங்கள், எமது கடற்கரை அழகு, எங்களது சுய – நிர்வாகம், ஜனநாயகம், இலவச பாஸ்போர்ட், தணிக்கை இன்மைகளின் சாதகங்கள், வேறுபட்ட எமது மெல்லிய கம்யூனிஸம், அப்புறம் சோர்வுற்று விட்டேன். இப்போது, நாங்கள் ‘ஆபத்தானவரில்லை, அங்கேயுள்ள பசங்களாகிய நாங்கள்.... என்று எப்படி நான் விளக்க முடியும்.

எனது சகபயணியைப் பார்த்து, பதிலொன்றை எதிர்பார்க்கும் அவரது பார்வையை கவனிக்கிறேன். ‘நான் இதுவுமில்லை, அதுவுமில்லை. நான் யாரென அறியேன்’ என்கிறேன்.

‘அப்படியானால் பெரிய சிக்கலில் இருக்கிறீர்கள்’ இனிதெனக் கூறுகிறார் என் சகா.

நியூயார்க்கில் பரிச்சயமான ஒருவரை அலுவலகத்தில் போய்ப் பார்த்தேன்.

‘யாருடன் பேசவேண்டும்? அப்பெயரைத்திரும்பக் கூறுங்கள்’

திருப்பிக் கூறுகிறேன்.

‘ஆஹா! என் பெயரின் எழுத்துக்களுக்கு மேலுள்ள சின்னப் பசங்களா?’

திடீரென உற்சாகமடைகிறேன். என் பெயரின் எழுத்துக்களுக்கு மேலுள்ள சின்னப் பசங்களுடன் இருக்கின்ற ஒருவன் நான்.

எம்பயர்ஸ்டேட் கட்டிடத்தினின்னும் பார்க்கையில், யூகோஸ்லாவியா, சிறுவர் விளையாட்டு மைதானமாய்த் தோன்றுகிறது. அங்கிருந்து ப்ரூக்ளின் – ஸ்லோவேனியாவைப் பார்க்க முடியும். ஸ்லோவேனியர் –

ப்ருளினர் தம் எல்லையை சாதுர்யமாக வரையறுத்துக்கொள்கின்றனர். நியூயார்க்கில் இருக்கவிரும்புவதில்லை. தங்களுக்கென சுங்கத்தீர்வை, எல்லைக் கட்டுப்பாடு நிலையங்களை கட்டிக்கொள்கின்றனர், நாணயத்தை அறிமுகப்படுத்துகின்றனர், அதனை 'டோலார்' என்கின்றனர். எஞ்சி யிருக்கும் நியூயார்க்குடனான உறவுகளை முறித்துக்கொள்கின்றனர்.

அங்கிருந்து க்வீன்ஸ் – செர்பியாவையும் ப்ரோங்ஸ் – குரோஷியாவையும் காணலாம். ப்ரோங்ஸ் சுதந்திரமாய்ப் போக விரும்புகிறது, எப்போதும் அப்படியே இருந்து வந்ததாக நிலைநாட்டுகிறது. க்வீன்ஸ் இன்னும் நியூயார்க்கின் அங்கமாக இருக்கவே விரும்புகிறது. ப்ரோங்ஸ் – க்வீன்ஸீக்கு இடையே தொலைத் தொடர்புகள் துண்டித்துப் போயுள்ளன, தகவல் பரிமாற்றம் முறிந்துள்ளது – தொலைக்காட்சி உட்பட (க்வீன்ஸில் உள்ளோர் க்வீன்ஸ் தொலைக்காட்சியை மட்டுமே பார்ப்பது போல, ப்ரோங்ஸில் உள்ளோர் ப்ரோங்ஸ் தொலைக்காட்சியை மட்டுமே பார்க்கின்றனர்). சாலைகள் தடுக்கப்பட்டுள்ளன. ப்ராங்ஸீக்கு போஸ்டன் வழியாகவும் க்வீன்ஸீக்கு சிகாகோ வழியாகவும் மட்டுமே போகமுடியும்.

அதோதென்படும் நியூயார்க் கூட்டாட்சி ராணுவம், க்வின்ஸிலிருந்து வந்தவர்கள் ப்ரோங்ஸில் போராட உதவுகின்றது. ப்ரோங்ஸ் ஏற்கனவே பாதி அழிந்தாயிற்று. ப்ரோங்ஸிலிருந்து வந்தவர்கள் தம்' பரோங்ஸினைப் பாதுகாத்திடுவதற்காக தம் உயிரையும் தருவதற்குத் திடீரென ஆயத்தமா யிருக்கின்றனர். இப்போது ஒப்பீட்டளவில் மன்ஹாட்டன் அமைதியாயிருக்கிறது, ஆனால் அங்குள்ளவர்கள் ப்ரோங்ஸில் விடாது வெடிக்கின்ற வெடிச் சத்தங்களை கேட்க கூடும். க்வீன்ஸ், ப்ரோங்ஸ் மற்றும் ப்ரூக்ளினிலிருந்து வந்தவர்களால் நிரம்பிவழியும் நியூ ஜெர்ஸியும் கொதித்தெழுகிறது. பாலங்களைத்தாண்டி குகைகளின் வழியாக தம்மை நோக்கி மெல்ல ஊர்ந்து வந்து தம் எல்லையில் தட்டிக்கொண்டிருக்கும் இந்த யுத்தத்தில் நியூஜெர்ஸியர் யார்பக்கம் நிற்பார்கள்?

எஞ்சியிருக்கின்ற அமெரிக்கா நியூயார்க்கின் யுத்தத்தை, ஏதோ ஒரு தொலைக்காட்சி நிகழ்வாக அமைதியாக கவனித்துக்கொண்டிருக்கிறது. ப்ரோங்ஸ் ஏற்கனவே நாசமாக்கப்பட்டுவிட்டது மற்றும் 'அங்கேயுள்ள' சவக் கிடங்கில் பிணக்குவியல்கள் கிடக்கிறது என்பதை அவர்கள் நம்புவதில்லை.

எம்பயர் ஸ்டேட் கட்டிடத்திலிருந்து பார்க்கையில் எல்லாமே சிறார் விளையாட்டாய்த் தோன்றுகிறது. அதன் காரணமாகவே எஞ்சியிருக்கும் அமெரிக்கா அலட்சியமாய் இருக்ககூடும். ஆனால் ப்ரோங்ஸில் பயங்கரம் நிகழ்ந்து கொண்டே இருக்கிறது, குருதி பாய்கிறது. ஆக எது உண்மை மேலிருந்து பார்க்கப்படுவதா, ப்ரோங்ஸின் வீதிகளில் நிகழ்வதா? இதெல்லாம் பார்வையினைப் பொறுத்தது என்பது உண்மையா? தொடர்பு சாதனங்களைப் பொறுத்த மட்டில் உண்மை என்பது, பலவானவற்றின் (உண்மைகளின்) மீதான ஒன்றின்(உண்மை ) வெற்றியிலே காணப்படுகிறது. தொடர்பு சாதனங்களிடம் இறுதி வார்த்தை உள்ளதா?

தற்காலிகமாய் நான் தங்கியிருக்கும் கீழை கிராமத்தில், அருகாமையிலுள்ள செருப்புதைக்கும் கடைக்குப் போகிறேன். அங்கே தடித்த பொண்ணொருத்தியும் கருத்த முடியுடைய செருப்புத் தைப்பவரும் இருக்கின்றனர். ருஷ்ய பாப்பிசை டேப்பில் ஓடிக் கொண்டிருக்கிறது.

ருஷ்யமொழியில் விளக்கிச்சொல்கிறேன்: 'இங்கே ஒட்ட வேண்டும், குதிகால் பகுதி மாற்றப்பட வேண்டும்...'

'எங்கிருந்து வருகிறீர்கள்?' செருப்புத்தைப்பவர் கேட்கிறார்.

'யூகோஸ்லாவியாவிலிருந்து'

'ஓ....!?' என்று இருவரும் கூறி அனுதாபத்துடன் தலையசைக் கின்றனர்.

'ஒரு மணி நேரம் கழித்து வரவும். உடனடியாகச் சரிசெய்து வைக்கிறேன்' என் செருப்புகளை வாங்கியபடி ஆதரவுடன் செருப்புத்தைப்பவர் கூறுகிறார்.

'நல்லது' என்கிறார் ருஷ்யப் பேச்சுச் சாயலுடைய பெண்.

என் தொண்டையில் எதுவோ ஒட்டிக்கொள்கிறது, அழவேண்டுவது போல சட்டென உணருகின்றேன். பளிச்சென்று வந்த, வார்த்தையற்ற அந்தப் பாசத்தால், திட்டமிடப்படாத அந்த சகோதர வாஞ்சையால், ஆச்சரியம் கொள்ள வைக்கும் அந்த உணர்வால் அழவேண்டும் போல தோன்றுகிறது.

'சரி..சரி' அவர்களிடம் சொல்வதை விடவும் எனக்கு நானே சொல்லிக்கொண்டு அக்கடையிலிருந்து விரைந்தேன்.

ஜாக்ரெபுடன் தொடர்பு கொள்கிறேன். 'நீ கிளம்பிய போது இருந்தது போலவே இருக்கிறது.. இன்னும் துப்ரோவ்னிக்கைத் தாக்கிக்கொண்டு இருக்கிறார்கள், உகோவாரை, ஆஸிஜெக்கை, கார்லோவாகை... எல்லாம் கொடூரமாக நாசமாகி விட்டது... இம்மாதம் உன் சகோதரனின் சம்பளம் ஐம்பது மார்க்குகள்..... கற்பனை செய்து பார், ஐம்பது மார்க்குகள்! அவன் எப்படி வசிப்பானெனத் தெரியவில்லை ..... ஒருவித வாயுபரப்பும் சிலந்தி வலையைப் போட்டிருக்கிறார்கள்... பீதிகொள்ள வேண்டாம்... இது வேதியியல் யுத்தமில்லை என்கிறார்கள்.... யாரறிவார்.... நாங்கள் நலம், கவலைப்படவேண்டாம்.... உண்மையில் இப்போதுதான் நாங்கள் மறைவிடத் திலிருந்து வெளிவந்தோம்... குளிர்காலக்கோட் இல்லாது கிளம்பிவிட்டாயே என்றுதான் வருந்துகிறேன்... இப்போது அங்கே நிச்சயம் குளிர்காலம் தான்... இங்கே உஷ்ணமே இல்லை ... யாராவது எங்களைப் பற்றி எழுதுகிறார்களா... கவலைப்பட வேண்டடாம், நாங்கள் உயிரோடிருக்கிறோம், இப்போதைக்கு நன்றாக இருக்கிறோம்...'

நொறுங்கி வீழ்கிறேன், என்னைக் கட்டுப்படுத்த முடியுமென்று தோன்றவில்லை. நான் இங்கிருப்பதும், அங்கிருப்பதும் எல்லாம் ஒன்றே. பீதி ஒன்றுதான், சிலந்தி வலையாய் கலவரம் என்னை இழுக்கிறது. எது உண்மையென என்னைக் கேட்டுக்கொள்கிறேன்: முன்னிருந்த அதுவா, இப்போதிருக்கும் இதுவா. என்னையே கேட்டுக்கொள்கிறேன், இதெல்லாம் எங்கிருந்து வந்ததென: இக்கொடிய தீமை, இக் கொடூரம், இப்பயங்கர வெறுப்பு. 'தமது' மக்கள் மீதே – தம்மைத் தெரிவு செய்தவர் மீதே – பாயும் ஆட்சியாளரின் குரூர வெறுப்பு எங்கிருந்து வந்தது? தம்முடைய மக்களையே யுத்தத்திற்கு ஏன் இட்டுச்செல்கிறார்கள்? எங்கிருந்து வந்தது இந்தக் குரூரமான, புராதனமான, பயங்கரமான தேவை: நிர்மாணிக்கப்பட்டவற்றை யெல்லாம் இடித்துத் தள்ளவும், எல்லாவற்றையும் அழிக்கவும், அனைத்தையும் தரைமட்டமாக்கவும்? எக்காரணமுமின்றி நாசம் பண்ணவும் கொலை செய்யவுமான தேவை எங்கிருந்து வந்தது? எது உண்மையானது: முன்னிருந்த அதுவா, இப்போதிருக்கும் இதுவா?

நானொரு எழுத்தாளர் என்பதை அறிந்து கொண்டு, கிழக்கு அய்ரோப்பாவில் அக்கறை கொண்டிருக்கும், நியூயார்க்கிலிருந்து வந்த மாதொருத்தி ஒரு கேள்வி கேட்கின்றாள்.

'பெரோஸ்த்ராய்காவிக்குப்பின்னர், தணிக்கை அமலில் இருப்பது போன்றவை பற்றியெல்லாம் எவ்வாறு உணருகிறீர்கள் இப்போது?'

'மன்னிக்கவும், தவறானதொரு தேசத்தினை எண்ணிக் கொண்டிருக்கிறீர்கள்' என்கிறான். ஒ, ஆமாம், தயவு செய்து மன்னிக்கவும், நீங்கள் யுத்தத்திலிருக்கும் நாட்டைச் சேர்ந்தவர், இல்லையா?' அவள் மன்னிப்புக்கேட்டுக் கொள்கிறாள்.

'ஆமாம், யுத்தத்திலுள்ள அந்நாட்டவர்'

'மிகவும் வருந்துகிறேன்' இணக்கமாகக் கூறிச் சிரிக்கின்றாள்.

ஒ ஒ ஒ

இது ஒரு சாம்பல் நிற நியூயார்க் காலைவேளை. அருகாமையிலுள்ள புனித மார்க்ஸில் உலாவப் போகிறேன். அடுக்கு மாடிக்கட்டிடங்களை ஒட்டியபடி, வீடற்ற சிலர் இன்னும் தூங்குகின்றனர், வேறுசிலர் தூங்கும் பைகளிலிருந்து தடவிப்பார்த்து காலை வேளைச் சிகரெட்டினைப் பற்ற வைக்கின்றன். நியூயார்க்கில் அது அதிகாலை – முற்பகல் 10 மணிதான் – வீதிகள் இன்னும் வெறுமையாய்க் கிடக்கின்றன, கடை கண்ணிகள் திறக்கவில்லை.

இங்கே வீதியில் எழுந்து உட்கார வேண்டுமென்ற உந்துதலைத் திடீரென உணர்கிறேன் – அப்போதுதான், வீடற்றவர்போல தூங்கும் பையால் என்னைச் சுற்றிக்கொள்ளலாம், ஏதாவது ஒரு கட்டிடத்துடன் ஒட்டிக்கொள்ளலாம், வீடொன்றின் சிறிய பெட்டிக்குள் என்னை அடக்கிக் கொள்ளலாம்.

சாம்பல் நிற காலைவேளையின் ஒளியில் கரிய மனிதன் ஒருவன் என்னை நெருங்குகிறான். கைகளை விரித்துக்கொள்கிறான், சிறகுகளைப் போல தோள்களால் அசைக்கின்றான், கறுப்பு தேவதை. அவனது பார்வை என் பார்வையைச் சந்திக்கிறது.

உரத்தகுரலில் 'காலைவணக்கம், அமெரிக்கா' என்று கத்துகிறான், முகத்தில் புன்னகை பளிச்சிடுகிறது.

திடீரென நானும் கைகளை ஆட்டுகிறேன் : 'காலை வணக்கம்....' என்கிறேன்.

❧ ❧ ❧

# 6. ஆங்கில சிறுகதை
# கானகத்தின் மையத்திற்கு
# ஊடுருவிப் போதல்

– ஏஞ்சலா கார்ட்டர்

அப்பிரதேசமே, பசுமையானவற்றாலும் உயிருள்ளனவற்றாலும் ததும்பி வழிந்திடும் பூக்கிண்ணத்தை கைவிட்டுச் சென்றது போன்றிருந்தது; நாற்புறங்களிலும் ஆவேசமான மலைகளால் பாதுகாக்கப்பட்டிருந்தது; கடல் போன்று பரந்து விரிந்திருந்தது அக்காடு. அப்பிரதேசத்தினர் சாலைகளையும் போடவில்லை, நகரினையும் நிர்மாணிக்கவில்லை. அவர்கள் செய்ததெல்லாம் தமது கனவு தேசம் கைகூடுவதற்கான வாய்ப்புகளையெல்லாம் அள்ளித்தந்த இப் பிரதேசத்தை வந்தடைவதற்கும் கிரங்களை எட்டுவதற்கும் முன்பாக, முடிவுறாத பாலைகளையும் தூந்திரப் பிரதேசங்களையும் சகித்துக்கொண்டு, வேதனையிலும் விரக்தியிலும் வறண்டு போன கண்டத்தை தாண்டி வந்த அடிமைகளின் சந்ததியினர் அவர்கள். இப்போது அப் பைன் மரக்காடுகளை ஒட்டி மையப்பள்ளத் தாக்கிலிருக்கும் தோப்புகளே அவர்கள் அறிந்து கொள்ளவேண்டிய அனைத்துலகமாயும் இருந்தன. அவர்களின் தன்னிறைவான வாழ்க்கையில் சாதாரண சந்தோஷங்களைத் தவிர வேறெதுவும் அக்கறை கொள்ளத் தக்கதாயில்லை. அவர்களது நிலங்களுக்கு நீர்வளம் தரும் மாபெரும் நதியின் தோற்றுவாயினை தேடிச் செல்லவோ அல்லது காட்டின் மையம்வரை ஊடுருவிச் செல்லவோ எந்தவொரு ஜீவனுக்கும் ஆர்வமுண்டாகவில்லை. சும்மா இருத்தலின் சுகங்களைத் தவிர வேறெதனையும் பற்றி அக்கறை கொள்ள வேண்டாத அளவுக்கு மெத்தனமாயிருந்தனர்.

தமது பழைய வாழ்க்கையின் அடையாளமாக, அவர் தம் பழைய எஜமானர்கள் அவர்களின் நாவுகளில் படியவைத்திருந்த, ஃப்ரெஞ்சு மொழியினை மட்டும் தங்களுடன் எடுத்து வந்திருந்தனர்; மறந்துவிட்ட ஆஃப்ரிக்க கிளைமொழிகளின் கிறீச்சிடல்கள் அவர்களது பேச்சிலே எதிர்பாராத சந்தங்களை உண்டாக்கினாலும், தங்களது மொழியினை, குழூஉ மொழியாக்கியிருந்தனர் – அதில் ஃப்ரெஞ்சு இலக்கணம் வழிநெறி காட்டுவது என்பது முடியாத காரியம். தமது மணிக்கட்டுப் பட்டைகளிலே சிறிய, இருண்ட, பில்லி சூனியத்தையும் எடுத்து வந்திருந்தனர். ஆனால் இரத்தக்கறை படிந்த இந்த ஆவிகள் சூரிய ஒளியிலும் தூய காற்றிலும் வாழ முடியாது, கொம்பு முளைத்த வதந்திகளாய் காடுகளில் வாழ ஒட்டு மொத்தமாக கிளம்பிப்போய், கடைசியில், வரையறுக்க இயலாத வெளி வரிச்சட்டங்களைக் கொண்ட உருவங்களாகி, பசுமை ஆழங்களிலே மறைந்திருந்தன – அந்நிழல் உருவங்களில் ஒன்று மரத்தின் வடிவிலே தன்னை மாற்றிக் கொண்டது.

தேடும் வேட்கை தம்மிடையே இல்லாதிருப்பதை நியாயப்படுத்துவது போன்று, காட்டுக்குள்ளே ஆதிகாலத்தைச் சேர்ந்ததும் கேடு நிரம்பியதுமான மரத்தினை – அதன் நிழலே சாகடித்து விடுவதாய், ஈரமான பட்டையிலிருந்து விஷத்தின் வியர்வை சொட்டுவதாய் இருக்கும் ஜாவாவின் உபாஸ் மரத்தின் படிமத்தில் – வார்த்தை ஜாலத்தினாலே நட்டுவைத்தனர். இம்மரம், தேடுதலை திட்டவட்டமாகத் தடை செய்தது. இத்தகையதொரு மரம் இல்லையென்பதை அவர்கள் உள்ளூர அறிந்திருந்த போதும் வீட்டிலேயே இருப்பது பாதுகாப்பானது என யூகித்தனர்.

இக் கானகவாசிகள் இசையில்லாது வாழ இயலாததால், மிகத் தேர்ச்சியுடனும் நுட்பத்துடனும் ஃபிடில்களையும் கிடார்களையும் செய்து கொண்டனர். நன்றாக சாப்பிடுவதை விரும்பிய இவர்கள் ஓடியாடி காய்கறிகள் போட்டு வெள்ளாடுகள், கோழிகள் வளர்த்து, இவற்றையெல்லாம், சுவையில்லாது போனாலும் வேட்கை தரக்கூடியதாய், உலரவைத்து தேனில் பதப்படுத்தினர். கணவாய் வழியாக, அவ்வப்போது, பருத்தி துணி மூட்டைகளையும் ரிப்பன் கட்டுகளையும் கொண்டு வரும் வியாபாரிகளிடம் இவற்றைப் பண்டமாற்று செய்து கொண்டனர். இப்பருத்தி துணிகளால் பெண்கள் தமக்கெனப் பாவாடைகளையும் ஜாக்கெட்டுகளையும்

ஆண்களுக்கென கால்சராய்களையும் தைத்துக் கொண்டனர்; சிவப்பு மற்றும் மஞ்சள் பூக்களாலான துணிகள், வெளிர்மையும் பசுமையுமான துணிகள் அல்லது வானவில் போன்று கோடுகளிட்ட துணிகள் என்றவாறு இவர்களெல்லாம் உடுத்திக் கொண்டனர்; வைக்கோலில் குல்லாய்கள் செய்து கொண்டனர். அவர்கள் குளித்து முடித்ததும் அலங்காரத்துக்கு தேவையானதெல்லாம் சிறிது பூக்களே; அவர்களைச் சுற்றிலும் அபரிமிதமாக பூத்திருந்தன பூக்கள்; கீற்றுக் குடிசைகளைக் கொண்ட அக்கிராமங்கள் தோட்டங்களாகத் தோன்றுமளவுக்கு பூக்கள் நிறைந்து காணப்பட்டன. கணவாய் வழியாக கழுதை மீது இங்கு வந்த பயிரியல் ஆய்வாளர் துபோய்ஸ், சொர்க்க லோகம் போன்றதான இந்நிலவியல் காட்சியைப் பார்த்ததும் 'பிரியமுள்ள தேவனே, ஆதாரம், ஏடன் தோட்டத்தை மக்களுக்காக திறந்துவிட்டது போன்றிருக்கிறது!' என்று வியந்தார்.

இருக்கிறது என்பதில் உறுதியாகவும், எங்கே இருக்கிறது என்பதை அறியாமலும், துபோய்ஸ் இடமொன்றைத் தேடிக்கொண்டிருந்தார். உலகின் மூலை முடுக்கெல்லாம் சென்று ஒவ்வோரின தாவரத்தையும் கெட்டியான அவரது கண்ணாடி வழியே உற்று நோக்கியிருந்தார். டஹோமியிலுள்ள அல்லிப் பூவுக்கும் பிரேஸிலில் கருவிழி கொண்ட போர்த்துகீசிய பெண்ணொருத்திக்கும் தன் பெயரை அளித்திருந்தார். தான் சிறிது காலமே வாழப்போவதாக இருண்ட விழிகள் மூலம் எச்சரித்திருந்த, மெலிந்த மனைவியை அவர் நேசித்ததால், அந்நிய மண்ணிலே ஒரு செடியை நட்டுவைத்தார். அதற்கு நன்றி பாராட்டும் வகையில், தான் இறப்பதற்கு முன்பு ஒரே பிரசவத்தில் இரு குழந்தைகளைத் தந்துவிட்டுப் போனாள்.

அவளுக்காக அவர் கைவிட்டுச் சென்றிருந்த மலரும் கானகத்திற்கு திரும்பி வந்ததில் ஆறுதல் உண்டாயிற்று. இலை தழைகளை உண்டு வாழும் சிங்கத்தைப் போல கண்ணியமாயும் சிலிர்த்த தலையும் கொண்டு, தனது அளப்பரும் உயரம் காரணமாக குனிந்து போவதை வழக்கமாக உடைய, கண்ணாடியணிந்துள்ள அவர் நடுத்தர வயதை நெருங்கிக் கொண்டிருந்தார். அவரது அறிவுத் திறனுக்கான பலன்கள் கிட்டாது போவதற்குக் காரணமான அவரது அடக்கத்துடன், இடையிலே முடிந்து போன அவரது மணவாழ்வும் சேர்ந்து ஏற்ற இறக்கங்களைக் கொண்ட அவர் வாழ்க்கை, தனிமையின்பால்

வேட்கை கொள்ளச் செய்தது; பேராசையும் தன்னலமும் சூதும் அந்நியமா யிருக்கும் இடத்திலே தன் பிள்ளைகளை வளர்க்க வேண்டும் என்னும் ஆசையைத் தூண்டியது – அப்போதுதான் மரக்கன்றுகளின் வலுவும் கள்ளமற்ற தன்மையும் கொண்டு அவர்கள் வளர இயலும்.

ஆனால் அத்தகைய இடத்தைக் காண்பது அரிதாயிருந்தது. நாகரிகத்தினிடமிருந்து தொலை தூரத்திலுள்ள பிரதேசங்களுக்கெல்லாம் அலைந்து திரிந்தும் தன்னுடைய இடம் வந்ததாக அவருக்கு உறுதி ஏற்படவில்லை. அன்று மாலைவரையும் உறுதி உண்டாகவில்லை. ஆதவன் பனிப்படலத்தை ஆவியாக்கிட, பனியில் நனைந்த புல்லும் பாசியும் மண்டிக்கிடக்கும் கரடுமுரடான பாதையில் அவரது கழுதை சென்றதும் ஒரு திசைவழிக்கான நுட்பமான குறிப்பாகவே தோன்றியது.

இதமான காற்றின் இனிமை கொண்டு செடி கொடிகள் பின்னிப்படர்ந்து கிடக்கும் புதரில் அமிழ்ந்துள்ள கிராமம் ஒன்றிற்கு சுற்றி வளைத்துச் சென்றது அப்பாதை. கிடார் ஒன்றில் யாரோ மீட்டிக் கொண்டிருந்த வைகறைப் பாடலின் ஸ்வரங்கள் நடுக்கத்துடன் விடியலில் ஒளியில் சிலிர்த்தன. துபோய்ஸ் கடந்து செல்லும்போது, கருப்புப் பெண்ணொருத்தி, தலையில் சிவந்த கைக்குட்டையினைச் சுற்றிக் கொண்டு, வாசலைத் திறந்து காலை ஒளியின் மாட்சிமையைக் காண எட்டிப் பார்த்தாள். அந்நியரைக் கண்ட அவள் இன்னொரு சூரியோதயமாய் மலர்ந்தாள். பாலேட்டுடனும் சூரியப்பிரகாசத்துடனும் கலந்து விட்ட அவரது தாய்மொழியின் இனிமையான தொடர்களால் அவரை வரவேற்றாள். வெகு தொலைவிலிருந்து அவர் பயணம் செய்து வந்திருப்பதால் அவருக்கு காலை உணவு அவசியம் என்பதை உணர்ந்து கொண்ட அவள், சிறிது சாப்பிடத் தந்தாள்; அவள் பேசிக்கொண்டிருக்கையில் மஞ்சள் வண்ணம் அடித்த கதவு ஒன்று திறக்க, சிறுவர் கூட்டம் ஒன்று கழுதையைச் சூழ்ந்து கொண்டு, சூரியகாந்திப் பூக்களைப் போன்று துபோய்ஸிற்கு தென்பட்டனர்.

கிரியோவ் மக்களிடம் வந்து ஆறு வாரங்கள் கழித்து, துபோய்ஸ், தன் மாமனார் வீட்டுக்குப் புறப்பட்டார். தனது புத்தகங்கள், குறிப்பேடுகள், ஆய்வுப் பதிவுகளை கட்டிவைத்தார்; சேகரித்த தாவரங்கள், உயிரினங்கள், சாதனங்களை ஒழுங்குபடுத்தினார்; தன் எஞ்சிய வாழ்நாளுக்குத்

தேவையான துணிமணிகளையும் பற்றுதல் கொண்ட பொருட்களின் பெட்டியையும் பத்திரப்படுத்தினார். அவரது கடந்த காலத்து விஷயங்களில் அவர் விட்டு வைத்திருப்பது இப்பெட்டியும் அவரது பிள்ளைகளுமே. இவற்றையெல்லாம் ஒரு பண்ணை வீட்டில் அவர் பாதுகாப்பாக அடுக்கியதும், அக்கிரமத்தினர் அவருக்காக ஆயத்தமாவதில் தங்கள் அசமந்தத்தால் நீண்ட நேரம் குறுக்கீடு செய்தனர். ஆய்ந்து அறிந்திட, எஞ்சியுள்ள தன் வாழ்நாளெல்லாம் தேவைப்படக் கூடியதான முக்கிய நூலான கானகம் தவிர்த்து மற்றவற்றுக்கு தன் நெஞ்சக் கதவுகளை மூடிக்கொண்டார்.

பறவைகளும் மிருகங்களும் அவரைக் கண்டு அஞ்சவில்லை. மரங்களிடையே அவர் தீட்டிய ஓவியங்களைக் குறித்து யோசிக்கும் வேளைகளில் மைனாக்கள் அவர் தோள்களில் அமர்ந்து சிந்தனை வயப்பட்டிருக்கும்; நரிக்குட்டிகள் அவரது காலைச்சுற்றி விளையாடும், அவரது பெரிய கைகளில் இனிப்புகள் உள்ளனவா என்று எட்டிப்பார்க்கும். அவரது பிள்ளைகள் வளரும் போது அவர்களுக்கு அவர் நிஜமான தந்தையாக அல்லாது, அவர்களது சூழலின் மலர்ச்சியாகவே தோன்றினார். பெரும் பகுதியான மனிதர் எல்லாரிடமும் அழகு, அன்பு, கண்ணியம் இல்லாத எல்லாரிடமும் கருணைமிக்க அலட்சியத்தால் உண்டாகும், ஒளிரும் மானுட விரோதத்தை, தங்களை அறியாமலேயே தந்தையிடமிருந்து உள்வாங்கிக் கொண்டனர்.

'இங்கே, நாமெல்லாரும் கானக வாசிகளாகியிருக்கிறோம்; புத்திசாலித் தனமும் நாசகாரத்தனமும் கொண்ட மனிதனிடமிருந்து அது எவ்வளவோ மேலானது. அறிந்த மனிதன், உண்மைதான்; மனிதன் அறிந்து கொள்ள இயற்கையை விடவும் வேறென்ன உள்ளது?' என்பார் அவர்.

கவலையற்ற மற்ற குழந்தைகள் அவர்களின் விளையாட்டுத் தோழர்கள், பறவைகளும் வண்ணத்துப் பூச்சிகளும் பூக்களும் அவர்களின் பொம்மைகள். அவர்களுக்கு எழுதுவதையும் படிப்பதையும் வரைவதையும் கற்றுத்தர போதுமான நேரத்தை அவர் ஒதுக்கினார். அவர்கள் விரும்பியபடி வளர்ந்து கொள்ளட்டும் என்று தன் நூலகத்தை இஷ்டத்திற்கும் பயன்படுத்திக் கொள்ள விட்டுவிட்டார். ஆக, எளிய உணவு, வெது வெதுப்பான தட்பவெப்பம், நீடித்து வரும் விடுமுறைநாட்கள், அங்கொன்றும்

இங்கொன்றுமான படிப்பு என்பதில் அவர்கள் நேரத்தைச் செழித்தனர். அஞ்சுவதற்கு ஏதுமில்லாததால் அச்சமின்றி இருந்தனர், பொய் சொல்லத் தேவையில்லாததால் உண்மையே பேசினர். அவர்களுக்கு, எதிராக கோபத்தில் ஒரு கையோ குரலோ எழுந்ததில்லை. எனவே அவர்களுக்கு கோபம் என்றால் என்னவென்று தெரியாது; அதனை அவர்கள் புத்தகங்களில் பார்த்ததும், இரண்டு நாட்கள் சேர்ந்தாற்போல மழைபெய்யும் போது – அது அடிக்கடி நிகழ்வதில்லை – உணரக்கூடிய இலேசான நடுக்கத்தை குறிப்பது எது என்று எண்ணிக் கொண்டனர். அவர்கள் பிறந்திருந்த உற்சாகமற்ற நகரத்தை முற்றிலுமாக மறந்து போயினர். இப்பசிய உலகம் தன்னைச் சேர்ந்தவர்களாக அவர்களை ஈர்த்துக் கொண்டது. அவர்களது வளர்ப்புத் தாய்க்கு ஏற்ற பிள்ளைகளாக அவர்கள் இருந்தனர் – வலுவும் குழைவும் கொண்டவர்களாக, அக்கிரமத்தினரின் நிறத்தைப் போன்று சூரிய ஒளியால் பறவைகள் பாடுவதற்கோ, பறப்பதற்கோ இடமில்லாதபடிக்கு, பின்னிக் கிடக்கும் இடத்திலே பகலும் இரவும் ஒருங்கிணைந்து இன்னிசை மோனமாகி விட்டிருந்தாலும், நாட்கள் நகர்வதற்கு கச்சிதமாக கணக்கு வைத்திருந்தனர் – அமைதியாகச் செல்லும் ஆற்றின் வழியாக ஐந்து நாட்கள் சென்றால் பைன்மரங்களின் அடர்த்தி குறைந்து போகும் என்பதை அவர்கள் அறிவார்கள். கள்ளிப் புதர்கள் மண்டிய ஆற்றின் கரைகள், இப்போது இளஞ்சிவப்பு மலர்கள் சிதறிக்கிடக்க, வெவ்வேறு விதமான மணியோசைகளை எழுப்பிக் கொண்டு, நீர் துள்ளிப் பாய்ந்திடுவதற்குரிய வகையில் குறுகி, குறுகிப்போய்க் கொண்டிருந்தன; வனத்தின் வரம்பு களிலிருந்து விடுபட்ட மரங்கள் இப்போது நளினத்துடனும் ஒய்யாரத்துடனும் வளர்ந்தன; அவற்றின் கிளைகள் ஒன்றிலிருந்து இன்னொன்றிற்கென அணில்கள் தாவின. ஜோடுகளின்றி நடந்துவரும் பிள்ளைகளைக் கண்டு முயல்கள் ஓடவில்லை; இலைகளுக்கு மத்தியில் சிந்தனை வயப்பட்டதாக இருக்கும் ஞானமிக்க தேரை, தன் தலையில் வைரத்தை கொண்டிருக்க வேண்டும், ஏனெனில் அதன் விழிகளினின்றும் பிரகாசமான ஒளிக்கற்றைகள் பாய்ந்து வருகின்றன – அதன் தலைக்குள்ளாக சில்லென்ற நெருப்பு எரிவது போன்றிருக்கிறது – என்று மேடலினுக்கு எமிலி சுட்டிக் காட்டினாள். இந்த அதிசயங்கள் குறித்து பழைய நூல்களில் அவர்கள் படித்திருக்கிறார்களே யொழிய பார்த்ததில்லை.

இந்த இடத்திலே இதற்கு முன்னால் எதனையுமே அவர்கள் கண்டதில்லை . மிகவும் அழகியதாயிருந்ததால் சற்று திகைப்புற்றனர் அப்புறம் ஆற்றின் மேற்பரப்பிலே மலர்ந்துள்ள அல்லிப் பூ வொன்றை பறித்திட கைநீட்டிய மேடலின், கூச்சலுடன் குதித்து விழுந்து, வேதனையுடனும் எரிச்சலுடனும் ஆச்சரியத்துடனும் தன் விரலை நோக்கினாள். அவளது ஒளிரும் குருதி புல்லின் மீது சொட்டியது. 'எமிலி, இது என்னை கடிக்கிறது!'

அவர்கள் இதற்குமுன் சிறிதளவு விரோதத்தைக் கூட காட்டிலே எதிர் கொண்டதில்லை, ஆற்றின் பக்க வாத்தியத்திற்கேற்ப பறவைகள் பாடல்கள் இசைக்க, அவர்தம் விழிகள் ஆச்சரியத்திலும் யூகத்திலும் சந்தித்தன.

'இது புதிரான இடம். காட்டின் இப்பகுதியிலே பூக்கள் எதனையும் நாம் பறிக்கக் கூடாது போலும்! மாமிச பட்சணியான நீர் அல்லிப்பூவின் ஒருவகையை நாம் கண்டிருக்கலாம்' என்றான் எமிலி தயக்கத்துடன்.

காயத்தைச் சுத்தப்படுத்தி, தன் கைக்குட்டையால் கட்டிவிட்டு, ஆறுதலாக அவளின் கன்னத்திலே முத்தமிட்டான் எமிலி. ஆனால் சமாதானமடையாத அவள் ஆற்றின் நீரோட்டத்திலே கூழாங்கல்லை விட்டெறிந்தாள். கூழாங்கல் அவ்வல்லியைத் தாக்கியதும், தன் நெருக்கமான பூவிதழ்களை அல்லிப்பூ பட்டென்று விரித்ததும், உள்ளே வெண்ணிறத்தில் கச்சிதமான இரு பற்களை இருவரும் கண்ணுற்றனர். பின்னர், விரிந்த பூவிதழ்கள் விரைவாக பற்களை மூடிக்கொள்ளவும், மீண்டும் அவ்வல்லிப்பூ பரிபூரண வெண்மையுடனும் கள்ளமற்ற தன்மையுடனும் தோற்றமளித்தது.

'மாமிச பட்சணியாக இருக்கிறது இந்த அல்லிப்பூ! தந்தையிடம் நாம் தெரிவிக்கும்போது ஆச்சரியப்படுவார்' என்றான் எமிலி.

ஆனால், தன்னை ஈர்த்து விட்டது போல அப்பூவின் மீதே பார்வையைப் பதித்திருந்த மேடலின், மெல்லத் தலையை அசைத்தாள். மிகவும் தீவிரபாவம் கொண்டிருந்தாள்.

'இல்லை, காட்டின் இம்மையப் பகுதியிலே நாம் காண்பவை பற்றி பேசக்கூடாது. அவையெல்லாம் ரகசியங்கள். அவை ரகசியங்களாக இல்லாதிருந்தால், முன்கூட்டியே அவைபற்றி அறிந்திருப்போம்' என்றாள் அவளது வார்த்தைகள், அவளுடைய ஈர்ப்பு விசையளவுக்கு புது வித

கனத்துடன், வந்து விழுந்தன – அவளைக் காயப்படுத்திய கேடு கெட்ட வாயினிடமிருந்து மர்மமிகு சமிக்ஞையினை அவள் பெற்றிருப்பது போல தோன்றியது. அவள் கூறுவதைக் கேட்டுக் கொண்டே உடனடியாக கதை கதையாக கூறப்பட்டு வரும் அம்மரத்தைப் பற்றி எண்ணினான் எமிலி; அப்போது தன் வாழ்நாளில் முதல் முறையாக அவளைத்தான் புரிந்து கொள்ளாது போனதை உணர்ந்து கொண்டான் – அவர்கள் அம்மரம் பற்றி திகைப்புடன் அவளை நோக்கியவாறு, முன்னெப்போதும் தான் கண்டிராத பெண்மையின் அறுதியான வேறுபாட்டை உணர்ந்தான்; இதுவரையிலும் தான் ஆர்வங்கொள்ளாத ஓர் அறிவொழுங்கிற்கான திறவுகோலை இவ்வித்தியாசம் அவளுக்கு வழங்கக் கூடும்; சட்டென்று அவனைக் காட்டிலும் பெரிதும் வயதானவளாகத் தோன்றினாள். அவள் விழிகளை உயர்த்தி, நீண்டதும் புனிதமானதுமான பார்வையை அவன் மீது பதிக்க, அது அவனை இரகசியத்தின் சதியிலே பிணைத்துப் போட்டது – இனிமேல், தம்மைச் சுற்றியுள்ள கொடூரமான அற்புதங்களை, ஒருவர் மற்றவருடன் மட்டுமே பகிர்ந்து கொள்ளக் கூடியதாய் இருந்தது. கடைசியாக, தலையசைத்தான்.

'நல்லது, அப்படியானால் தந்தையிடம் கூறவேண்டாம்'

அவருடன் அவர்கள் பேசும்போது ஒருபோதும் கவனித்திராததை அவர்கள் அறிந்தபோதும், எதனையும் வேண்டுமென்றே அவரிடமிருந்து மறைத்ததில்லை.

இரவு நெருங்கிக் கொண்டிருந்தது. மலர்ச்சி கொண்டுள்ள மரத்தின் கிளைகளுக்கு கீழே அவர்களுக்கென தலையணைகளாக தயார் நிலையில் உள்ள பாசி மேடுகளைக் காணும் வரையிலும் சற்று தூரம் நடந்தனர். தூய நீரினை அருந்தினர், எடுத்து வந்ததில் எஞ்சியிருந்த உணவை உண்டனர், அம்மண்ணின் மைந்தர்களைப் போல, ஒருவர் மற்றவர் கரங்களில் – பரிச்சமற்ற வகையிலே, கத்திகளும் பாம்புகளும் புரையோடிய ரோஜாக்களும் இடம்பெறும் தீக்கனவுகளால் வழக்கம்போல அமைதியாக தூங்க முடியாது போனாலும் – ஒருவாறு துயின்றனர். இருவரும் முணுமுணுத்துப் புரண்டு கொண்டிருந்தாலும், அக்கனவுகள், தோன்றிமறையும் தீப்படிமங்களாகவே இருந்து போனதால் பாதிப்பு எதனையும் உண்டு பண்ணவில்லை; தூங்கி எழுந்த அவர்கள் அவற்றை மறந்து போயினர்; சரியாகத் தூங்கவில்லை

என்பதை மட்டும் அறிந்திருந்த அவர்கள் தீக்கனவின் எரிச்சலூட்டும் படிவை மட்டுமே கொண்டிருந்தனர்.

காலையில் ஆடைகளை அவிழ்த்துவிட்டு ஆற்றிலே நீராடினார். அவர் தம் உடல்களின் பொலிவிலே காலமானது நுட்பமாக மாற்றிக் கொண்டிருந்ததை எமிலி நோக்கினான்; குழந்தைப் பருவத்திலிருந்து அவன் செய்து வந்தது போல அவனது சகோதரியின் நிர்வாணத்தைப் புறக்கணித்திட இயலாது போயிற்று; அப்போது, தனக்கே உரிய விளையாட்டுத் தனத்தில் அவன்மீது நீரை அள்ளித் தெளித்ததிலிருந்தும், சட்டெனத் தன் விழிகளைத் தவிர்த்துக் கொண்டதிலிருந்தும், அவளும் அதே அசாதாரணமான குழப்பத்தை அனுபவித்தாள். ஆகவே அவர்கள் அமைதியாகி துரிதமாக உடுத்திக் கொண்டனர். இருப்பினும், இக்குழப்பம் சந்தோஷமானதாக, அவர்களது குருதியைச் சுண்டியிழுப்பதாக இருந்தது. அவளது விரலை நோட்டமிட்டவன் அல்லிப்பூவின் பல் அடையாளங்கள் போய் விட்டதைக் கண்டான்; காயம் முற்றிலுமாக ஆறியிருந்தது. என்றாலும், பற்களைக் கொண்ட அப்பூவை நினைத்துக் கொண்டதும் பரிச்சயமற்ற பீதியால் இன்னும் நடுங்கினான்.

'நம்மிடம் உணவு மிச்சமில்லை. பகலில் திரும்பியாக வேண்டும்' என்றான்.

அவன் விருப்பத்திற்கு மாறாக, தான் விரும்பிய வண்ணம் அவனை அவ்வாறு வைத்திருக்கும் புது ஆசையில் வேர்கொண்டிருக்கக் கூடியதான, மர்மமிகு நோக்குடன் 'ஒ, முடியாது!' என்றாள் மேடலின். 'முடியாது! சாப்பிட ஏதாவது கிடைக்கும் என்பது நிச்சயம். அதிலும் இது ஸ்டராபெர்ரிகள் கிடைக்கின்ற பருவம்' காடுகளைப்பற்றி அவனும் அறிவான். ஆண்டின் எந்தவொரு பருவத்திலும் உணவு கிடைக்காமலிருக்காது – பெர்ரி, கிழங்குகள், பழங்கள், காளான்கள் என ஏதாவது கிடைக்கும். வீட்டிலிருந்து இவ்வளவு தூரத்தில் அவளுடன் தனித்திருப்பதால் உண்டான தனது கலவரத்தை மூடி மறைத்திட அவன் கண்ட பொய்க் காரணமே அது என்பதை அவள் அறிவாள் என்று கண்டு கொண்டான். திடமான வெற்றிப் பெருமிதத்துடன் அவள் நடந்தாள்; அவள் பெற்ற ஆரம்பகட்ட வெற்றி அற்பமானதாயினும், எதிர்காலத்தில் பெரும் யுத்தங்களை வரவேற்கக்

கூடியதாயிருக்கும் – மோதலுக்கான சூத்திரம் ஒன்றை அவர்கள் இன்னும் அறியாது போனாலும் கூட மற்றவரின் உடல்வனப்பு, நேர்த்தி குறித்த ஒருவரின் பிரக்ஞையுணர்வு, இரட்டைக் குழந்தைகளாயிருந்து வந்ததையும் ஒருவரை மற்றவரிடமிருந்து பிரித்துக்காட்ட முடியாதிருந்ததையும் குறைத்துக் காட்டத் தொடங்கியது. ஆகவே எல்லாமும் முன்போலவே இருக்கிறது என்று பாவிப்பதற்காக, வனம் தனது பற்களைக் காட்டுவதற்கு முன்பாக, தமது பயிரியல் ஆய்வுகளில் மீண்டும் ஆழ்ந்தனர்; சுற்றிவளைத்து செல்லும் ஆற்றுப்பாதை, பேசிக்கொள்ள நிறையவே இடந்தரக்கூடிய, மாயங்கள் நிறைந்த இடங்களுக்கு இட்டுச் சென்றது; நிழல்கள் மறைந்து விடக்கூடிய பகல் பொழுது வந்ததும், இரசாயனமாற்றமேற்பட்டுள்ள, தாவரவியல் உருமாற்றமேற்பட்டுள்ள நிலப்பகுதிக்கு வந்து சேர்ந்ததிருப்பதாக தோன்றியது – அற்புதமல்லாதது எதுவும் அங்கேயில்லை.

அவர்கள் கவனிக்கும் போது விரிந்த பெரணிகள், விதைகள் இருக்க வேண்டிய இடத்தில் வைரங்கள் போல் ஒளிர்கின்ற பளபளப்பான சிறுகண்களை ஏராளமாக ஓலை மடிப்புகளின் ஓரங்களில் கொண்டிருந்தன. திராட்சைக் கொடியொன்று வெளுப்பானதும் துஞ்சுவதுமான பூக்களால் நிறைந்திருந்தது. அவர்கள் கடந்து செல்கையில் ஸ்பானிய நாடோடிப் பாடலின் மோகவெறியோடு தாழ்ந்த ஸ்ருதியில் பாடியதும் மோனமாகி விட்டன. இலைக் கொத்து களுக்குப் பதிலாக பழுப்பு நிறத்தில் புள்ளிகளுடன் கூடிய தோகைகளைக் கொண்ட மரங்கள் இருந்தன. அவர்களுக்கு பசி கடுமையானபோது ஆற்றோரத்தில் மீனின் செதில்கள் போன்ற அடிமரங்களுடன், தாழ்வாக வளர்ந்துள்ள தோப்புக்கு வந்து சேர்ந்தனர். அவர்கள் எதிர்பார்த்ததை விடவும் மேலான உணவை அம்மரங்களில் கண்டனர். கிளிஞ்சல் வடிவிலான பழங்கள் அம்மரங்களில் இருந்தன; அவற்றைப் பிளந்து உண்டதும். ஈரிதழ் சிப்பி போன்ற சுவையை அனுபவித்தனர். பகலுணவு முடிந்து, சிறிது தூரம் நடந்ததும், வெண்மை நிறத்தில் சிவந்த உச்சியைக் கொண்ட திருகு சுருள் முடிச்சுகளைக் கொண்ட மரங்களைப் பார்த்தனர்; அவற்றை உறிஞ்சிப் புத்துணர்வூட்டும் பாலினைப் பருகினர்.

'பார்த்தாயா? நமக்கு ஊக்கமளிக்கும் ஏதாவது கிடைக்கும் என்று சொன்னேன் இல்லையா!' தனது வெற்றி மறைக்க முடியாததாய் ஆனதும் மேடலின் சொன்னாள்.

ரம்மியமான அக்கானகத்தில், மாலை நேரத்து நிழல்கள் பொன் துகள்களாய் வீழ்ந்த போது, அவர்கள் களைப்பினை உணர்ந்தபோது, போக்கும் வரத்தும் இல்லாது, புலப்படாத நீரூற்றினைக் கொண்டிருக்கக் கூடிய குளம் இருக்கின்ற சிறு பள்ளத்தாக்கை வந்தடைந்தனர். விண்ணுலகின் நறுமண நீர்மத்தைப் போன்றதான ஆனந்தம் தருகின்ற எலுமிச்சை மணத்தால் அப்பள்ளத்தாக்கு நிறைந்திருந்தது; அம்மணத்தின் தோற்றுவாயை சட்டென அவர்கள் கண்டு கொண்டனர்.

'நல்லது, இது கதைகளில் சொல்லப்படும் உபாஸ் மரமன்று! இது போன்றதான தட்பவெப்பம் நிலவுகின்ற, வட இந்தியாவிலுள்ள மணப்பொருள் தரும் மரம் போன்றதாயிருக்க வேண்டும்' என்று வியந்தான் எமிலி.

சாதாரண ஆப்பிள் மரத்தைவிட சற்றுப் பெரிதாக, ஆனால் வடிவத்தில் மிகவும் நேர்த்தியாக இருந்தது அம்மரம். சிவப்பு மகரந்தங்களைக் கொண்ட நட்சத்திரப் பூக்களையும், அழுத்தமான பசுமை நிறத்தில் இலைகளையும் கொண்டிருநதன. அசைந்தாடும் கிளைகள் – வண்ண ஜாலங்களும் நறுமணங்களும் அந்த அந்திப் பொழுதுக்கு மாயத்தைச் சேர்த்தன. இவ்விலைகள், பசுமைத் தீற்றல்களுடன் பழக் கொத்துக்களை மறைத்து வைத்திருந்தன – உலகத்திலுள்ள உதிக்காத ஆதவன்கள், பல்வேறானதும் உலகளாவியது மான விடியல் ஒன்று அற்புதமாக அவற்றைத் தட்டி எழுப்பும் வரையிலும், மரத்தில் தூங்கிக் கொண்டிருந்தது போன்றிருந்தது. அவ்வழகிய மரத்தை கையோடு கைசேர்த்து அவர்கள் உற்றுநோக்கிக் கொண்டிருந்தபோது, பழத்தை தெளிவாக பார்க்கும் விதத்திலே சிறுகாற்று ஒன்று இலைகளை விலக்கியது; பழத்தின் நாணங்கொண்ட கன்னத்தின் நடுவிலே, தாகங்கொண்ட மனிதனின் பற்களால் கடிக்கப்பட்ட அடையாளங்கள் போன்று இருப்பதை கண்டு கொள்ள முடிந்தது. அக்காட்சி அவளது பசியைத் தூண்டிவிட்டது போல, சிரித்தபடி மேடலின் குறிப்பிட்டாள். 'நல்லது, எமிலி, கானகம் நமக்கு பழவிருந்தினைக் கூட தந்திருக்கிறது!'

நேர்த்தியானதும் நறுமணம் வீசுகின்றதுமான அம்மரத்தை நோக்கி தாவினாள்; ஊடுருவித் தோன்றுவதான, மாயக்காட்சிகள் தருவதான மங்கலான ஒளியில் அப்போது அம்மரம் ஆழ்ந்திருந்தது இது வரையிலும்

தான் சகோதரியின் அதிசயிக்கும் அழகுக்கு, இப்போது தன்னை பரவசத்தில் ஆழ்த்திடும் அவ்வழகுக்கு இணையானதாக அம்மரம் அவளின் சகோதரனுக்குத் தோன்றியது. இருண்ட குளம், பழங்காலத்து கண்ணாடி போன்று அவளை இருளாகப் பிரதிபலித்தது. பழுத்த ஒரு பழத்திற்காக இலைகளை விலக்க கையுர்த்தினாள்; அவள் விரல்கள் பட்டதும் பசியதோல் வெதுவெதுப்பாயும் ஒளிர்வதாயும் தோன்றியது; அவளது 'ஸ்பரிசத்தினால் பரிபூரணம் பெற்றுவிட்டது போல், அவள் முதலில் தொட்ட பழம் லகுவாக கிளையிலிருந்து வந்து விட்டது. ஒருவகை ஆப்பிள் பீர் போன்றிருந்தது. அவள் கன்னத்தில் வழிந்து போகும் அளவுக்கு சாறு கொண்டதாயிருந்தது, சிரித்தபடி, நீண்டு சிவந்த வேட்கை மிகு நாவால் உதடுகளைத் துழாவினாள்.

'மிகவும் நன்றாயிருக்கிறது! சாப்பிடு!' என்றாள். அவனை நோக்கியவாறு, கையில் பழத்துடன், குளத்தின் ஓரமாக நீரில் சலசலத்துக் கொண்டு திரும்பி வந்தாள். அப்போதுதான் உயிர்பெற்ற அழகிய சிலைபோன்று இருந்தாள். இது போன்ற விசேடமான ராத்திரிப் பொழுதில் மலர்வதற்காக காத்துக் கொண்டிருக்கும் இரவுப்பூக்களைப் போன்றிருந்தன அவளது பெரிய விழிகள் – மயக்கந்தரும் அவற்றின் ஆழங்கள் இதுவரையிலும் யூகிக்க முடியாத, அறிந்து கொள்ள இயலாத, வெளிப்படுத்த இயலாத காதலின் வீச்சுக்களை அவளின் சகோதரனுக்கு வெளிக்காட்டின.

ஆப்பிளை வாங்கிக் கொண்டான்; உண்டான்; மற்றும், அதன்பிறகு, அவர்கள் முத்தமிட்டுக் கொண்டனர்.

## ஏஞ்சலா கார்ட்டர் (1940 – 1992)

பிரிட்டனிலிருந்து வந்த இலக்கியவாதிகளில் வித்தியாசமானவர். பெண் எழுத்தாளராக இருப்பதே சவாலுக்குரிய விஷயமாக இருக்கும் போது, தனிப்பட்ட வாழ்க்கைக்கும் இலக்கியப் பாத்திரத்திற்கும் பிளவில்லாதபடி வாழ்ந்து காட்டியவர். முதலில் ஆண்நிலை நோக்கில் எழுதி, அங்கீகாரம் பெற்ற பிறகு பெண்நிலைவாதியாக எழுதி, பின்னர் பால்வேறுபாடற்ற நோக்கிலிருந்து எழுதியவர். சேக்ஸ்பியர், ஹாலிவுட் பட உலகம், பூர்வகுடிகளின் ஆதி

வாழ்க்கை, தேவதைக் கதைகள், நாடோடி கதைகள், தொன்மங்கள் – என அவரது உத்வேக ஊற்றுகள் பல திறப்பட்டவை. நாவல்கள், சிறுகதைகள், கட்டுரைகள், நாடகங்கள் என நிறையவே எழுதியவர். சிறுகதைகள் அவரது குவிமையமாக இருந்தவை. புதுவித நோக்கும் புதுவித அணுகுமுறையும் புதுவித விவரிப்பும் அவரது எழுத்தில் இயல்பான அம்சங்களாயிருக்கும்.

1992இல் புற்றுநோயால் இறக்கும் முன்பு தனது இறுதிச் சடங்கில் வாசிப்பதற்காக,

That Drop. that Ray of the clear Foundation of Eternal Day

என்னும் வரிகளைக் கொண்ட மார்வெல்ஸின் ‘on a Drop of Dew' கவிதையை வாசிக்குமாறு குறிப்பு எழுதி வைத்திருந்தார். எப்பொழுதும் ஒளி தந்து கொண்டிருந்த ஏஞ்சலா, மாபெரும் ஒளியின் பிரகாசங்களில் தான் சங்கமித்துப் போவதை கலையின் பகுதியாக கலைஞன் ஆகிவிடுவதை நாம் கற்பனை செய்து கொள்ள வேண்டும் என்பதற்காக இவ்வாறு எழுதி வைத்திருக்கலாம்’ என்கிறார் சல்மான் ருஷ்டி

Fire Works. The Blooby Chamber, Black Venus, American Ghosts and Old World Wonders GÅT I GOT ஏஞ்சலாவின் சிறுகதைத் தொகுதிகள்.

Wise Children, Night at the Circus, The Magic Toyshop அவரது முக்கிய நாவல்கள்.

Penetrating to the Heart of the Forest

என்னும் ‘Fireworks: Nine Profane Pieces’ தொகுப்புச் சிறுகதை தமிழில் தரப்பட்டுள்ளது.

(‘வேர்கள் ’ 5 – ஏப்ரல் / 99 இதழில் வெளியானது).

# 7. வங்காள சிறுகதை

## ஜோதிர்மயீதேவி (1894 – 1988)

ஜெய்பூரில் வசித்த வங்காளத்துக் குடும்பத்தில் பத்து பிள்ளைகளில் இரண்டாவதாகப் பிறந்தவர் ஜோதிர்மயீதேவி. ஜாகீர்தாரரின் மகளான ஜோதீர்மயீக்குப் பத்து வயதில் மணமாகிவிட்டது. 25 வது வயதில் விதவையாகிவிட்டவர். அதிலிருந்து கடுமையான நோன்புகளும் அநுஷ்டானங் களுமாக இறுக்கங் கொண்டிருந்த வாழ்க்கை வாழ நேர்ந்தவர். என்றாலும் 'ஜெய்பூர், டெல்லி பாட்னா கல்கத்தா என்று விதவிதமான இடங்களுக்குப் பயணங்களும் விசாலமான படிப்பும் கூரிய நோக்கும் கொண்டதால் இவ்விறுக்கத்தினின்னும் விடுபட்டு தனக்கென்று ஒருவகை எழுத்தினை உருவாக்கிக் கொண்டவர். அவர் உருவாக்கிக் கொண்ட உலகம், மற்ற பெண்களெல்லாம் பகிர்ந்து கொள்ளக் கூடியதானது. பெண்கள் மட்டுமன்றி ஆடவர், சிறுவரென எல்லாருமே உரிமை கொண்டாடக்கூடியது.

தான் விதவையான சோகத்தை தன் சுயசரிதையில் இப்படிக் குறிப்பிடுகிறார்: 'இத்துயரம் பிரிவு சார்ந்தது மட்டுமன்று... அநாதைகள் (அ) சூத்திரரின் உலகில் மறுபிறவி எடுத்தது போலிருந்தது'

விளிம்பு நிலையில் தன்னை உணர்ந்த அவரால், பல நிகழ்வுகளையும், உறவுச்சிக்கல்களையும், வாழ்வின் சித்திர விசித்திரங்களையும் புதிய கோணத்தில் காண முடிந்தது.

பெண்ணும் பொன்னும் விலக்கப்பட வேண்டுமென்று சதா உபதேசித்த பரமஹம்சர் தெய்வத்தை அன்னை வடிவில்

பூஜித்தும், தான் சேலை அணிந்து கொண்டு வழிபட்டுள்ளது மான முரண்பாட்டை, 'சாதனைகள் பலவிதம், போதனைகளும் விசித்திரம்' என்று தயங்காது முன்வைத்த திரிசடை போல, ஜோதிர்மயீயும் எழுதினார்.

சகலத்தையும் துறந்து சந்நியாசியாக அமரும் ஒருவரைச் சூழும் பக்தர் கூட்டம், தம் லௌகீக கோரிக்கைகள் நிறைவேற்ற அவரைக் கருவியாக்கிக் கொள்கிறது, அவருக்குச் சௌகர்யங்கள் தந்து ஒரே இடத்தில் இருத்தி விடுகிறது. அவரிடம் தன்நோய் நீங்கப் பெறுவதற்காக வரும் நோயாளிப் பெண்ணொருத்தி, அதற்கான மார்க்கம் கிடைக்காத பட்சத்திலும் மனம் தளராது இருக்கிறாள். பக்தர்கூட்டத்தின் நடவடிக்கைகளைக் கண்டு, 'நீங்கள் உலகத்தைத் துறந்தது அதிலேயே தங்கி இருக்கவா?' என்று கேட்டு விடுகிறாள் சந்நியாசியை, அப்போது தான் உண்மை உணரப்பெற்ற சந்நியாசி அன்றே அங்கிருந்து புனிதயாத்திரை கிளம்பிவிடுகிறார்.

தன் நோய் நீங்கப் பெறாதவளால், சந்நியாசியைக் குணப்படுத்த முடிகிறது. பெண், சிகிச்சையளிக்கக் கூடியவள், வறண்ட நிலத்தை வளப்படுத்தும் அமுததாரையாய் அறியப்பட வேண்டியவள் என்பதை ஜோதிர்மயீயின் பிரதி சொல்கிறது.

அநாதையாய் வளரவிட்டு பின் ஒரு கட்டத்தில் அவ்வநாதை மகனுடன் வசதியான காலத்தில் சேர்ந்து வாழும்போது அவனால் தாயுடன் இணக்கம் கொள்ள முடியாததை ஒரு கதை கூறுகிறது.

பிரிவினை காலத்தில், எல்லை தாண்டிப்போக முடியாது, தன்மனைவியை இழந்து பைத்தியமாய் அலையும் கணவனையும், தாய் பிச்சைக்காரியாய் திரிவதைக் கண்டு திடுக்கிடும் மகளையும் அவர் கதைகளில் காணலாம்.

தொடர்ந்து பெண்களாகப் பிறக்க, ஒரு மகனுக்காக, புத்திரகாமேஷ்டியாகம் செய்து பிரியமாய் வளர்த்த

கரடிகுட்டியை பலியிட்டுவிட, பிறக்கும் மகன், கரடி போன்ற சாயலுடன் பிறந்து விடுவதை ஒரு கதை விவரிக்கும்.

சோகங்களையும் மௌனங்களையும் முரண்பாடு களையும் கொண்டவை அவர் பிரதிகள்.

இளமையில் விதவையானது மட்டுமல்லாது, தனது பத்தொன்பது வயதுப் பெண் அமியாவை காலராவில் இழக்க நேர்ந்ததும் அவருக்குப் பேரிடியாக விழுந்தது. விர்ஜினியா வுல்ஃபின் 'A Room of One's Own' போன்ற நூல்களால் பாதிக்கப் பட்டு சிறுகதைகள், கவிதைகள், கட்டுரைகள், நாவல்கள் என நிறையவே எழுதியவர். முதலில் படிப்பிலும் பின் எழுத்திலுமாக தன் விடுதலையைத் தேடியவர்.

வங்காளத்தின் சிறந்த சிறுகதை ஆசிரியர்களுள் ஒருவரான அவரது கதைகள், 'உணர்வுகளை எழுப்புவதுடன் மட்டுமல்லாது வாசகரின் அறிவுப் பரப்பிலும் தார்மீக உணர்விலும் சலனத்தை உண்டுபண்ணுபவை.'

பெண்களது பிரச்னைகளை முன்னிறுத்தி கட்டுரைகள் எழுதிய அநிந்திதாதேவியுடன் சேர்ந்து செயல்பட்டவர். இதிகாசங்கள், சாத்திரங்கள், பஜனைப்பாடல்கள், குரான், ஆங்கில இலக்கியம் எனப் பல பிரதிகளில் ஊடுருவிப்பார்த்து ஒரு பார்வைக் கோணத்தை உருவாக்கிக் கொண்டவர்.

'தனிநபர்களாயுள்ள ஆண்களின் குணச்சித்திரம் சமூகத்தில் எப்படியிருந்தபோதிலும் இறுதியில் பாதிக்கப் படுபவள் பெண்ணே. சமூகத்தையும் அதன் சட்டதிட்டங் களையும் கண்டிப்பவர் அவர்; இச்சமூகம் அர்த்தமற்றது. தேக்கங் கொண்டது, எந்தவகையிலும் உதவாது என அவரது குரல் உரத்து ஒலிக்காமல், தகுந்த விவாதங்களால் வாசகர் முன்வைக்கப்படும்' என்பார் மகாஸ்வேத தேவி.

The Impermanence of Lies: Stories of Jyotrimayee Devi / Stree, Calcutta, 1998- தொகுப்பிலிருந்து தமிழ் வடிவம்.

# துறவி

– ஜோதிர்மயீதேவி

தௌஜி (கோபால பலராமன்) கோயில், பெரிய மொட்டை மாடியைக் கொண்டிருந்தது. யமுனை ஆற்றங்கரையிலிருந்து அது அப்படியொன்றும் வெகுதூரத்திலில்லை. ஒவ்வொருவரும் ஆற்றில் குளித்து விட்டு, கோயிலுக்கு வந்து, தெய்வத்தை வணங்கி, சிவனின் தலையில் அபிஷேக நீர் கொட்டி பழங்கள், பூக்கள், நாணயங்கள் மற்றும் பொங்கலினை காணிக்கையாக விட்டு விட்டுச் செல்வர். ஒருநாள் துறவியொருவர் வந்து கோயில் மொட்டை மாடியில் அமர்ந்தார். மழித்த தலை, வயதினை எடுத்துக்காட்டாத முகம், அமைதியான புன்னகை கொண்டிருந்த அவர் காவி உடுத்தியிருந்தார். அவரது குரலும் வார்த்தைகளும் மதுரமாயிருந்தன. எங்கிருந்து அவர் வந்திருந்தார் என்பதை யாராலும் கூற முடியவில்லை. அவரது வார்த்தைகளின் தொனியிலிருந்து வனங்கள், தேசங்கள் மற்றும் சமுத்திரங்களென அவர் நிறையவே சுற்றியிருந்தார் என்பது தெரிந்தது. கோயில் நிர்வாகிகளுடனும் ஊழியர்களுடனும் அவர் பேசிக் கொண்டிருந்தார்.

கோயிலின் ஒருபுறமாய் அமர்ந்து பஜனைப் பாடல்களை இனிதாய்ப்பாடினார். ஒருவர் பின் ஒருவராக பெண்கள் கூட்டம் ஒன்று அவரைச் சுற்றிக் கூடிற்று. அவர்களில் மூத்தவர் அவரைப் 'பாபா' என நேசத்துடன் விளித்து, பேசத்தொடங்கினர். எல்லா வயதுப் பெண்டிரையும் கொண்ட கூட்டமொன்று அவரைச் சுற்றி எப்போதும் இருந்தது. எல்லாரும் வணங்கி, பூக்களையும் நாணயங்களையும் செலுத்தி விட்டுப் போயினர். பெண்களே பெரும்பாலும் அவரைச் சூழ்ந்தனர். காலையில் குளிக்க வந்தவர்கள் மற்றும் மாலையில் விளக்கு வைபவத்தைக்காண வந்தவர்கள், அச்சாதுவை மகாத்மாவைக் கண்டு போனார்கள். அவர்களில் சிலருக்கு

நோய்வாய்ப்பட்ட குழந்தைகள் இருந்தன, ஒருவரின் மகனுக்கு வேலை தேவைப்பட்டது, சிலரது மகள்கள் / மருமகள்கள் பிள்ளைப்பேறின்றி இருந்தனர் – எல்லாரும் தத்தமது துரதிருஷ்டங்கள், அவரது தெய்வீக ஆற்றலால், அதிருஷ்டங்களாய் மாறிட ஆசைப்பட்டனர். மெல்ல மெல்ல, வயிற்றுவலி தீர காப்புகள், மலட்டுத்தன்மை போகத் தாயத்துகள், வேலைக்காகப் பிரார்த்தனைகள் என இத்தகு கோரிக்கைகளும் வேண்டுதல்களும், அவரது பூஜை நேரத்தை ஆக்கிரமித்துக் கொண்டன. கூட்டத்துக்கு முடிவே இல்லாது போயிற்று, படிப்படியாக ஆடவரும் வந்து போகத் தொடங்கினர். சிலர் அவரிடமிருந்து விபூதிபெற்றுச் சென்றனர், வேறு சிலர் அவரது பாததூளியை எடுத்துப் போயினர். குஜராத்தியர், பஞ்சாபியர், சீக்கியர், பணியாக்கள், சத்திரியர்கள், பிராமணர், பர்தா அணிந்தவர் என எல்லாவகைப் பெண்டிரும் வந்து, வணங்கினர். சாது மகாத்மாவின் முன்பாக பர்தா என்பதில்லை.

இரு பஞ்சாபிப் பெண்டிர் அவரிடம் வந்தனர். ஒருத்தி வயதானவள், மற்றவள் அவளது மகள். இளமையுடன், மெல்லிதாய், வடிவான கையெழுத்தாய் காணப்பட்டாள். 'பாபா' கடந்த ஆறுமாதங்களாய் இவள் ஜீரத்தாலும் கபத்தாலும் மார்வலியாலும் அவதிப்பட்டு வருகிறாள். ஏதாவது மருந்து தாருங்கள். எல்லா சிகிச்சைகளையும் கொடுத்துப் பார்த்தோம், பலனேதுமில்லை. உங்கள் கருணைதான் குணப்படுத்தும் என்றாள் தாய். அநேகமாய் ஊடுருவித் தெரிவதும், நொய்மையானதும், வெட்கப்படுவதுமான அவளது அழகினின்றும், அவள் நோய் என்ன என்பது தெரிந்தது. அம்மகாத்மா அவளை வெறுமனே நோக்கினார். அவர் சொன்னதினின்றும், அவளைக் குணப்படுத்த முடியாதென்பது தெளிவானது. ஆனால் வேறு வழியற்ற தாயோ, அவர்காலடியில் தலை வைத்து, மன்றாடி, 'உங்கள்' அருளால் முடியாதது உண்டோ , மகராஜ்!' என்று அழுதாள். அவளுக்கென இரட்சையோ, காப்போ தாயத்தோ கஷாயமோ ஏதேனும் தரவேண்டு மென்று வற்புறுத்தினாள். ஒரு மகனுடன் விதவையாகி விட்ட அவள் தனது ஒரே மகள்; அவள் இறந்து போனால் அவன் பைத்தியமாகிவிடுவான் என்றெல்லாம் புலம்பினாள். அவளது கண்ணீர் அவரது பாதத்தை நனைக்க, அவளது வார்த்தைகளோ அவரது இருதயத்தை இரக்கத்தால் நிரப்பின.

இதற்கிடையே, அப்பெண் கோயில் தூண்களில் சாய்ந்து, கண்களை மூடியவாறு அமர்ந்தாள் – ஒருவேளை ஜுரம் வேகங்கொண்டிருக்க வேண்டும் அல்லது அவள் சோர்ந்திருக்க வேண்டும், 'நல்லது தாயே, மருந்து எதையாவது யோசித்துப் பார்க்கிறேன்' என்றார். துறவி தாயும் மகளும் போய் விட்டனர்.

காலை, மாலை, பிற்பகல் அல்லது இரவு எந்தநேரத்திலும் கூட்டத்திற்கு குறைவில்லை. ஆடவர் பெண்டிர் என அனைவரும் வந்தனர். சிலர் தட்டுகளில் சாப்பாடு கொண்டு வருவர், சிலர் பூமாலைகள் அல்லது சந்தனம், பத்தி எடுத்து வருவர், வேறுசிலர் புதிய துணிமணிகளும் பணமும் வைத்திருப்பர். படிப்படியாக, பக்தர்கள் தாம் கொண்டு வந்த மாலைகளை அவர் கழுத்தில் அணிவித்தனர் முன்பெல்லாம் தம்மாலைகளால் அவர் பாதங்களைத் தொட்டுவிட்டுப் போய் விடுவர். இப்போது அவர் தலை, நெற்றியில் மணம் வீசும் சந்தனத்தைப் பூசவும் செய்தனர்.

இச்சந்நியாசி இப்போது பாழடைந்து கிடந்த சத்திரத்தில் தங்கிக் கொண்டார், கூட்டம் இன்னும் பெரிதாயிற்று: நோயாளிப்பெண் அவரது விபூதியையும் ஆசீர்வாதத்தையும் பெற்றுச் செல்வாள். அவள் வந்து விட்டாளென்றால், சீக்கிரம் கிளம்புவதில்லை. கூட்டத்தினரிடமிருந்து விலகி அமைதியாய் அமர்ந்திருப்பாள். அரசமரத்தைச் சுற்றிக் கட்டப்பட்டுள்ள மேடையில் அமர்ந்தபடி, வாழ்வு மற்றும் சாவுக்கிடையேயான பாலத்திற்கு அப்பால் என்ன உள்ளது என அதன் வாயிலில் தங்கி கனவு கண்டு கொண்டிருப்பாள். ஒருவேளை அவள் அதனைத் தாண்டமுடியும் அல்லது வாழ்க்கையின் நிலத்தை நோக்கித் திரும்பக்கூடும். நிறையப் பேர்கூடுவதும், காணிக்கைகளைச் சமர்ப்பித்து விட்டு கிளம்புவதுமாயிருந்த, சன்னியாசியின் அறையைக் கவனிப்பாள். சேவையும் கவனிப்புமாயிருந்தது, ஒருகட்டத்தில், பரிச்சயமிகுந்த நேசமாக மாறியிருந்ததையும் அவள் கண்டு கொண்டாள்.

'பாபா, உங்களது பாதங்களைச் சற்று பிடித்து விடட்டுமா?' என்பாள் ஒருத்தி.

'பாபா, சாப்பிட மாட்டீர்களா?' என்பாள் இன்னொருத்தி.

'உங்களுக்குப் படுக்கை விரிக்கட்டுமா?' என்பாள் வேறொருத்தி.

இப்பெண்டிரின் பாசமும் கவனிப்பும் ஆயிரமாயிரம் தளைகளில் இச் சந்நியாசியைப் பிணைத்துப் போட்டன. இத்தளைகளெல்லாம் எப்படிப்பட்டவை, அவற்றிலிருந்து தப்பிச் செல்வது எப்படிப்பட்டது என்பதை அவர் அறிந்திருக்கக் கூடும் – அல்லது நினைவில் வைத்திருக்க மாட்டார். பெரும் ஸர்ப்பத்தின் சுற்றுக்களாய், எல்லாப்பக்கங்களிலும் கட்டப்பட்டிருந்தார். முந்தைய பந்தங்கள் ஒருவகையாய் இருக்க, இவையோ வேறொருவிதமாய் இருந்ததை இச்சாது எண்ணியிருக்கக் கூடும். பாவம், இவரைக் கவனிக்க யாரும் இல்லை எனப் பெண்டிர் நினைத்தனர்.

இரவு நெருங்கும். அப்பெண் எழுந்துவந்து, 'பாபா நான் இப்போது கிளம்புகிறேன்' என்பாள். 'நல்லது மகளே' என்று பாசத்துடன் நோக்கியபடி சந்நியாசி கூறுவார். மாசுமறுவற்ற அலட்சியபாவத்துடன் போய் விடுவாள். நோய்வாய்ப்பட்டவளும், அகங்காரம் கொண்டவளும், கத்திபோல் கூர்மையான வளுமான இப்பெண்ணை விரும்பவும் செய்தார், அவள் மீது அச்சமும் கொண்டார். அவரைப் பார்த்துப் போகும் எல்லாரிலும், அவரது மனத்தில் தைத்துப்போனவள் அவளே.

நோய் பீடித்த நிலையிலும், அவளால் வந்து போவதைத் தவிர்க்க முடியவில்லை, தினந்தோறும் வந்தாள். என்றாலும், அவரிடத்தே ஞாபகமறதி இருந்தது போல் தோன்றிற்று. வடிந்து கொண்டிருந்த அவளது உயிர், அவளைச் சூழ்ந்திருந்த கூட்டத்தினரிடையே புத்தெழுச்சியினை நாடியிருக்கலாம் அல்லது எப்போதும் மாறிக்கொண்டிருந்த அச்சித்திரங்களில், கவனத்தை மாற்றிக் கொண்டிருக்கலாம். ஒருநாள் பக்தர் கூட்டம் குறைந்ததும், 'வருவோரெல்லாம் என்னுடன் அமர்ந்து சேவை செய்கின்றனர். நீ மட்டும் ஏன் விலகியிருக்கிறாய்?' என்று அவளிடம் வினவினார்.

அமைதியாயிருந்தாள், பின்னர் சற்றுப் புன்னகைத்து விட்டு, 'நிறையப்பேர் உங்களுக்குச் சேவை செய்கின்றனர், பக்திக்கு குறைவேயில்லை' என்றாள். என்ன தொனியில் இப்படிக் கூறுகிறாள் என்று அறிய விரும்பிய வரைப் போல, அவளைக் கூர்மையாய் நோக்கினார். 'நான் கேட்டது அந்த அர்த்தத்தில் அல்ல. மற்றவரைப்போல் நீயும் சேவை செய்திட விரும்புகிறாயோ என்றுதான் வியப்புற்றேன்' என்று பதிலளித்தார். அவள் பதிலளிப்பதற்குள்ளாக இன்னொரு பக்தர் கூட்டம் வந்து, சேவித்தது. சிலர் அவரது படுக்கையை

விரிக்க, சிலர் விசிறிவிட, சிலர் பூமாலைகளைச் சரிசெய்ய, சிலர் உணவு தயாரித்தனர். இவ்வேலைகள் முடிந்ததும், சிலர் கிளம்பினர். எஞ்சியிருந்தவர்கள் அவர் பாதத்தைப் பிடித்து விட்டனர் அல்லது விசிறினர். கணவன்மார், மனைவியர், அன்னையர், மகள்கள், சகோதர, சகோதரியர் என எல்லாரும் அவரைப் பார்க்க வருவர். தங்களுக்கிடையேயான உறவு முறைகளைப் பொருட்படுத்தாமல், அவர்களெல்லாம் அவருக்கு நெருக்கமான உறவாகிச் சேவை செய்திட ஆசைப்பட்டனர்.

ஆரம்பத்தில் அச்சாது பதற்றம் கொண்டவராய், 'தயவு செய்து என்பாதங்களைத் தொடாதீர், தயவு செய்து இந்தச் சேவைகள் வேண்டாம்' என்றெல்லாம் கூறவேச் செய்தார். பெண்கள் அவர் சொன்னதை கேட்க்கவே இல்லை, சில சமயங்களில் ஆண்களும் கேட்கவில்லை, இத்தகு கவனிப்புகள் பரிச்சயமற்றதாய், தூக்கமின்றித் தவிப்பார். பிற்பகலின் தகிக்கும் வெய்யிலில் வானம் வெறித்தது; பூமியும் அதன் ரம்மியங்களும் தூங்கச் சென்றன; அவ்வறையிலிருந்த சிலர் தவிர யாரும் விழித்திருக்க வில்லை என்று தோன்றிற்று. இலைகளின் சலசலப்பு சந்தத்தையும், உறக்கத்தின் எல்லைகள் மற்றும் மன உலகத்தைத் தாண்டியுள்ளவற்றின் சேதிகளையும் தாங்கிய உஷ்ணக் காற்று மட்டும் வயல்களிலிருந்து வீசிற்று. ஆனால் அவரால் நிம்மதியடைய முடியவில்லை. அவரது அகம் சோர்வாலும் வேதனையாலும் நிரம்கிற்று. இருப்பினும், அவர் பெற்ற கவனிப்புக்கும் பராமரிப்புக்கும் குறைவில்லை. ஒருவர் மாற்றி இன்னொருவர் என யாராவது ஒருவர் அவருக்குச் சேவை செய்தனர். உறக்கமின்றிக்கிடந்த சந்நியாசி, பின்னர் எழுந்து கொள்வார். 'பாபா, இன்னும் சிறிது ஓய்வுகொள்ளக் கூடாதா?' என்பாள் ஒருத்தி, 'இல்லை, மகளே, என்னால் தூங்க முடியவில்லை' என்பார் சந்நியாசி.

இரவிலும் ஒருவர் பின் ஒருவராய் மக்கள் வருவர். குழந்தையில்லாத தம்பதியர் வந்து நீண்டநாள் தங்குவர். எல்லாரும் போய்விட்டாலும் அவர்கள் தங்கியிருப்பர். நோயாளிப் பெண்ணும் தங்கியிருப்பாள்.

அத்தம்பதியர் அவர் காலைப்பிடித்து விடுவர், சீரான கவனிப்பும் பராமரிப்பும், அவரது உறுதிப்பாடுகளை மீறியும் அவரைப் பிணைத்துச் சூழ்ந்து கொண்டது போலாயிற்று. கவனிப்பெனும் வலையிலிருந்து

தப்பிக்கும் மார்க்கமில்லாதது போல் தோன்றிற்று! மாலை வானத்தில் மேகங்கள் துயரத்துடன் படர்ந்திருந்தன. யமுனையின் நீர்மையிருட்டுக் கண்களால் வானத்தை வெறித்தது. அந்நீரில் தெரிந்த மேகத்தின் பிம்பம், நிச்சலனமாய் இருந்தது. பலர் போயிருந்தனர். நோயாளிப்பெண், அவளது தாய் மற்றும் சிலரே எஞ்சியிருந்தனர். தான் பெற்ற கவனிப்பு மற்றும் சேவையின் அபரிமிதமான தன்மை அவரைக் குதூகலம் கொள்ளச் செய்ததா(அ) பதற்றமடையச் செய்ததா என்பதை யாரே அறிவர்? ஆனால் மொட்டை மாடியிலிருந்த நோயாளிப்பெண்ணின் முகத்தில் இலேசான புன்னகை இருந்தது.

மாலை நேரம் முடிவுறும் தறுவாயில், ஒருவன் சந்நியாசிக்கு விசிறிவிட, அவன் மனைவி, அவர் காலைப்பிடித்து விட்டுக் கொண்டிருந்தாள். அவளது விதவைச் சகோதரி அவர்காலருகே அமர்ந்திருந்தாள். தானும் தன் சகோதரியுமே அவருக்குச் சேவைபுரிய வேண்டுமென அவள் விரும்ப, அவளது சகோதரியும் அப்படியே விரும்பினாள். அவர்களுக்கிடையே சில வார்த்தைகள் பரிமாற்றமாயின; ஒருத்தி எழுந்து போய் விட்டாள். நேரமாகிவிட்டது, நீயும் புறப்படு' என்று மற்றவளிடம் சாது கூறினார். ஒருத்தியின் ஏமாற்றம் அவரைத் தர்ம சங்கடத்திலாழ்த்தியது போலிருந்தது. அவருக்குச் சேவைபுரிந்து கொண்டிருந்த மற்றவளும் எழுந்து போய்விட்டாள்.

ஒரு சில நாட்களிலே சந்நியாசி இக்கவனிப்புக்கும் சேவைக்கும் பழகிப்போனவராகியிருந்தார்; முந்தைய வாழ்க்கையின் சந்தத்தை மறந்து விட்டவர் போலிருந்தது. விதிப்படியே, சலனமின்றி, படுத்திருந்தார். நோயாளிப் பெண் மொட்டைமாடியில் ஓய்வெடுத்துக் கொண்டிருந்தாள். அவரிடம் வந்து 'மகராஜ், சிறிது நேரம் உங்களிடம் நான் இருக்கலாமா?' என்றாள். வியப்புற்ற சந்நியாசி 'சரி, உட்கார். ஏதாவது சொல்ல விரும்பினாயா?' என்று கேட்டார். அமைதியாயிருந்தாள். அப்புறம் கூறினாள், 'உங்கள் காலைப் பிடித்து விடட்டுமா?' இன்னும் வியப்புற்றவராகி 'இவ்வளவு நாட்கள் இல்லாத அக்கறை, இன்றைக்கு என்ன?' என்று வினவினார். இக்கேள்வியால் நிலைகுலைந்து போன அவள் 'மகராஜ்' எவ்வளவு நாள் இங்கே தங்கியிருப்பீர்கள்?' என்றாள். ஆச்சரியத்துடன் அவளை நோக்கிய சந்நியாசி 'ஏன்?' எனக் கேட்டார். 'உங்களுக்குச் சேவைப்புரியும் உரிமையைப் பெற தங்களுக்குள் எவ்வளவு பூசலிட்டுக் கொள்கிறார்கள்

என்பது உங்களுக்குத் தெரியாது, உங்களால் கண்டுகொள்ள இயலாது. நீங்கள் உலகைத் துறந்தது அதிலேயே தங்கிடத்தானா? எல்லாரும் உங்களைத் தங்களுடையவராக ஆக்கிட ஆசைப்படுகின்றனர்' என்ற அவள் அபத்தமாய் பதிலளித்து நிறுத்தினாள்.

இப்போது அமைதியாகியிருந்தவர் சாது, இவ்வளவு நாட்களாய் தன்னிடமிருந்து தானே மறைத்துக் கொண்டிருப்பது எதுவென்று அவருக்குச் சட்டென பிடிபட்டது. இவ்வுலகம் மற்றும் அதன் மாயங்களின் மேலான குற்றவுணர்வுடன் கூடிய மோகம், தன் பக்தர்களது நேசத்தின் மேலான வேதனைமிகு பெருமிதம் மற்றும் அதன்பாலான ஈர்ப்பு எல்லாம் இப்போது அவருக்குத் தென்பட்டன. கோபம், வெறுப்பு மற்றம் நம்பிக்கை போன்ற மற்றவற்றை எல்லாம் அவர் நெடுநாளுக்கு முன்பே விட்டுவிட்டார்.

'உங்களைப் போன்றவர்கள் மூன்று இரவுகளுக்கு மேல் ஓரிடத்தில் தங்கலாகாது என்று கேள்விப்பட்டிருக்கிறேன். என்றாள். 'நீ சொல்வது சரியே, இன்று நீதாயைப்போல என்னிடம் உணர்த்தியிருக்கிறாய்' என்று கூறியவாறு சாது எழுந்தார். 'இல்லை, மகராஜ்' என்று அவள் சொல்ல முற்பட்டாள், ஆனால் முடியவில்லை. மாற்றமில்லாதவளும் நித்யமானவளுமான தாயைப்போல், சந்நியாசியின் நெற்றியை வருடவே அவளால் முடிந்தது. இரவு நிண்டது. அவளது தாய் வந்து 'கேஷர்!' என்றழைத்தாள். அவள் எழுந்து 'தயவுசெய்து, என்னை மன்னித்து விடுங்கள்' என்று அவருக்குத் தலை வணங்கினாள்.

தூக்கம் கொள்ளாத சந்நயாசி இரவெல்லாம் தனது அளவற்ற சந்தேகங்களாலும் பதற்றங்களாலும் வதைபட்டார். அரைத்தூக்கத்தில், யமுனை, சரயு, சுனார், கோதாவரி மற்றும் எல்லாவற்றுக்கும் மேலாக, குணப்படுத்த இயலாதவளான, கேஷரை நினைத்துக் கொண்டார். பின்னர் அவர் எழுந்தார், உலகின் மீதான அவரது மோகம், அவர்கன்னங்களிலிருந்து வழியும் கண்ணீர்த்துளிகளில் உருண்டோடியது. காலையில், சந்நியாசி புனிதயாத்திரை செல்கிறாரென எல்லாரும் தெரிந்து கொண்டனர் – ஹரித்வாருக்கு நடந்து போக இருந்தார். அதன்பின்னர்? எதுவும் உறுதியாய் தெரியவில்லை. ஒருவர்பின் ஒருவராய் அவரை வணங்கிக்கிளம்பினர்; கேஷரும் விடைபெற்றுக் கிளம்பினாள்.

கரடு முரடானதும் அழகானதுமான பாதைகளில் பஜனைபாடிக் கொண்டு, குனிந்த தலையுடன் சாது பயணம் செய்தார். வழியில் தென்பட்ட பயணிகள், அவரை வணங்கி, அவருக்கு உணவளித்து, தம் ஊர்களில் தங்குமாறு வேண்டினர். பற்றற்ற நிலையில் இரவில் சிலமணிநேரங்கள் அவர்களின் விருந்தினராய் இருப்பார். இதற்கு முன்னர், மகிழ்வானாலும் துன்பமானாலும் சலனமின்றியே இருந்திருந்தார்; இப்போது ஞாபகமறதி கொண்டவராய், ஆழ்ந்த யோசனையில் மூழ்கியவராய் தோன்றினார். நலிவுற்றவளும் கூர்த்த மதிகொண்டவளுமான பெண்ணை, மனதில் நினைத்துக் கொள்வார். தன் வாழ்வின் பெரும்பகுதியினை அவர் சிரமமின்றியே கழித்திருந்தார், எல்லாவற்றையும் பெரும் யோசனைகளின்றி, சிக்கல்களில்லாது பெற்றிருந்தார் – இப்போது திடீரென அவரிடம் தோன்றிய விழிப்புணர்வு என்ன! சமீபத்தில் அவர் ஆவலுடன் ஏற்றிருந்தது, ஆசை, பொறாமை, கவலை மற்றும் இன்ன பிறவான இவ்வுலக விஷயங்களின் பால், மென்மையினையும் ஈர்ப்பினையும் உண்டு பண்ணியிருந்தது. உடனே மெல்லிய உடலும், பிரகாசம் கொண்ட ஒரு ஜோடி கருப்புக் கண்களும்; ஜுரத்தால் கன்றிய கன்னங்களும், மெலிந்த உடலின் அழகும் சேர்ந்த உருவொன்று, அடியாழங்காணவியலாத அவரின் மனதில் எழும். பார்வதி, கங்கை, பகீரதி, யமுனை என்ப் பலர் அவரிடம் வந்து சேவை புரிந்துள்ளனர். நிறைய ஆடவரும் வந்துள்ளனர், ஆனால் கேஷர் ஏதும் செய்ததில்லை, இருந்தும்...

நடுப்பகலில் உஷ்ணத்திலிருந்த விடுபட பயணம் செய்யும் சந்நியாசி களுக்கென வயல்களில் கட்டப்பட்ட மண்டபம் ஒன்றில் இருந்து. ஓய்வு பெறுவர். சூரிய ஒளியால் நிரம்பியிருக்கும் பூமியை நோக்கி, தன்னுடைய நோக்கமென்ன என்று யோசிப்பார். நிழல் கவியும் போது மீண்டும் எழுந்து விடுவார். அவரைப் பொறுத்தவரை, பயணிக்க சாலை மட்டுமே இருக்கிறது; தொலைதூரத்து தொடுவானின் எல்லைகளை எட்டிய பின்பும், முடிவில்லாது, நித்யமா பிருக்கும் மாபெரும் பயணம் ஒன்று இருக்கவே செய்யும். சகாக்களின்றி, சீடர்களின்றி தனித்திருந்த அவர் ஒரே பயணிதான். மீண்டும் தன் இலட்சியமென்ன என்று வியப்புறுவார். தன் மதப் பிரிவினர் பயன்படுத்திய உவமானமொன்றை – தோலையெல்லாம் உரித்தபிறகு வெங்காயத்தில் இருப்பது என்ன? – நினைத்துக் கொண்டார். சிரிக்க

முற்பட்ட அவரின் கண்களிலிருந்து கண்ணீர் வடிந்தது: விழிகளைத் திறந்தார். கூசவைக்கும் நடுப்பகலின் வெய்யிலினை அவரால் நோக்க முடியவில்லை. விழிகளை மூடியபடிப் படுத்தார். நீண்ட நாட்களுக்கு முன் கேட்ட பாடல் அவரின் பிரக்ஞைக்குள் ரீங்கரித்தது.

'உலகிடமிருந்து பற்றற்றிருப்பது சிரமமானது, ஓ, உத்தவா, அதனை அடைவதற்காக நான் முயலமாட்டேன்.'

சந்தத்துடன் இயைந்து சென்றதாக இந்த வரிமட்டுமே அவரின் நினைவில் வந்து போனது. வேதனையிலும் கவலையிலும் திடீரெனக் கண்களைத் திறந்தவர், தரிசு நிலத்தின் கோடியில் அஸ்தமிக்கும் செஞ்சூரியனைக் கண்டார். தன் பலவீனத்தால் எரிச்சலுற்ற சந்நியாசி, அதேவிதமான குருதிச் சிவப்பு விழிகளால், தன் வறண்ட வாழ்வின் எல்லைகளைத் தேட முயன்றார்.

அவரது தாய், சகோதரி போன்ற எந்தப் பெண்ணும் அவரின் வாழ்க்கையில் முக்கிய மற்றவர்கள்; இருந்தும் கேஷரினால் கற்பிக்கப்பட்டது, அவர் மனத்தினின்றும் அழிக்கமுடியாததாயிருந்தது. அவரின் கலகக்கார மனத்தின் மூலையில், முற்றிலுமாக தனக்குரிய ஒருவரைதான் கண்டு கொள்ளவில்லை என்னும் எண்ணம் தோன்றியது. இல்லை, அவர் எதனையும் கைக்கொள்ளவில்லை. உலகையே வெறுப்டன் கையசைத்து விட்டார். தான் செய்தது சரியா / தவறா என வியந்தார்.

பின்னர் மீண்டும், திடீரென பீதியுற்றார். கைவிடப்பட்டதும், விலக்கப்பட்டதுமான கடந்தகாலத்தை மீண்டும் ஒருமுறை எண்ணிக் கொண்டிருந்தாரா? விரைந்து நடந்தாலே உலகின் மார்க்கங்களி லெல்லாம் போக முடியும், தன் இருப்புச் சகடத்தை முந்திச் செல்லக் கூடும், பருவங்கள், மாதங்கள், ஆண்டுகள் என்னும் பந்தங்களை முறியடிக்க இயலும் மற்றும் வனங்கள், வயல்கள், நகரங்கள், கடல்கள், சமுத்திரங்களின் கடைசி எல்லைகளை ஊடுருவ முடியும் என்பத போல, எரிச்சலுற்ற அவர், பாதையில் துரிதமாக நடந்தார்.

ஃ ஃ ஃ

## 8. உருது குறுநாவல்

பொதுவாக மதத்தின் மீதான அங்கதமாய் தொடங்குகிறது ஹைதரின் இக்குறுநாவல். திருமணத்தில் ஆணுக்கு வரதட்சனை அளிக்கப் படுகிறதென்றால், தேவனின் நங்கையாக இருந்திட, கன்னிகாஸ்திரிகளின் மடாலயத்திற்கும் வரதட்சணை அளிக்கப்படுகிறது. ஞானி என மதம் ஒருவரை அங்கீகரித்துவிட்டால், அவரின் கடந்தகாலப் பக்கங்களை நிம்மதியாக மூடிவைத்து விட முடியும். ஞானியானாலும் ஆண், ஆணாகவே தான் இருக்கிறான் – என்பவற்றை யெல்லாம் போகிற போக்கில் பரிகசித்துச் செல்கிறது. சதாத் ஹாசன் மண்டோ, ரஜீந்தர்சிங் பேதி, சுரேந்திர பிரகாஷ். இஸ்மத் சுக்தாய் என்னும் உருது இலக்கியவாதி களின் வரிசையில் இடம்பெறும் குர்துல் ஆன் ஹைதரின் 'அக்னிநதி' மறு எழுத்தாக்க வகையில் முக்கியமானது.

# ஜார்ஜியபுனிதஃப்ளோராவின் பாவ அறிக்கை

— குர்துல் ஆன் ஹைதர்

கர்த்தரே, முதலாவதாக உங்களையும் சாவிலிருந்து என்னை எழுப்பி, தீர்ப்புநாள்வரையும் என்னைத் தூங்கச் செய்வதற்காக திரும்ப அனுப்பப் போகின்ற, உங்களது ஒரே திருக்குமாரனையும் துதிக்கின்றேன். தேவனே உங்களது ஞானம் வரம்பற்றது. உங்களது அரியாசனத்தின் முன்பாக நான் செய்ததும் செய்யாததுமான பாவங்களை அறிக்கையிட்டு, உங்களது கிருபையினையும் மன்னிப்பினையும் வேண்டுகிறேன். தேவனே, நான் அறியாதபடிக்கு மறு விழிப்புணர்வடைந்தேன் என்பதை அறிவீர்கள். அது எந்த நாள், வாரம், மாதம், வருடம் அல்லது நூற்றாண்டு என்பதை அறியேன். உங்களது தேவதைகள் ஒன்றின் வெள்ளி ரெக்கை தூசுபடிந்த என் எலும்புகளை உரசிக் கொண்டு போனபோது, சவப்பெட்டியில் கிடந்த நான் எழுந்தேன். என் கபாலம் என் காலடியில் கிடந்தது. அதனை எடுத்து, தூசுதட்டி, என் கழுத்தில் மாட்டிக் கொண்டேன். கும்மிருட்டாயிருந்ததால் அது திரும்பியிருந்தது. பெரும் சிரமத்தில் அதனைச் சரி பண்ணினேன், கிருபையுள்ள தேவனே, அக்கணத்தில் எனக்குத் தோன்றிய முதல் ஆசை, கண்ணாடி ஒன்றை எடுத்து என்னைப் பார்த்துக் கொள்ள வேண்டும் என்பதை நான் அறிக்கை செய்து விடுகிறேன். சுற்றுமுற்றும் நோக்கிய போது, நிலவறையின் தொல்பழங்காலச் சுவர்களையொட்டி கல் ஈமப் பேழைகள் பல இருந்ததையும், அப்பேழைகளிலெல்லாம் மஞ்சள் நிற கபாலங்களும் எலும்புகளும் நிறைந்து கிடப்பதையும் கண்டேன். பிதியுற்ற நான், திடீரென நிலவறைச் சன்னல், மின்னல் ஒளியால் ஒளிர்ந்து, தேவதை மீண்டும் தோன்றியபோது உங்கள் மீதான அச்சத்தால் நடுநடுங்கினேன்.

'அங்கே என் ஜெபமாலையை மறந்து வைத்துவிட்டேன். நீயார் என்பதை தயவு செய்து கூறவும்' எனத் தென்றலாய் தெரிவித்தது.

'ஜார்ஜியாவின் புனித ஃபுளோரா சபீனா' என்றேன் தீவிரமாய்.

'கர்த்தரின் ஆசீர்வாதங்கள் உன் மீது பொழிவதாக' என்று தேவதை கூறிவிட்டு ஜெபமாலையைத் தேடிற்று. அப்போது சந்தர்ப்பவசமாய் காணாது போன பொருள் மீது என் பார்வை பட்டது. சிறு தாரகைகளால் ஆன அது, ஓர் எலும்புக் குவியலின் பின்னே ஈரத்தரையில் பளிச்சிட்டவாறு கிடந்தது. 'தேவதையான நீங்கள், உங்களது ஜெபமாலையை நான் கண்டுபிடித்து விட்டால் என்ன தருவீர்கள்?' என்று. விண்ணக மாந்தரிடம் வினவினேன். அது மிகவும் நிலைகுலைந்து காணப்பட்டது. மிகவும் சிறிய தேவதை. குழந்தை போன்றிருந்தது.

'புனித பீட்டரின் முகப்பு அலுவலகத்தில் ஒவ்வொரு மணிக்கும் நான் கணக்குத் தந்ததாக வேண்டும். நான் மறதியுள்ள தேவதை. எனவேதான் கடந்த எழுபதாயிரம் ஆண்டுகளாக நான் பயிற்சி தேவதையாகவே இருந்து வரவேண்டியதாயிற்று. இப்போது ஒரு வழியாக எனது ஒளிவட்டம் தரப்பட்டது' என்றது தேவதை. ஒளிவீசும் தன் பொன்மயமானதலையை அது பெருமிதத்துடன் சுட்டிக்காட்டியது.

'என்ன தருவாய்?' என்று திரும்பவும் கேட்டேன். 'உனக்கென்ன வேண்டும்?'

'இளமையிலேயே நான் இறந்து விட்டேன். சிரியாவின் பாலைவனத்து மடாலயம் ஒன்றில் என்னை என்தந்தை அடைத்துவைத்தபோது எனக்கு வயது பத்தொன்பதுதான். அடுத்த இருபத்தைந்தாண்டுகளை பல்வேறு கன்னிகாஸ்தீரி இல்லங்களின் நெடும் சுவர்களுக்கிடையே கழித்தேன். உலகின் ஒரு சிறு பகுதியைக் காணவும் அழகிய துணிமணிகளை உடுத்தவும் வேட்கையாயிருக்கிறது..'

'உன் சதை மற்றும் குருதி மீது ஆசீர்வதிக்க எனக்கு உரிமையில்லை . அது கழுவாய் தேடும்நாளிலேதான் நிகழும். ஓராண்டிற்கு நீ உயிர்த்திருக்குமாறு நான் கேட்டுக் கொள்ளமுடியும், அவ்வளவே'

'தேவதைக் குழந்தையே, பரந்து விரிந்த, கொடூரமான இவ்வுலகிலே, எனது எளிய எலும்புக்கூடு மட்டும் தானாக எப்படி உயிர்த்திருக்கும்? சுவராஸ்யமான பிரதேம் ஒன்றை எனக்குச் சகாவாக என்பொருட்டு உயிர்ப்பிக்கலாகாதா?'

'சுவராஸ்யமான பிரேதம் என்றால்...?'

'அதாவது...'

'சரி. முதலில் எனது ஜெபமாலையைத் தருக'

'முடியாது. எனக்காக சகாருவனை உயிர்ப்பிக்கவும். இயேசுவின் கிருபையால் எழுக, என்று கூறுக'

'நீ ஒரு ஞானி. ஒன்றிரண்டு அற்புதங்களை நீயே ஏன் நிகழ்த்திடக் கூடாது?' என்றது எரிச்சலுடன்.

'இயலாது. அதில் ஒரு தொழில் நுணுக்கக் காரணம் உள்ளது. தயவுசெய்து கூறுக, 'இயேசுவின்...'

அது மண்டியிட்டு பிரார்த்திக்கத் தொடங்கிற்று. உடனே எனக்கருகிலுள்ள ஈமப்பேழையின் எலும்புகள் கலகலக்கத் தொடங்கின. இன்னொரு எலும்புக்கூடு எழுந்தது. 'நினைவிலிருக்கட்டும், பன்னிரெண்டு மாதங்களுக்கு மட்டுமே. அடுத்த ஆண்டு இதே மாதம், இதே நாள், இதே நேரத்தில்... பிற்பகல் பதினொன்றரைக்கு, தேவன் உங்களிருவருடன் இருப்பார்...' என்றது தேவதை.

நிலவறை மீண்டும் இருண்டது. இப்போது நான் பயப்படவில்லை. தன் கூர்நகங்களை நீட்டிய இன்னொரு எலும்புக்கூடு, எழுந்தவுடன் மெழுகுவர்த்தி ஏற்றி படிக்கத் தொடங்குவது ஒரு பழக்கம் என்பது போல, சவப்பெட்டியின் தலைமாட்டில் எதனையோ தேடிற்று. உடனடியாக முழுவிஷயத்தையும் அவரிடம் விளக்கினேன். அப்புறம் சிறிது வெட்கத்துடன் அவரது பெயரென்ன என்றேன்.

இன்னும் புதிர் விளங்காதவராய், விழித்துவாரங்களைத் தடவியவராய், 'ஜார்ஜியாவின் கிரிகோரி ஆர்பிலியானி' என்றார்.

'தந்தையே, கர்த்தர் உங்களை ஆசீர்வதிக்கட்டும்' என்றதும் என் பெயர் 'ஜார்ஜியாவின் புனித ஃப்ளோரா' எனத் தெரிவித்தேன்.

'ஒரு ஞானி...?' நடுக்கத்துடன் கூறிய அவர் ஈமப்பேழையிலிருந்து தாவி வெளியேறிவிட்டார். என் முன் மண்டியிட முயன்றார், ஆனால் அவரது மூட்டுக்கள் தூசாக நொறுங்கி வீழ்ந்ததால், நிலை குலைந்து விழுந்து விட்டார். அப்போது, இப்பாதுகாவலரை எனக்கு ஓராண்டுகாலம் அளித்திருப்பின், இவரது உடற்கட்டை முழுவதாயும் வலுவாயும் ஆக்குக என்று கிருபையுள்ள கர்த்தரான உங்களிடம் பிரார்த்தித்தேன். உடனே, சில்லிடும் காற்று சன்னல் வழியாய் வந்து எங்கள் எலும்புகளில் ஊடுருவிற்று. புனித அன்னையே, இங்கிருந்து வெளியேறி சற்று வெது வெதுப்பான இடத்தைக் கண்டறிவோம்' என்று தந்தை கிரிகோரி மரியாதையுடன் தெரிவித்தார்.

என் பற்கள் அடித்துக்கொள்ள 'எங்காவது ஒரு சிக்கிமுக்கிக்கல்லை எடுக்க முடியுமானால்' என்றேன். தந்தை, சன்னலின் வழியே காற்றில் சலசலக்கும் நிண்ட பைன் மரங்களைப் பார்த்தார்.

'தந்தையே, இங்கே வந்து விடுங்கள், இல்லாது போனால் உங்களைக் குளிர் கவ்வி கொன்றுபோடும்' என்று கூறி, கவலைப்பட்டேன்.

தன் ஈமப்பேழைக்குத் திரும்பி அதன் விளிம்பில் அமர்ந்தார். நான் எழுந்து சன்னலைச் சாத்துவதற்காக எட்டிப்பார்த்தேன். அப்போது ஆறு ஒன்று ஓடிக்கொண்டிருந்ததைக் கண்டேன். திடீரென நினைவு கூர்ந்தேன்: இதே குன்றில் உள்ள மடாலயம் ஒன்றில் நான் வாழ்ந்திருந்தேன், இந்நதி காகஸிய மலைகளிலிருந்து பாய்ந்து வந்து கருங்கடலில் கலந்தது. இவ்விதமாய் நான் எண்ணிக்கொண்டிருந்தபோது, ஆற்றின் வெள்ளி நீல அலைகளின் மேல் பிரகாசமான வெண்மாளிகை ஒன்று தோன்றுவதைக் கண்டேன். திடீரென இறுதி ட்ரம்பெட்டின் இசைகேட்டு, நடுநடுங்கியவாறு, தலைகுப்புற விழுந்தேன். உன் அழகிய உலகத்தில் கழித்திட என்னால் ஓராண்டைக் கூடப்பெற இயலவில்லையே எனப் பெரிதும் வருத்தமுற்றேன்.

இறுதி ட்ரம்பெட் மீண்டும் இசைத்தது. தந்தை கிரிகோரி சந்தடியின்றி சன்னலருகே நின்று, எட்டிப் பார்த்தார். அப்புறம் என்னை நோக்கி, 'புனித அன்னையே, இது நீராவிக்கப்பல், முழங்குகிறது. தயவு செய்து எழுக' என்றார்.

ஈரத்தரையிலிருந்து எழுந்த நான், சன்னலருகேயுள்ள துறவியுடன் சேர்ந்து கொண்டேன். கீழே பள்ளத்தாக்கிலே, கணப்புகளால், கூடாரம் ஒன்று பிரகாசிப்பதைப் பார்த்தோம். அங்கே சிரிப்பும் வாத்திய இசையும் நிறைந்து காணப்பட்டது. என் எலும்புகளில் விநோதமான உணர்வோட்டத்தை அனுபவித்த நான், களியாட்டம் போடுவோருடன் சேர்ந்து கொள்ளலாம் என்று நினைத்தபோது 'நாம் போய் நெருப்பூட்டலாம்' என்றார் தந்தை.

நிலவறையிலிருந்து வெளியேறும் வழியைக் கண்டு பிடித்து, இருண்ட குகை ஒன்றில் சிக்கிக் கொண்டோம். குகைவாய், வலைகளாலும் பாசிபடிந்த கற்களாலும் அடைபட்டிருந்தது. ஒருவழியாய் அதனிகன்றும் வெளிப்பட்டு, மடாலயத்தோட்டத்தில் நுழைந்தோம். அங்கே, மிகப்பெரும் ஓக் மற்றும் பைன் மரங்கள் சூழ தேவாலயம் ஒன்று உயர்ந்திருந்தது. காய்ந்த சுள்ளிகளை சேகரிக்கத் தொடங்கினேன். பிர்ச் மரமொன்றின் கீழே காகிதத்தட்டுகளும் நாப்கின்களும் சேர்ந்த குப்பையைத் தாண்டி வந்தோம். சிறு சிறு குச்சிகளடங்கிய காகிதப்பெட்டி ஒன்றை தந்தை எடுத்தார். அது தீப்பெட்டி என விளக்கிய தந்தை 'தேவன் நம்முடனிருக்கிறார்' என்றார்.

கணப்பு மூட்டி எங்களை வெது வெதுப்பாக்கத் தொடங்கினோம்.

எங்கும் நிறை கர்த்தரே! நான் பிதற்றவில்லை, அக்கணத்தில் ஜார்ஜியாவின் தந்தை கிரிகோரி ஆர்பிலியானியின் மூக்குத் துவாரங் களிலிருந்து புகை வருவதைக் கவனித்தேன் என்பதை உங்களிடம் தெரிவித்தாக வேண்டும். நான் மிகவும் கலவரமுற்றேன், ஏனெனில் சாத்தானும் அவன் கூட்டமுமே நெருப்பினையும் புகையினையும் கக்கும், உம் சிலுவைக்குறியிட்டு, தந்தை கிரிகோரியிடம் தீயசக்தி ஏதேனும் நுழைந்திருக்க வேண்டும் (அ) மறதியுள்ள உம் பயிற்சி தேவதை தவறொன்று செய்திருக்கலாம் என ஆச்சரியமுற்றேன்.

தந்தையின் குதூகலச்சிரிப்பில் திடுக்கிட்டேன்.

'புனித அன்னையே, நான் புகைக்கும் இது சிகரெட் என அழைக்கப்படும். பிக்னிக் வந்தவர்கள் ஒரு பாக்கெட்டை விட்டுவிட்டுப் போயிருக்கிறார்கள்' என்று சொல்லிக் கொண்டிருந்தார்.

'இதனைப் பற்ற வைத்தால், மூக்குத்துவாரங்களிலிருந்து புகை வரும் என்பது உங்களுக்கு எப்படித் தெரிந்தது? இது தீவினையான காரியம். இதனை இப்போதே கைவிட்டு, வருந்த வேண்டும்' என்றேன்.

தந்தை கிரிகோரி பொறுமையாய் விளக்கினார்: 'அன்னை ஃப்ளோரா, தூங்கச் செல்லுமுன் தலையில் மாட்டிக் கொண்டால், தூங்கும்போது எல்லாவகை விஷயங்களையும் மூளை ஈர்த்துக் கொள்ளத்தக்க சாதனம் ஒன்றை அமெரிக்கர் கண்டு பிடித்துள்ளனர். எனது 1300 ஆண்டுகாலத் தூக்கத்தின்போது கணக்கற்ற அசாதாரண நிகழ்வுகளை நான் அறிந்து கொள்ளும்படி செய்திருக்கும் வல்லமைவாய்ந்தவரின் எல்லையற்ற ஞானத்தையும் ஆற்றலையும் நீங்கள் சந்தேகிக்கக்கூடுமோ? நீங்களே கூட கடைசி சில மணி நேரங்களில் சிறிதளவு தெரிந்திருக்கிறீர்கள். பள்ளத்தாக்கில் இசைக்கப்படும் வாத்தியங்களை கூர்ந்து கவனித்து, அவற்றின் பெயர்களைக் கூறுங்கள்....'

கூர்ந்து கவனித்த நான், களியாட்டத்தில் ஈடுபட்டுள்ளோர் கிதார், பைலலைகா, அகார்டியன் மற்றும் சாக்ஸபோன் கருவிகளை இசைத்துக் கொண்டிருந்தனர் எனவும், ஜார்ஜிய மற்றும் ருஷ்ய மொழிகளில் பாடிக் கொண்டிருந்தனர் எனவும் புரிந்து கொண்டேன்.

அப்போது அவர்தம் குரல்கள் காற்றினால் எம்மிடம் எடுத்து வரப்பட்டன. இளம் கிதார் கலைஞன் ஒருவன் தன் சிநேகிதியிடம் 'நடாஷா, குன்றின் மீது கணப்பெரிகிறது! நாம் வருவதற்கு முன்பே சிலர் அங்கே முகாமிட்டுள்ளனர்' என்று கூறிக் கொண்டிருந்தான். பின்னர் காற்று திசைமாற, குரல் பின்வாங்கிற்று. துறவி பவ்வியமாகத் தொடங்கினார், அன்னையே....'

'என்னை நீங்கள் புனிதமாக்காதிருந்தால் மிகவும் நல்லது.... காரணத்தை விரைவிலேயே தெரிவிப்பேன்' என்று குறுக்கிட்டேன்.

அவர் திடுக்கிட்டார். கணநேரம் கழித்து கூறினார்: 'நல்லது' ஓராண்டுகாலம் நாம் சேர்ந்திருக்க வேண்டியிருப்பதால், நம்மைப் பற்றிய உண்மையினை ஒருவருக்கொருவர் தெரிவித்துக் கொள்ளலாம். நான் டிஃப்ளிஸின் பெருங்கோமகனது மகன், உங்களுக்குச் சேவை செய்திடக் காத்திருப்பவன், சீமாட்டியே'

காருண்யம் நிரம்பிய கர்த்தரே! என்னைப்பற்றிய உண்மையை நான் தெரிவித்தாக வேண்டும். அவரிடம் சாதாரணமாய் தெரிவித்தேன், ‘என் தந்தை ஈரானின் மன்னருக்குரிய சசானிய அரசவையில் பைஸாண்டிய தூதுவர்...’

அவர் சுருக்கமாகத் திருத்தினார் ‘தூதுவராய் இருந்தார்.... கான்ஸ்டான்டி நோபிளிலிருந்து தொலை தூரத்திலுள்ள வட ஜார்ஜியாவின் இம்மலைப் பகுதிக்கு நீங்கள் எவ்விதம் வந்து சேர்ந்தீர்கள்?’

நான் தொடங்கினேன்: ‘போஸ் போரஸிலிருந்து பயணத்தை தொடங்கிபோது, கடல் அமைதியாயும் காற்று சாதகமாயும் இருந்தன.’

சிகரெட்டைப் புகைத்தபடி, கிரிகோரி ஆர்பிலியானி குறுக்கிட்டார்: ‘உங்கள் தந்தை ஈரானுக்குப் போவதானால் கருங்கடல் நோக்கி ஏன் போனீர்கள்? உங்கள் கப்பலின் தலைவனுக்கு சிறிது பைத்தியமா என்ன ?’

‘நல்லது, தந்தையே, ஆரம்பத்திலிருந்து தெரிவிக்கட்டுமா?’ என்றேன் சிறிது குழப்பமுற்றவளாக.

‘அப்படியே செய்யுங்கள்’

சிறிது ஆசுவாசப் படுத்திக் கொண்டு தொடங்கினேன்... தந்தையே, பைஸாண்டியராகிய நாங்கள் நல்ல மக்களென்பதை அறிவீர்கள். கான்ஸ்டான்டிநோபிள் இரண்டாவது ரோம் என அதிகாரபூர்வமாக அழைக்கப்பட்டது. சாந்தா சோபியா தேவாலயத்தை கட்டி முடித்த பிற்பாடு ‘உங்கள் மன்னர் சாலமோன் முதலானோரையும், தியோடஸியஸ் மற்றும் அர்கேடியஸின் புகழ்வாய்ந்த காலகட்டங்களையும்... நம் ஒலிம்பிக் விளையாட்டுக்கள், நமக்கே உரித்தான கலை போன்வற்றையெல்லாம் விஞ்சிவிட்டேன் நான்’ என ஜஸ்டினியன் வியந்து கொண்டான்...’

‘தியடரோ சக்கரவர்த்தினியை புத்திசாலித்தனமாக ஒதுக்கியிருக் கிறீர்கள்’ என்றார் தந்தை, உணர்வு பாவமில்லாது.

‘கிளியோபாட்ராவும் தியோடராவும் சற்று தன்னிச்சையாயிருக்க முயன்றனர், ஆண்களாகிய நீங்கள் அவர்களை மன்னிக்கவில்லை. எனினும் இருக்கட்டும். சஸானியர் ஆற்றல் பெற்றவர்களானபோது, எமது சிரியா பிரதேசத்தை ஆக்கிரமித்து, ஜெருசலேமை வெற்றிகொண்டு,

உண்மைச் சிலுவையை ச்டெஸிபோனுக்கு எடுத்துச் சென்றனர். அப்போது எமது சக்கரவர்த்தி ஹெராக்ளியஸ் அவர்களுடன் தீரமாக சண்டையிட்டு உண்மைச் சிலுவையை புனிதத்தலத்திற்கு மீண்டும் கொண்டு வந்து சேர்த்தார். அரேபியர் எங்களிடமிருந்து ஜெருசலேமை கைப்பற்றிக் கொண்டபோது, ஹெராக்ளியஸ் உண்மைச் சிலுவையை கான்ஸ்டான்டி நோபிளுக்கு கொண்டு வந்தார்.'

'டிப்ளிஸியில் என் தந்தையின் படையை நடத்திச் சென்று அரேபியருடன் தீரமாய் போரிட்டேன். ஆனால் பைஸாண்டியராகிய உங்களைப் போலவே, நாங்கள் முஸ்லிம்களால் தோற்கடிக்கப் பட்டோம். அவர்கள் புதிய உலக சக்தியாயினர், காலம் அவர்கள் பக்கமாயிருந்தது...' என்றார் தந்தை.

அநேகமாக பெருமிதத்துடன் நான் கூறினேன்: 'பைஸாண்டியராகிய நாங்கள் சூழ்ச்சிகளை விரும்பினோம். எமது அரசியல் கொலைகளும் அரசாங்க ஊழல்களும் பிரசித்தமானவை. எமது மன்னர் தம் அரசியராலோ வாரிசுகளாலோ நஞ்சூட்டப்பட்டனர், எமது தேவாலயம் சக்தி வாய்ந்திருந்தது மற்றும் எமது பாதிரியர்கள் உதவாத மத சச்சரவுகளில் மிகவும் நாட்டம் கொண்டிருந்தனர். சுருக்கமாகச் சொல்வதானால், நாங்கள் முற்றிலுமாய் கேடு கெட்டவர்களாகியிருந்தோம்.

'என் தந்தை ஸ்டீபன் ஹோனோரியஸ் அமைச்சராகவும், என் தாய் சீமாட்டி இரீனாமரியா சக்கரவர்த்தினியின் தலைமை உதவியாளராயும் இருந்தனர். என் மூத்த சகோதரர் அலெக்ஸாண்டர் சில்வேரியஸ், மன்னரின் மெய்க்காவல் படைக்கு தலைவர். எங்களது குடும்பமே அரசவை விவகாரங்களில் மிகவும் ஈடுபட்டு, நல்ல நேரத்தைப் பெற்றிருந்தது. எங்களுக்கு அடுத்தமாளிகையில் வசித்த ஸெர்ஜியஸ் பெலாஜியஸ் என் தந்தையின் நெருங்கிய சிநேகிதர். வர்த்தக இளவரசனாகிய அவரது கப்பல்கள் ஏழு கடல்களில் வலம் வந்தன. சலோனிகாவில் அவருக்கு விரிவான திராட்சைத் தோட்டமும் இருந்தது.

'ஸெர்ஜியஸ் பெலாஜியஸின் ஒரே மகனான தியோடரிக் கலாஸிஸீக்கு நான் நிச்சயம் செய்யப்பட்டேன். மிகவும் எடுப்பாயிருந்த அவர் பெரிய புத்திசாலி. ஒருநாள் திடீரென என்னிடம் கூறிவிட்டார்: 'பைஸாண்டியத்தின்

கேடுகெட்ட சமூகத்தின் அங்கமாயிருக்க நான் விரும்பவில்லை. மணம் முடிந்ததும், உன்னை சலோனிகாவிலுள்ள எங்கள் தோட்டத்திற்கு கொண்டு போய் விடுவேன். அங்கே எங்களது நாட்டுப்புற இல்லத்தில் அமைதியான வாழ்க்கை நடத்துவோம். காவியங்களை நான் வாசிக்க, நீயோ யாழ்மீட்டுவாய், உன் ஆடை அணிகலன்களுக்கு அலங்காரத் தையலிடுவாய். எப்படி நான் கனவு காண்கிறேன்...!'

'தந்தையே, கான்ஸ்டான்டிநோபிளின் குதூகலத்தை நான் விரும்பினேன். அரசவை நடனங்களில் பங்கு கொண்டேன், பகட்டான உடைகள் உடுத்தினேன், சாகஸ வீரர்களைப்புகழ்ந்தேன். 'நாம் கிருத்தவர் களாகியும், ரோமின் காட்டுமிராண்டித்தனங்களை இன்னும் கைவிடாதிருக் கிறோம்' என்று தியோடரிக் வெறுப்புடன் கூறுவதுண்டு. சாகஸ வீரர்தம் ரசிகர்கள் 'பசுமை' மற்றும் 'நீலம்' என்னும் இரு போட்டிப் பிரிவுகளா யிருந்தனர். என் மூன்று சகோதரரும் 'பசுமைப் பிரிவிலிருந்தனர்.

'தியோடரிக்கும் நானும் புனித சோபியா தேவாலயத்தில் மணமுடிக்கப்பட இருந்தோம். திருமணத்திற்கு ஒரு சில நாட்களுக்கு முன், வீட்டுக்கு வந்த என் தந்தை திருமணப்பரிசாக தியோடரிக்கை தனது பிரதான தளபதியாக நியமித்திட சக்ரவர்த்தி (அவர் எனது ஞானஸ்நானத் தந்தையும் ஆவார்) தீர்மானித்திருந்ததாக சந்தோஷத்துடன் தெரிவித்தார்.

'அன்று மாலை தியோடரிக் வழக்கம்போல தோட்டத்து மதிலேறி என் அறைக்கு வந்தார். என் துணிமணிகளுக்கு அலங்காரத்தையலிடுவதில் மும்முரமாயிருந்தேன் நான். அவரிடம் சந்தோஷ செய்தியைக் கூறினேன். பெரிதும் கலவரம் கொண்ட தியோடரிக், 'என்னை சக்ரவர்த்தியின் கையாளாக உன்னால் கற்பனை செய்து பார்க்க முடிகிறதா? இப்போதே நம்மை காவுலுக்கு கொண்டு சேர்க்கும் கப்பலை ஏற்பாடு செய்யப் போகிறேன். நாம் பைஸாண்டியத்தில் வாழ்வது கூட ஆகாது' என்று சீறினார்.

'தந்தையே, மிகவும் இளமையாயும் முட்டாள்தனமாயும் இருந்த எனக்கு தியோடரிக், கலகக்காரர்கள் மற்றும் நம்பிக்கை தொடர்பானவற்றில் சார்பற்றவர்களுள் ஒருவர் என்பது தெரியவில்லை .

'செல்லம் கொடுக்கப்பட்டிருந்த நான் பிடிவாத மாயிருந்தேன். பதிலடி கொடுத்தேன்: 'காட்டு மிராண்டிகளின் பிரதேசத்துக்குப் போவது பற்றி

என்னால் எண்ணிக்கூடப் பார்க்க இயலவில்லை. நான் இங்கேயே வாழப்போகிறேன், நீங்களும் எனது கணவர் மற்றும் மன்னரின் பிரதான தளபதியாய் இங்கேயே இருந்து விடுங்கள்.'

'திடீரென அமைதியடைந்தார். சில கணங்களுக்குப்பின் நிதானமாகக் கூறினார். ஃப்ளோரா, சொல்வதைக்கேள், நான் பைஸாண்டியத்தின் சக்ரவர்த்தி, பிரபுக்கள், சீமாட்டிகள், பாதிரியார்கள் மற்றும் அலுவலர்களை வெறுக்கிறேன். மன்னரின் பரிவாரத்தில் சேருவதைவிடவும் மடிந்து போவேன்.'

'எங்களிடையே காட்டமான விவாதம் நிகழ்ந்தது. என் அறையிலிருந்து பாய்ந்து, தோட்டத்து மதிலேறி மறைந்துவிட்டார்.

'தந்தையே, அப்போது எமது பல்கேரிய சேவகி திரைமறை விலிருந்து எமது உரையாடலை ஒட்டுக்கேட்டிருந்தாள் என்பது அறவே தெரியாது. என் தந்தையின் பகைவன் ஒருவனால் எங்கள் இல்லத்தில் அமர்த்தப்பட்டிருந்த உளவாளி அவள் என்பதும் எனக்குத் தெரியாது. மறுநாள் மாலையிலேயே என் சகோதரன் சில்வேரியஸ், தியோடரிக் கலாஸிஸை விருந்துக்கு அழைக்கும் கட்டளை கிடைக்கப்பெற்று, நஞ்சுகலந்த பானத்தை அளித்தான். மேலும், சில்வேரியஸ் அவ்வாறு செய்யாவிடினும், எப்படியாவது அவர் கொலையுண்டிருப்பார்.

'அந்தி கவியவும், என் திட்டங்களை ரகசியமாய் தீட்டினேன், கடலருகே வழக்கமாய் நாங்கள் சந்திக்குமிடத்திற்கு நள்ளிரவில் என்னைச் சந்திக்க வருமாறு தியோடரிக்கிடம் சொல்லும்படி என் சேவகியை அனுப்பினேன். குறித்த நேரத்தில் அங்கி ஒன்றால் என்னை மூடிக்கொண்டு, உறையில் செருகிய குறுவாள், மற்றும் இடுப்புப்பட்டியில் பொற்காசுகள் நிறைந்த பையுடன் எங்கள் மாளிகையிலிருந்து நழுவினேன். கடற்கரையில் எனக்காக தியோடரிக் காத்துக் கொண்டிருந்தார். இரவில் என்ன நடந்தது என்பது குறித்து இன்னும் அறியாதவராகவே இருந்தார். நான் தெரிவித்தேன். மிகவும் கலவரப்பட்டதாகத் தெரியவில்லை. நான் மண்டியிட்டு மன்னிப்புக் கோரினேன். என் செயலுக்காக அவமானம் கொள்வதாகக் கூறிய நான் அவர் சொன்னதைச் செய்து விடத்தயார் என்றேன். கரையின் தடுப்புச் சுவர்மீது ஏறி மர்மோராகடலை நோக்கினார். அப்புறம் என்னை நோக்கி,

அமைதியாய் கூறினார்: 'பைஸாண்டியத்தின் சீமாட்டி ஃப்ளோராசபீனா, இப்போதே என்னைக் கைது செய்து, அரசவைத் தூக்கிலிடுவோரிடம் ஒப்படைத்து விடும் சந்தோஷத்தை உனக்கு நான் அளிக்கப் போவதில்லை. போய்வருகிறேன்.' திடீரென மர்மோரா கடலில் தாவி, ஆவேசத்துடன் நீந்திப் போய்விட்டார்.

குழப்பத்துடன் நான் கரையில் நின்றபோது கடுங்காற்று வீசிற்று. அப்போது பதினேழு வயதில் முட்டாளாயிருந்த நான், திடுமென்று வளர்ந்து சீர்கெட்டுப்போன சமுதாயம் ஒன்றில், மானுடர் ஒருவரையொருவர் நம்பாதகாலம் வரும் என உணர்ந்து கொண்டேன். என்னைச் சந்தேகித்தற்காக தியோடரிக்கை பழி சொல்ல எனக்கு காரணம் ஏதும் இல்லை. அன்றிரவு அவருடன் ஓடிப்போய்விட ஆயத்தமாய் வந்திருந்தேன். பல்கேரியாவுக்கு நாங்கள் தப்பிப்போயிருந்திருக்க முடியும். கார்பேதியனில் மறைந்து கொண்டிருக்க முடியும். எங்கேயாவது போயிருக்கமுடியும். ஆனால் அவர் என்னை நம்பவில்லை. என்னை விட்டுவிட்டு, தனியே ஓடிப்போனார்.

'வெகுநாள்கழித்து, அவர் காவுலை வெற்றிகரமாய் அடைந்து, அங்கிருந்து பிரிட்டனுக்குப் போனார் என்பதை தெரிந்து கொண்டேன். பிரிட்டானியர் அவரை தின்றுவிட்டனர் என்றே நம்புகிறேன்...' என் கண்ணீரைத் துடைத்தேன்.

தந்தை கிரிகோரி புன்னகைத்துவிட்டுக் கூறினார்: சீமாட்டி ஃப்ளோரா, பிரிட்டானியர் அரைபாதி காட்டுமிராண்டிகளே, ஆனால் நரமாமிசம் உண்பவரில்லை... அடுத்தென்ன நிகழ்ந்தது?'

'தியோடரிக்கை நழுவ விட்டதற்கு தண்டனையாக, என் தந்தை, தூதுவராக ச்டெஸிபானுக்கு அநேகமாக நாடுகடத்தப்பட்டார் என்றே கூறலாம். அரேபியர் மீது யுத்தப் பிரகடனம் செய்யவிருந்த சஸானியர், அதன் விளைவாய் ச்டெஸிபானிலிருந்த எங்கள் குடும்பத்தினர் கொல்லப் படுவர் என்பதை சக்கரவர்த்தி அறிவார். எனவே, சிலநாளில் ஒரு கப்பலில் மத்தியதரைக் கடலை நோக்கிப் போனோம். போஸ்போரஸிலிருந்து பயணித்தபோது கடல் அமைதியாயும் காற்று சாதகமாயுமிருந்தன.

'கப்பல், ஆண்டியோகில் நங்கூரமிட்டது. துறைமுகத்தின் சலவைக்கல் படிகளிலேறி கரைக்குப் போனோம். நகரத்து அருங்காட்சியகத்தில்

ரோமானிய சிற்பி ஒருவர் வடித்திருந்த கிளியோபாட்ராவின் சலவைக்கல் உருவத்தைக் கண்டோம். கிளியோபாட்ரா அப்படியொன்றும் அழகில்லை. அவளது அழகு பற்றின இப்புனைவை யார் உருவாக்கினார் என்பது எனக்குத் தெரியாது. தடித்த மேல் உதடும், கடுமையான பார்வையும் கொண்டு ஆணின் முகத்தைப் பெற்றிருந்தாள். எனினும், ஆண்டியோகி லிருந்து சைரஸ் போனோம், அங்கிருந்து எடெஸ்ஸா மற்றும் பஸ் வழியாய் புகழ்பெற்ற இரட்டை நகரமான டெஸிபோனை அடைந்தோம். டைக்ரீஸ் நதிக்கருகிலுள்ள அரண்மனையில் ஈரானின் சக்கரவர்த்தியிடம் என் தந்தை ஆவணங்களை ஒப்படைத்தார். சைரஸ் மற்றும் டாரியஸின் வாரிசான அவர் பேதையாயிருந்தார். மெல்லிய திரைக்குப் பின்னே வைரம் பதித்த சிம்மாசனத்திலே ஒடுங்கியவாறு இருந்த அவர் நடுக்கங்கொண்டவராய், வெளிறிப் போயிருந்தார். 'பூமிமீதான கடவுளின் நிழல்' என்றவகையில் அவரைத் தோன்றிமறையும் உயிர்கள் நேருக்கு நேராய் காணக் கூடாது என்பதால், ஊடுருவித் தெரிவதான பட்டுத்திரையின் பின்னே அவர் இருப்பது வழக்கம்.

'சஸானியர், பைஸாண்டியராகிய எங்களைப் போலவே சீரழிந்து போயிருந்ததைக் கண்டு களிப்படைந்தேன். கான்ஸ்டான்டிநோபிள் போலவே ச்டெஸிபோனும், உளவாளிகள் நிறைந்ததாய், அரசவைக் குடும்பத்திற்குள்ளாக சதிகளும் அரசியல் கொலைகளும் மலிந்ததாய் இருந்தது. எத்தகைய கேளிக்கை விருந்துகள்! படாடோபம் மற்றும் ஆரம்பத்தின்மீது பாரசீகர்களுக்கு உள்ள நாட்டம் நம்பவே முடியாதது; அவர்கள் தம்மை மிக உயர்ந்த மக்களாக பாவித்தனர். விரைவிலேயே தியோடரிக்கை மறந்து போன நான் சஸானியத்தலை நகரின் மேட்டுக் குடியினரின் களிப்பார்வத்தில் திளைக்கத் தொடங்கினேன். அரசியல் தொடர்பான வரவேற்பு வைபவம் ஒன்றிலே இளம் ரோமானிய தளபதி ஒருவரைச் சந்தித்தேன். நாங்கள் காதலித்தோம். அவர் முன் மொழிந்தார். நான் ஏற்றுக் கொண்டேன்...

என் பெற்றோர் சீறினர். அவர் ரோமன் கத்தோலிக்கர். நாங்கள் கிரேக்க ஆசாரப்பிரிவினர். வீட்டில் என் தந்தை கூச்சலிட்டார்: 'நாம் ரோமானிய வழிமுறைகளிலிருந்து மீறுவதில்லை, ஆகவே உன்னை போப்பிடம் ஒப்படைக்கிறேன்... மற்றும் அது போல...

'அப்புறம் இளம்பாரசீகத்தவன் ஒருவனிடம் காதல்வயப்பட்டேன்.... எங்கள் தேசத்திலே பாரசீகர்கள் சுருள் சுருளான தாடி வைத்தபடி மூர்க்கர்களாய், பெண்களை தனித்து அடைத்து வைத்திருப்பார்கள், அவ்வளவாய் நாகரிகமில்லாதவர்கள் என்று கேள்விப்பட்டிருந்தேன் – ஐரோப்பியராகிய நாங்கள் நாகரிகமடைந்துள்ள அளவுக்கேனும் நாகரிக மற்றவர்கள். ஆனால் இங்கோ, சமயங்களில் எங்களது நடையுடை பாவனைகள் முரட்டுத்தனமானவையாய் தோன்றுமளவுக்கு அவர்கள் நாகரிகம் கொண்டிருப்பதை கண்டுள்ளேன். உண்மையில், அவர்களது நாகரிகம் மிகவும் கனிந்திருந்தது. எப்படியோ, நல்லதோற்றமுள்ள பாரசீக இளைஞனான, ஈரானின் தலைமைப் புரோகிதரின் மகனான தர்தூஜெடா மினோசெர்ஃபரிதூனை சந்தித்தேன்.

மினோசெரை நினைவு கூர்ந்தபோது மிகவும் வருத்தம் தோய்ந்து, அமைதியாகி விட்டேன். காற்று தொடர்ந்து பைன் மரங்களில் பாடிக் கொண்டிருந்தது. அவர் என்னை 'குல் பானு' என்றழைத்தார் – அதன் பொருள் ஃப்ளோரா / ரோஜா சீமாட்டி என்பதாகும். ஒருநாள் மாலையில், 'குல்பானு – குல்சர் – கோன்சி, நீ என்னை மணமுடிக்காது போனால், டைக்ரீஸில் விழுந்து மூழ்கிவிடுவேன். நாம் ராய்க்கு ஓடிச் சென்று, புனித அக்னியை சாட்சிவைத்து மணம் செய்து கொள்வோம்,' என்றார்.

ரோஜாவின் நிறம் கொண்ட மாலைப்போது அது. ரோஜா தோட்டம் ஒன்றிலே அமர்ந்தோம். தப்பியோடும் எங்கள் திட்டங்களை தீட்டுகையில் நைட்டிங்கேல்கள் பாடின. ஒருவேளை, சைப்ரஸ் மரம் ஒன்றின் பின்னே ஒளிந்திருந்தபடி சஸானியத் தூதன் ஒருவன் ஒட்டுக் கேட்டிருக்கலாம். வீடு திரும்பிய என்னை முற்றத்திலிருந்த என்தாய் வரவேற்றாள். அமைதியாய் என் படுக்கை அறைக்கு என்னை இட்டுச் சென்று, தாழிட்டு விட்டாள்.

'இருபகல் இரு இரவாக சிறைவைக்கப்பட்டிருந்த நான், தியோடரிக், ரோமானிய தளபதி, லுஸிலியஸ் இக்னேஸியஸ் மற்றும் சஸானியனான தர்சாஜெடா மினோசெர் ஃபரிதூன் ஆகியோரை நினைத்தவாறு ஓயாது அழுதேன். எனக்கு உதவிட யாருமே அருகில் இல்லை. மூன்றாவது காலையில் என் தாய் கதவைத்திறந்து, நுழைந்தாள். அவளும் அழுதிருக்க வேண்டும், ஏனென்றால் அவளது கண்கள் சிவந்து, வீங்கிப்போயிருந்தன. 'தயவு செய்து

ஒரு பயணத்திற்காக ஆயத்தமாகு' என்று சுருக்கமாகக் கூறினாள். என்னை மீண்டும் பைஸாண்டியத்திற்கு இட்டுச் செல்லப்போகின்றனர் என்று கருதினேன். எழுந்து, அத்தரினால் முகம் கழுவி, பாரசீக முறையில் குளித்து உடுத்திக் கொண்டு மாடியிலிருந்து இறங்கினேன். யாரும் என்னுடன் பேசவில்லை. என் பெற்றோர், சகோதரர் மற்றும் சேவகர் எல்லாருமே வாய்மூடியவராய் இமை மூடாதவராய் காணப்பட்டனர். சிறிது நேரத்தில் என் தந்தையும் சகோதரரும் வாயில் முற்றத்துக்கு வந்தனர். அம்மா என்னைத் தழுவிக் கொண்டு, கண்ணீர் வடித்தாள். இன்னும், ஒரு வார்த்தைகூடச் சொல்லவில்லை. என்னுடன் ஒரு கல்லைக்கட்டி டைக்ரீஸில் என்னை மூழ்கடிக்கப் போகிறார் என் தந்தை என்று உறுதியாயிருந்தேன். தன் குரூர சுபாவத்திற்கு பேர்போனவர் அவர். நடுங்கினேன் நான். அம்மா என்னை முத்தமிட்டு 'கடவுள் உன்னுடன் இருப்பாராக, குழந்தையே' என்றாள். படிகளில் இறங்கிய என்னை பெண் ஒட்டகையின் திமிலின்மீது கட்டப் பெற்றுள்ள இருக்கையில், பாரசீக அடிமைகள் அமர்த்தினர். என் தந்தையும் சகோதரரும் தம் அரேபியக் குதிரைகளில் ஏறிக் கொண்டனர். எனது வரதட்சணையான பொன்னையும் ஆபரணங்களையும் கொண்ட கனத்த இரும்புப் பெட்டிகளை அடிமைகள் எடுத்து வந்தனர். கான்ஸ்டான்டி நோபிளிலிருந்து அவ்வளவு தூரம் அம்மா அவற்றை எடுத்து வந்திருந்தாள். ஒரு ஜோடி ஒட்டகைகளின் மேல் அவை ஏற்றப்பட்டன. ஒரு முறை திரும்பிப் பார்த்த நான் முற்றத்தில் அழுது கொண்டிருந்த அவளைக் கண்டேன்.

'நகரத்து வாயிலைக் கடந்து வந்த ஒட்டகை வரிசை, சிரியா போகும் சாலையில் சென்றது. சில நாட்களுக்குப்பிறகு நாங்கள் டமாஸ்கஸை அடைந்தோம். பயணத்தின்போது, என்தந்தையும் சகோதரரும் என்னிடம் ஒரு வார்த்தையேனும் பேசவில்லை. அக்னியை வழிபடும் துரோகி ஒருவனுடன் ஓடிப்போக முயன்ற எனக்குத் தண்டனையாக, கடவுளால் கைவிடப்பட்ட பாலையின் மத்தியிலே அவர்கள் என்னைச் சாகடித்துவிட்டு பின் வீடுதிரும்புவார்கள் என்று இப்போது தெளிவாய் தெரிந்து கொண்டேன்.

'டமாஸ்கஸை விட்டு நீங்கி, சிறிய பாறைகளாலான குன்றினை அடையும் வரையும் பயணித்தோம். குன்றின் முகட்டிலே கிரேக்க ஆசாரப்பிரிவு மடாலயம் ஒன்று இருந்தது. குதிரையிலிருந்து இறங்கிய தந்தை, படிகளிலேறி, மூன்றுமுறை மணிக்கயிறை இழுத்தார். சில நிமிடங்களுக்குப் பிறகு பாரிய

மர வாயில் கிரீச்சிட்டுத் திறக்க, வயதான கிரேக்க கன்னிகாஸ்தீரி ஒருத்தி எட்டிப்பார்த்தார். அவரிடம் ஏதோ தெரிவித்த தந்தை எங்களை அழைத்தார். சிறிய சன்னலும், சில மரப்பஞ்சுகளும், சுவரின் மீது பெரியதொரு பைஸாண்டியப் பதுமையும் கொண்டு சில்லென்றிருக்கும் அறைக்குள் நுழைந்தோம். மடாலயத் தலைவி வரும் வரையும் இருண்ட நிசப்தத்தில் காத்திருந்தார் தந்தை, தலைவியும் முதுமையானவளாயிருந்தார், துறவு நிலைக்கு முன்னதாக பைஸாண்டிய இளவரசியாயிருந்திருந்தார். பல ஆண்டுகளுக்கு முன்னரே கான்ஸ்டான்டிநோபிளில் அவரைத் தெரியும் என்று தோன்றியது. என் தந்தையை அடுத்த அறைக்கு இட்டுச் சென்ற தலைவி, அங்கேயே சிறிது நேரம் பேசிக் கொண்டிருந்தார். பின்னர் திரும்பினர். இவ்வளவு நாட்களுக்குப் பிறகு இப்போதுதான் தந்தை முதல் முறையாய் பேசினார்: 'என் குழந்தையே, கவனி. நடந்தது நடந்ததே. இப்போது நான் உன்னை இயேசு கிறித்து மற்றும் கன்னிமேரியிடம் ஒப்படைப்பது, உனக்கு மேலானதாகும்.'

'தலை வணங்கி 'ஆம் தந்தையே' என்று பதிலளித்தேன். வேறென்ன நான் கூறமுடியும்! சேவகர் எடுத்து வந்த பெட்டிகளை, மடாலயத்திற்கான எனது வரதட்சணையாக, தந்தை மடாலயத் தலைவியிடம் வழங்கினார். பின்னர் எழுந்து கொண்ட அவர் கண்ணீரை அடக்கிடப் போராடினார். என் சகோதரர் கண்களைத் துடைத்துக் கொண்டு, அப்புறம் திரும்பி விட்டனர். நான் கிறிஸ்துவின் மணப்பெண்ணாகப் போகிறேன். என் தந்தையும் மூன்று சகோதரரும் என்முன் மண்டியிட்டு 'நமக்காக பிரார்த்திப்போம்' என்றனர். சீக்கிரமே அவர்கள் எழுந்து, கன்னிகாஸ் திரீகளிடம் விடை பெற்றுப் போயினர். நிலை குலையாதிருக்கப்பெரிதும் முயன்றேன். அப்போது சன்னல் வழியே நோக்கினேன். குனிந்த தலைகளுடன் என் தந்தையும் சகோதரரும் ஒட்டகைகள் பின்வர குன்றின் சரிவில் பயணித்துக் கொண்டிருந்தனர். வாயிலை மூடிய கிரேக்க கன்னிகாஸ்திரீ 'என்னுடன் வா' என்றார்.

குளிர்ந்திருண்டிருந்த முற்றத்திற்குள் நாங்கள் போகவும் அதன் இறுதியில் வெற்றுத்தனி அறை இருந்ததைக் கண்டேன். கெட்டியான இரும்புக் கம்பிகளுடன் கூடிய சிறிய சன்னல் ஒன்றைக் கொண்டிருந்தது அது. மரப்பலகை ஒன்றின்மேல் ஆட்டுரோமத்தாலான முரட்டு விரிப்பு

கிடந்தது. அதன்மேல் கறுப்பு அங்கி ஒன்று நேர்த்தியாய் மடித்து வைக்கப்பட்டிருந்தது. ஒரு மெழுகுவர்த்தி, ஜெபமாலை, மரக்குவளை மற்றும் கரண்டி ஆகியன ஸ்டூல் ஒன்றின் மீது இருந்தன. சுவரின் மீது தெய்வப் படிமம் ஒன்று. அமைதியாய் வெளியேறின கன்னிகாஸ்திரீ, முற்றத்தில் காத்திருந்தார். முத்துக்களால் அலங்காரத் தையலிடப்பட்டிருந்த எனது செஞ்சிவப்பு பட்டாடைகளை அவிழ்த்து விட்டு, கன்னிகாஸ்திரீயின் அங்கியை உடுத்திக்கொண்டு, வாயிலருகே போய் என் பழைய உடையை கன்னிகாஸ்திரீயிடம் தந்தேன். அவர் நிழல்களில் காணாது போனார்.

கதவை மூடிவிட்டு தெய்வப்படிமத்தின் முன் மண்டியிட்டேன்.'

இந்நேரத்தில், தந்தை கிரிகோரி, ருஷ்யசிகரெட்டு பாக்கெட்டில் பாதியைக் காலியாக்கியிருந்தார்.

'அடுத்து என்ன நிகழ்ந்தது...?' என்றார் வேண்டா வெறுப்பாக.

'தந்தையே, அவை மிகவும் சிக்கலான கால கட்டங்கள். அரேபியர் மேலாதிக்க சக்தியாகியிருந்தனர். எமது சக்கரவர்த்தி ஹீராக்ளியஸ் அடிக்கடி அவர்களுடன் போரிட்டு, மீண்டும் மீண்டும் தோற்றவர். பக்திமிக்க எங்கள் பாதிரியார்களில் சிலர், கடவுள் எங்களுடன் கோபம் கொண்டுள்ளார், அதற்கு தண்டனையாக எங்களிடம் அரேபியரை அனுப்பியிருந்தார்' என்று கூறுவதுண்டு. எனினும் நான் மடாலயத்தில் நெடுநாள் இல்லை; சஸானிய சக்கரவர்த்தி தன் ராணுவத்தை அரேபியருக்கு எதிராக அனுப்பியிருந்தார் என்றும், டெஸிபோனைத்தாக்கி பாரசீகப் பேரரசுக்கு முற்றுப்புள்ளி வைத்து பதிலடி கொடுத்தனர் அரேபியர் என்றும் நாடோடித்துறவி ஒருவர் டமாஸ்கஸி லிருந்து செய்தி கொண்டு வந்தார். இப்போது ஈரான், இஸ்லாமிய ராஜ்யத்தின் பகுதியாயிருந்தது, அதிருஷ்டவசமாக ச்டெஸிபோனின் வீழ்ச்சிக்கு சில நாள் முன்னதாக பைஸாண்டியத் தூதுவர் கான்ஸ்டான்டி நோபிளுக்குத் திருப்பி அழைக்கப்பட்டிருந்தார். ஆனால் இவ்வேளையில் பைஸாண்டியமும், எகிப்து மற்றும் சிரியாவை அரேபியரிடம் இழந்து போயிருந்தது. என் சகோதரர் குறித்து நான் பெரிதும் வேதனைப்பட்டேன். கலீபாவின் ராணுவங்களை நாங்கள் பெருதிக்கொண்டிருந்த எதேனுமொரு யுத்தமுனைக்கு அவர்கள் அனுப்பப்படலாம். எப்போதும் பிரார்த்தித்தேன். உண்மையில், பிராத்தனை தவிர்த்து செய்வதற்கு வேறெதுவும் இருக்கவில்லை.

'எப்படியாயினும், சிரியாவின் புதிய அரசாங்கம் எங்களை மிகுந்த மரியாதையுடன் நடத்தியது புதிராகவே இருந்தது. புனித கேதரீன் மடாலயத்துறவிகளுக்கு, தமது தீர்க்கதரிசி அளித்திருந்த பாதுகாவல் பட்டயத்தை தாம் பின்பற்றிக் கொண்டிருந்ததாக அரேபியர் கூறக்கேட்டேன்.

'அந்தியின்போது கன்னிகாஸ்திரீ கோபுரத்திற்கு சென்று விளக்கேற்றப் போனார், லெபனான், பாலஸ்தீனம் (அ) எகிப்து செல்லும் வழியிலே அரேபிய ஒட்டகை வரிசையினை நாங்கள் அடிக்கடி பார்த்தோம். ஒட்டகைகளின் மணிகள் ஒலிக்க, வணிகக் குழுத்தலைவர்கள் எடுப்பான குரல்களில் பாடினர். அஸ்தமனத்தின்போது அவர்கள் நிறுத்தி, மெக்காவின் திசைநோக்கி துதித்தனர். எமது மடாலயத்தை அவர்கள் கடந்து செல்கையில் யாரேனும் ஒருவர் அவர்களுக்கு வழிகாட்டுவதற்காக கோபுரத்து விளக்கை எடுத்துக் காட்டுவோம். 'தெய்வம் உங்களை ஆசீர்வதிக்கட்டும், அல்லாவின் ஆன்மாவான ஈஸா தீர்க்கதரிசியைப் பின்பற்றுவோரே!' என்று அவர்கள் கூறுவர். பனிமூட்டத்தில் ஒட்டகை வரிசை மறையும் வரையும் விளக்கை உயர்த்திப்பிடிப்போம்.

'எமது தேவாலயத்தில் புதைக்கப்பட்டுள்ள புனித சிமோனின் ஈமப்பேழைமீது அலங்காரத்தையலிடப்பட்டுள்ள பகட்டானதுணிகளை விரிப்பதற்காக ஜெருசேலம் மற்றும் டமாஸ்கஸிலுள்ள கிறிஸ்தவ பெண்டிர் எங்கள் மடாலயம் வந்தனர். அவர்தம் அழகிய ஆடைகள் குறித்து அடிக்கடி பொறாமைப்பட்டேன். 'ஒரு மாலை நேரத்தில் மொட்டைமாடியில் புறாக்களுக்கு உணவு அளித்துக்கொண்டிருந்த வேளையில், குன்றினை நோக்கி ஒரு வர்த்தகர்வரிசை நெருங்குவதைப் பார்த்தேன். அதனை நடத்தி வந்த இளம் சீமாட்டி வெண்குதிரையிலமர்ந்து, இடக்கையில் புனித ஜார்ஜின் கொடியேந்தி இருந்தார். அவளுடன், டமாஸ்கஸ் அரசாங்கத்தின் இரு இளம் அரேபிய அலுவலர்கள் உடன் வந்தனர். குதிரை மற்றும் ஒட்டகைகளின் நீண்ட பரிவாரம் பின்தொடர்ந்தது. அவள் ஜார்ஜியாவின் இளவரசி காதின்கா தினதின்...

அப்பெயரை நான் உச்சரித்த மாத்திரத்தில் தந்தை கிரிகோரி திடுக்கிட்டு, நடுக்கத்துடன் சிகரெட்டை புகைத்துக் கொண்டிருந்தார். நான் தொடர்ந்தேன்: புனித சிமோனின் கல்லறையில் பிரார்த்திப்பதற்காக அவள்

ஜார்ஜியாவிலிருந்து அவ்வளவு துரம் வந்திருந்தாள். கலீபாவின் அதிகாரிகள் டமாஸ்கஸிலிருந்து அவளுக்குப்பாதுகாப்பு அளித்திருந்தனர். உயரமும் பொலிவும் கொண்டிருந்த அவள், ஆண்களின் சிநேகிதத்தை விரும்பினாள்; அரேபிய அதிகாரிகளுடன் அவள் வாயிலில் நெடுநேரம் பேசிக் கொண்டிருந்ததால், வாயிலுக்குள்ளே காத்திருந்த கன்னிகாஸ்திரீ களாகிய நாங்கள் அலுப்படைந்தோம்.

'இளவரசி எங்களடன் இருமாதங்கள் தங்கியிருந்தாள். பொற்காசுகள் நிரம்பிய பெட்டியை மடாலயத்திற்களித்த அவள், வைரங்கள் பதித்த வெல்வெட் சால்வையை ஞானியின் கல்லறை மீது போர்த்தினாள். தன் நாட்டுக்குத் திரும்புவதற்குமுன்பு, காகஸஸில் தான் கட்டியுள்ள மடாலயத்தை நிர்வகித்திட அனுபவம் வாய்ந்த கன்னிகாஸ்திரீகள் மூவரை தன்னுடன் அனுப்பி வைக்குமாறு மடாலயத்தலைவியைக் கேட்டுக் கொண்டாள். என்னையும் வேறு இரு பெண்களையும் இளவரசியுடன் ஜார்ஜியா போகுமாறு தலைவி ஆணையிட்டார். காப்டிக் பிரதேசத்தவளான ஒரு பெண்ணுக்கு, சில்லென்ற தட்பநிலை பழகிப்போகவில்லை. பனிகவிந்த அனடோலிய மலைகளை நாங்கள் தாண்டுகையில் நிமோனியாவில் அவள் இறந்து போனாள். கிரேக்கத்தைச் சேர்ந்த இன்னொருத்தியும், துறவினை விரும்பி ஏற்காதவள். டிரபிஸானை நாங்கள் அடைந்ததும் எங்கள் ஒட்டகை வரிசையை விட்டு நீங்கிய அவள், கிரேக்க வணிகன் ஒருவனுடன் ஓடிப்போனாள். கடைசியாய் அதுதான் நாங்கள் கேள்விப்பட்டது. கடவுள் தான் அறிவார். இங்கே நாங்கள் வந்து சேர்ந்தபோது மடாலயம் இன்னும் கட்டப்பட்டுக் கொண்டிருந்தது. இங்கே எங்களிடமிருந்து கிளம்பிய இளவரசி, டிஃப்ளிஸ் சென்று, பெரும்பாலும் அங்கேயே வாழ்ந்தாள். மடாலயத்தினை ஒழுங்குபடுத்த தொடங்கிய நான், தோட்டங்களுக்கும் திராட்சைத் தோட்டங்களுக்கும் பொறுப்பேற்றேன். இதுதான் இடம். என் குடும்பத்தினரைப் பிரிந்திருந்த நான், பெரும்பகுதி நேரத்தை அவர்களுக்குப் பிரார்த்திப்பதில் செலவழித்தேன். ஒருநாள் கடற்கரைக்கு வந்த கிரேக்க வணிகர்கள் எங்கள் மடாலயத்திற்கு வருகை தந்தனர். நான் யாரென அவளுக்கு நிச்சயம் தெரியாது. இரண்டாவது கான்ஸ்டான்டின் தன் மகன் தியோடஸியஸால் கொலை செய்யப் பட்டதாக என்னிடம் கூறினர். அப்போது அவரது மகன் கான்ஸ்டான்டின் உகுனாடஸ், தன் சகோதரன் ஹீராக்ளியஸ் மற்றும்

டிபீரியஸின் மூக்குகளை அரிந்து விட்டான். ஏராளமான பாதிரியார்கள் சிலுவையேற்றப்பட, உடன் தொடர்ந்த படுகொலைகளில் என்தந்தை ஸ்டீபன் ஹோனோரியஸீம் சகோதரர்களும் கொல்லப்பட்டனர்.

‘அன்றிரவு என் தனிக் கொட்டடியில் விழிகள் பிதுங்க அழுதேன், விடிவதற்குள் குளிர்ந்த நீரால் முகத்தை அலம்பிக்கொண்டு, தேவாலயத்திற்குப் போனேன். மடாலயத்து தோட்டங்களை நான் கண்காணிப்பதுண்டு. அன்றிலிருந்து மலர்கள், மரங்கள், பறவைகள், வண்ணத்துப்பூச்சிகள் மற்றும் இயற்கையின் கவர்ச்சிகரமானவை அனைத்திலும் ஆர்வத்தை இழந்து விட்டேன் – இவையெல்லாம் பார்வைக்கு இனிதாகி ஆன்மாவை ஆறுதல்படுத்துபவை வேதனைப்படுவதற்கெனவே விதிக்ககப்பட்டவளல்லவா நான்! மணிக்கணக்கில் பிரார்த்தித்தபடி, சாக்குத்துணிகளை அணிந்தேன், கசையால் அடித்துக் கொண்டேன். கிரேக்கரால் உருவாக்கப்பட்ட தூய்மையாதல் கோட்பாடெல்லாம்* சுத்த அபத்தம். தந்தையே, என் மொழியை மன்னிக்கவும். வேதனை நீடித்திருப்பது, நிரந்தரமானது.

‘என் பக்தி, பணிவு மற்றும் சீலம் தொடர்பான கட்டுக் கதைகள் காகஸியா முழுவதும் பரவிற்று. என் ஆசீர்வாதங்களைப் பெறுவதற்காக மக்கள் இம்மடாலயம் வரத் தொடங்கினர். சில நோயாளிகள் குணம் பெறுவதும் நேர்ந்தது. நான் திடுக்கிட்டேன். இப்போது நாளெல்லாம் வருத்தப்படுவோரும் பிணியுற்றோரும் ஊனமடைந்தோரும் குன்றேறிவந்து, அவர்களுக்கு நான் பிரார்த்திக்க வேண்டுமென அமளிசெய்கின்றனர். ஒருநாள் தொற்று வியாதியால் பிடிக்கப்பட்ட பிச்சைக்காரன் ஒருவன் மடாலயம் வந்தான். நான் அவனுக்கு சிகிச்சை அளித்தேன். குணமானனான். எனக்கு அந்நோய் பற்றிவிட, நான் இறந்து போனேன். அப்போது எனக்கு சுமார் 45 வயதிருக்கும். என் சவப்பெட்டி மடாலயத்தின் நிலவறையில் வைக்கப்பட்டது.’

‘நீங்கள் அழகாயிருப்பீர்களா?’ என்றார் தந்தை.

‘மிகவும்’

‘நானும்’

கிருபையுள்ள தேவனே, என்னை மன்னித்து விடு, ஆனால் அக்கணத்தில் .... ஆசைப்பட்டேன்... அவர் டிப்ளிஸிப்பிரபுவின் அருமை மகனாய் உயிர்த்திருந்து மற்றும் நான் ஈரானுக்கான பைஸாண்டியத் தூதுவரின் உல்லாச புத்திரியாய் இருந்தபோது... அப்போது நாங்கள் சந்தித்திருக்க வேண்டுமென ஆசைப்பட்டேன். ஆனால் தேவனே, உன் ஜீவன்களுக்கு உகந்தது எதுவென்பதை நீவீர் அறிவீர்....

என் கதையாடலைத் தொடர்ந்தேன்...

'என் சாவுக்குப்பிறகு யாத்ரிகர் இக்குன்றத்திற்கு வரத் தொடங்கினார். சில அற்புதங்கள் நிகழ்ந்ததாய் கூறப்பட்டது. நூற்றாண்டுகள் கழிந்தன. கடைசியில் 1873இல், போதுமான புலனாய்வுகளுக்குப்பின், ஞானியாகிட நான் தகுதி பெற்றிருந்தால், ருஷ்ய ஆசாரவாத காலெண்டரில் என் பெயர் இடம்பெறலாம் எனத் தீர்மானிக்கப்பட்டது. மாஸ்கோவிலுள்ள பிஷப்பிற்கு என் வாழ்க்கை வரலாற்றை அனுப்பிடவும் விசாரணை தொடங்கியது. 25.11.1921இல் ஜார்ஜியாவின் புனித சபீனாவாக பிரகடனப்படுத்தப்பட விருந்தேன் – ஆனால் அதற்கு ஒரு வாரம் முன்பாக செம்படையினர் இம்மடாலயத்தை மூடிவிட்டனர்.

'ஆகவே, அதிகாரபூர்வமாக நான் புனித ஃப்ளோரா இல்லை, ஒருவேளை இருக்கலாம், கடவுளே நன்கறிவார். இப்போது, தந்தையே கூறுங்கள், நீங்களேன் துறவியானீர்கள்? இவ்வுலகம் ஆண்களுக்கென ஆக்கப்பட்டது அவர்கள் ஏன் இதனை வெறுத்தொதுக்க வேண்டும்? அதே பழைய கதைதானா – காதலில் தோல்வியா?' தந்தை கிரிகோரி அமைதியாயிருந்தார்.

கிருபைமிகு தேவனே, நூற்றாண்டுகால சாவுத்தூக்கத்திற்குப் பின்னும் அரட்டை அடிப்பதிலான பெண்களின் விருப்பம் மாறாதிருக்கும். பெரும் குறுகுறுப்புடன் வினவினேன், உங்கள் நெஞ்சத்தைப்பிளந்தது காடின்கா டினாடின் இளவரசியா? அவள் நன்கறியப்பட்ட உல்லாசி.'

'சீமாட்டி ஃப்ளோரா சபீனா, பழைய எலும்புக் கூடுகளை ஏன் தோண்டியெடுக்க வேண்டும்?' என்றார் கூர்மையாக.

ஹா ஹா ஹா... அவரது நகைச்சுவையுணர்வைப் போற்றினேன். உண்மையில் அது கறுப்பு நகைச்சுவை... நடுக்கத்துடன் இன்னொரு சிகரெட்டை பற்றவைத்தார். 'தந்தையே, அதிகப்படியாய் புகைப்பது ஆரோக்கியத்திற்கு கேடு' என்றேன். இதுவும் கூட கறுப்பு நகைச்சுவையே என்று அப்புறம் தோன்றிற்று.

தந்தை ஆர்பிலியானி குத்தலுடன் தொடர்ந்தார். 'இது உங்கள் சாவுக்குப்பின்னே நிகழ்ந்தது. நான்பெரும் பிரபுவின் மகன்தான், ஆனால் அரேபியரின் மேலாதிக்கத்தின் பின்னே நான் ஒன்றுமில்லாதவன் ஆனேன். அதன் பின்னரும் என் பொறுப்புகள் பற்றி நான் கவலைப் பட்டதில்லை. நான் அறிவார்த்த சார்பு கொண்டிருந்தேன். டிஃப்ளிஸின் சுவடியகத்தில் என் நேரத்தைச் செலவிட்ட நான், யுத்தத்திலும் அரசு நிர்வாகத்திலும் அக்கறைப்படவில்லை. காற்று எத்திசையில் வீசிய தென்பதை இளவரசி அறிவார். நிலைமை அரேபியருக்குச் சாதகமாய் இருந்தது மற்றும் காடின்கா தந்திரமான அரசியல்வாதி. துரோகியுடனான அவளது திருமணம் பற்றிக் கேள்விப்பட்டதும், பெரிதும் அதிர்ச்சியடைந்தேன். அப்போது எனக்கு நானே சொல்லிக்கொண்டேன், 'கிரிகோரி ஆர்பிலியானி, பெண்கள் என்போர் இரண்டாம் முறையாய் எண்ணத்தக்கவரல்லர். யுவதிகளுக்கு ஒன்றும் குறைவில்லை, விருப்பமும் அழகும் கொண்டவர்கள் நிறைய இருந்தனர், ஆகவே நான் புத்தகங்களிடம் திரும்பினேன். ஆனால் சுவடியகத்தில் சீரான ஆய்வாளனாயிருக்க, மத அமைப்பில் சேரவேண்டி யிருந்தது. எனவே துறவியானேன்... அது போலத்தான் சில மாதங்களில் கார்தேஜ் சென்று, புனித அகஸ்டின் ஏதென்ஸ், கான்ஸ்டான்டிநோபிள் என்று சென்றேன்... இல்லை... என் பயணங்களின்போது உங்களது தியோடரிக்கை நான் சந்தித்ததேயில்லை. பிரிட்டனின் கானகத்தில் எங்கேனும் அவர் இறந்து போயிருக்க வேண்டும்.'

'கடவுள் தடுக்கட்டும்' என்றேன். தந்தை கிரிகோரி சிரிக்கத் தொடங்கினார். அப்புறம் தொடர்ந்தார். 'நான் டிரபிஸானிலிருந்து பயணித்து ஜார்ஜியா திரும்பினேன். இளவரசி காடின்காவின் மடாலயத்திற்கு நான் ஒருபோதும் போனதில்லை. ஆற்றினுடாகத் தெரியும் அந்நீலமலை தெரிகின்றதா? அதன் சரிவில் ஒரு மடாலயம் இருந்து வந்தது. குகைகளில்

இளந்துறவியர் சிலர் வசித்தனர். அங்கே சென்றநான், எனக்கொரு குகையை தெரிவு செய்து, கிறிஸ்தவ சகோதரர் பிரிவில் இணைந்தேன். எங்களில் பலர் அறிஞர்கள். இரவு நேரங்களில் நாங்கள் கூடி, படிப்பு தொடர்பாகவோ சித்தாந்த வினாக்கள் குறித்தோ விவாதிப்போம். தொலை தூரத்து டிரான்ஸ் – ஆக்ஸியானாவிலிருந்து யாராவது நெஸ்டோரிய துறவி வந்து சேர்ந்தால், கிறிஸ்துவின் தன்மை குறித்து அவரைக் கிண்டிப் பார்ப்போம். கன்னிமேரி கிறிஸ்துவின் தாயேயொழிய கர்த்தரின் தாயல்ல' என்பார் அவர். 'அதனை எப்படி மிரூபணம் செய்வீர்கள்' என்போம். அதனை எப்படி நிரூபிக்க இயலும்' என்று பதிலளிப்பார். டமாஸ்கஸிலிருந்து சிரிய தேசப்பாதிரியார் ஒருவர் வந்தால், மோனோபிசைட் பிரிவில் எங்களை மாற்ற முயல்வார், நாங்கள் அவருடன் வாதிப்போம். இவற்றில் சலிப்புற்றுவிடும் சகோதரர் சிலர் டிஃப்ளிஸ் போய் இஸ்லாத்தில் சேர்ந்து விடுவார்கள்.

'எப்படியோ, என் புத்தகங்கள் மற்றும் அறிவார்த்த தேடல்களுடன் அவ்வாசிரமத்தில் சந்தோஷமாகவே இருந்தேன். கிறிஸ்துமஸிற்கு முந்தைய நாள், வழக்கம்போல, விறகுவெட்டப் போனேன். மலைகளும் மரங்களும் பனியால் வெண்ணிறமாயிருந்தன. கிரிகோரியப்பாடல் ஒன்றை நான் முணுமுணுத்தபோது, தேவாலய மணிகள் ஒலித்தன, என்னைச் சுற்றிலும் முயல்களும் அணில்களும் களித்துத்திரிந்தன. என்வலப்பாதத்தில் கோடாரி விழ, வெட்டுக்காயம் உண்டானது. பனியால் புண்ணைக் கழுவி, பசுந்தழை களால் கட்டுப்போட்டுவிட்டு, விறகுக்கட்டை எடுத்துக் கொண்டு மடாலயம் திரும்பினேன். குகையில் இரவில் தூங்கச் செல்லுமுன், மெழுகு வர்த்தியேற்றி ஒரு புத்தகத்தை எடுத்தேன். வழக்கம்போல சிறிது நேரம் படித்துவிட்டு தூங்கிவிட்டேன். காலையில், இப்போது டெடனஸ் என்றழைக்கப்படும் நோயால் இறந்து போயிருந்தேன். அப்போது எனக்கு 54 வயது. எப்போது, ஏன் என் சவப்பெட்டி இந்நிலவறைக்கு மாற்றப்பட்ட தென்பது தெரியாது.'

வருத்தமுற்ற இளவரசி காடின்கா அதனை இங்கு இடமாற்றியிருக்க வேண்டும் – என எண்ணிய நான், அமைதியாயிருந்து விட்டேன்.

கணப்பு அணைந்து போனது. குளிரில் எங்கள் எலும்புக்கூடுகள் கலகலக்கத் தொடங்கின. 'நாம் போய் வெது வெதுப்பான ஆடைகளிருக் கின்றனவா என்று பார்ப்போம்' என்றார் தந்தை கிரிகோரி.

பைன் மரத்தோப்பினைக் கடந்து வந்த நாங்கள், பதினோராம் நூற்றாண்டில் ஜார்ஜியாவின் அரசி கோரன் துக்தால் நிர்மாணிக்கப் பட்டதும் வெகு நவீனமானதுமான மடாலயத்தை அடைந்தோம். அது ஒரு 'செயல்படும் தேவாலயமா'யிருந்தது – ஏனெனில் தைன் உருவங்களின் முன்னே நீண்ட மெழுகு வர்த்திகள் எரிந்தன, சீமாட்டி ஆலயத்தின் முன்னுள்ள பெஞ்சில் கிழிந்த உடை உடுத்தியும் தாடியும் வைத்திருந்த சேவகன் குறட்டை விட்டுக் கொண்டிருந்தான்.

சந்தடியின்றி பின்னறைக்குப்போன நாங்கள் அலமாரி ஒன்றில் கன்னிகாஸ்திரீகள் மற்றும் துறவிகளுக்குரிய அங்கிகளும் ஆடைகளும் தலையணிகளும் இருக்கக்கண்டோம். இரு ஜோடி ஆடைகளைத் திருடிக் கொண்டதந்தை கிரிகோரி, அவற்றை உடனடியாய் அணிந்து கொண்டார்.

அலமாரியின் பின்பு யாரோ ஒருவர் நகர்வதைக் கவனித்தோம். புதர்போன்ற நரைத்த முடியும் இமைகளும் அழுத்தமான கண்ணாடியும் கொண்டிருந்த அவர் நடு வயதுக்காரர். அவரும் ஒரு துறவியின் ஆடையைத் திருடுவதில் தீவிரமாயிருந்தார். நாங்களிருப்பதை உணர்ந்து கொண்ட அவர், ஒரு கதவின் பின்னே ஒளிந்து கொண்டார். சீக்கிரமே தேவாலயத் திலிருந்து வெளியேறி, மலைச்சரிவில் ஓடத் தொடங்கினோம். எங்கள் எலும்புகள் கலகலக்க தடுமாறிய நாங்கள், இப்போது துறவிபோல் உடுத்திருந்தவர், எங்களைப் பின்தொடர்வதைக் கண்டோம். இளைஞர் முகாமை அடைந்து ஒளிந்து கொண்டோம். தம்பொருட்களை எடுத்துக் கொண்டு நதிமுகத்துவாரத்தை அடைவதில் மாணவர் மும்முரமா யிருந்தனர். நிலவறையின் சன்னலில் தெரிந்த விசைப்படகு, படகுத்துறை அருகே நின்றிருந்தது.

சில நிமிடங்கள் காணாது போன தந்தை கிரிகோரி தோள்பை ஒன்றுடன் திரும்பினார். அதனைத்திறந்தபடி அவர் கூறினார், 'வெற்றுக் கூடாரம் ஒன்றில் இப்போது போனேன், இவற்றை எடுத்துக் கொண்டேன். கடவுள் நம்முடன் இருக்கிறார்.' எல்லாவற்றையும் புல் மீது போட்டார். கையுறைகளையும் ஷூக்களையும் மஃப்ளர்களையும் கண்ணாடிகளையும் எடுத்துக்கொண்டோம். இவற்றையெல்லாம் அணிந்து கொண்டு நம்தேவனின் ஆண்டான 1973 – னை எதிர்கொள்ள ஆயத்தமானோம். இப்போதைய எங்கள்

தோற்றத்தில் நாங்கள் ஒருஜோடி துறவி மற்றம் கன்னிகாஸ் திரீயாகவே இருந்தோம், நாங்கள் எலும்புக்கூடுகளென யாரும் யூகித்தல் ஆகாது.

விடிந்து கொண்டிருந்தது. பனியுடன் கூடிய காலை. ஆடவரும் பெண்டிருமான பெரும் கூட்டத்தில் கண்டுகொள்ளப்படாது துறைமுக கரைக்குப் போனோம். நதி மூடுபனியில் மூழ்கிக்கிடந்தது. கப்பல் முழங்கிற்று. எனக்குள்ளே புன்னகைத்துக் கொண்டேன். நேற்றிரவுதான் இதுவே இறுதி ட்ரம்பெட் என நினைத்திருந்தேன். பாடியவாறு இளைஞர்கள் இடைவழியில் ஏறத் தொடங்கினர். கூட்டத்தில் சேர்ந்து கொண்டு கப்பலில் ஏறி, மேல்தளத்திலிருந்த படகுக்குப்பின்னே அமர்ந்தோம்.

புதற்போன்ற நரைத்த முடியுடன், துறவிபோல் உடுத்திக் கொண்டிருந்த நபரும், எங்களைப் பின்பற்றி வந்து, எங்களுக்குப் பின்னே ஒரு மூலையில் ஒடுங்கிக் கொண்டிருப்பதை திடீரெனக் கண்டறிந்தோம். நிசப்தமாயிருந்தோம். அவரும் அப்படியே இருந்தார். கரைவழியே செல்லத்தொடங்கிய கப்பல், பின்னர் கடலுக்குள் நுழைந்தது.

தென் திசையில் போய்க் கொண்டிருந்தோம். தந்தை கிரிகோரி ஆர்பிலியானியும் நானும், தூக்கம், பசி, கழிவறை போவது போன்றவை குறித்து அலட்சியமாயிருந்தோம். ஆனால் மர்மமான எங்கள் சகா உணவு தண்ணீரில்லாது 48 மணி நேரம் இருக்க வேண்டியிருந்தது. ஒரு மாலையில் கப்பல், பாதுமி துறைமுகத்தில் நங்கூரமிட்டது. கருங்கடலில் உள்ள புகழ்வாய்ந்த ஆரோக்கிய ஸ்தலமாய் பாது மி தோன்றிற்று. தந்தை கிரிகோரி இதுபற்றி நிச்சயமாய் அறிந்திருப்பார். கூட்டத்தினருடன் சேர்ந்து கடற்கரைக்கு வந்த எங்களை, காவலர் ஒருவர் சந்தேகத்துடன் பார்ப்பதை கவனித்தோம். கடற்கரை மணலை நோக்கி ஓடத் தொடங்கினோம். எங்கள் சகாவும் மூச்சிரைக்கப்பின் தொடர்ந்தார்.

தொலைவில் விசைப்படகுகள் நிறைய இருப்பதைப் பார்த்தோம். இன்னும் இருளாகவே இருந்தது, கடற்கரையில் எந்த ஜீவனும் நடமாடவில்லை. அங்கே போனோம். தந்தை கிரிகோரி உமது பெயரை உச்சரித்துவிட்டு விசைப்படகு ஒன்றை அவிழ்த்தார். அப்புறம் தனக்கு அருகேயுள்ள இருக்கையில் நான் அமர உதவினார். இப்போது மூன்றாவது நபர் கடற்கரையில் ஊசலாடிக் கொண்டிருந்ததைக் கண்டேன். சாவு,

வாழ்க்கையைத் துரத்தும் என்று கூறப்படுவதை எப்போதும் கேட்டிருந்தேன், தேவனே. இங்கோ அதன் மறுதலையாயிருந்தது!' தயவு செய்து, தயவு செய்து, என்னை கூட்டிச் செல்லுங்கள், என்னைக் கூட்டிச் செல்லுங்கள்' என்று கத்திக் கொண்டிருந்தார். அவர் பேசியது இதுவே முதல்முறை. அவரைப்படகில் குதிக்குமாறு தந்தை சமிக்ஞைகாட்டினார். மின்னல் வேகத்தில் டிப்ளிஸி போகும் வழியில் கூரா நதியில் தன் விசைப்படகைப் பயன்படுத்தியது போல, தந்தை விசைப்படகின் எஞ்சினை முடுக்கினார்!

இனந்தெரியாத நபர் எங்களருகே அமர்ந்தார். தந்தை கிரிகோரி தன் தொழிலார்ந்த குரலில் வினவினார்: 'பிரியமான மகனே, உன்னை இம்சிப்பது எது? குன்றுகளிலுள்ள கோரன்துக்த் அரசியின் தேவாலயத் திலிருந்து பாதுமி துறைமுகம் வரைக்கும் எங்களை ஏன் பின் தொடர்ந்து வந்து கொண்டிருக்கிறாய்?' அப்புறம் என்னை நோக்கி 'இது சமீபத்தைய துரிதப்படகு' என்றார். பின் தனது தொழிலார்ந்த தொனியைத் தொடர்ந்தார், 'பிரியமான மகனே, விஷயம் என்ன என்பதை என்னிடம் சொல்வாயா?'

அந்நபர் கிசுகிசுத்தார், 'தந்தையே, மேற்குக்கு தப்பிச் செல்லும் அதிருப்திமிகு அறிவுஜீவி நான். உதவுங்கள்.'

'மேற்குக்கு?' திருப்பிக்கூறிய தந்தை படகை மேற்குத்திசையில் திருப்பினார். அப்புறம் அன்புடன் வினவினார், பல்கேரியாவா, ரொமானியாவா, மகனே? அக்கணத்தில் உடன் நிகழ்காலத்து விவகாரங்கள் குறித்த எல்லா விஷய ஞானமும் அவர் தலையிலிருந்து மறைந்து போயிருக்க வேண்டும். அல்லது அவர்காடின்காடினாடின்னை எண்ணிக்கொண்டிருக்க வேண்டும். ஏதோ ஒரு விதத்தில் இனந்தெரியாத நபர் நடுக்கத்துடன் பதிலளித்தார்: 'தந்தையே, நாற்பத்தைந்திலிருந்து உங்கள் மடாலயத்திலிருந்து நீங்கள் விலகிச்செல்வது இதுவே முதல்முறை என்று தோன்றுகிறது'

'நம் கர்த்தரின் 645 ஆம் ஆண்டில் நான் டிஃப்ளிஸில் என் மூதாதையரின் அரண்மனையில் வசித்துக் கொண்டிருந்தேன்' என்றார் தந்தை தீவிரமான தொனியில். அதிருஷ்டவசமாக எஞ்சினின் முழக்கம் அவரது வார்த்தைகளை மூழ்கடித்து விட, அந்நியர் தொடர்ந்தார், 'தந்தையே பெர்லின் சுவருக்கு மறுபக்கத்திலிருந்து மேற்கு இப்போது ஆரம்பிக்கிறது.'

கர்த்தரே, நான் எப்போதும் புத்திசாலியாயிருந்ததில்லை. எனவே 'சீனத்துப் பெருஞ்சுவர் மற்றும் அலெக்ஸாண்டரின் வாயில்களெல்லாம் நமது காகஸியாவிலேயே இருப்பதாக கேள்விப்பட்டிருக்கிறேன், ஆனால் பெர்லின் சுவர் பூமியின் எப்பாகத்தில் இருக்கிறது?' என்று அதிசயித்தேன்.

என்னை சும்மாயிருக்குமாறு தந்தை சமிக்ஞை செய்தார். உடனிகழ்காலம் குறித்த அவரது விழிப்புணர்வு அவரது தலைக்கு திரும்பியிருந்தது, படகினை துருக்கி துறைமுகம் நோக்கி (முன்னர் பைஸாண்டியம் எனப்பட்டது) திருப்பினார். முழுவேகத்தில் நாங்கள் விரையும்போது அதிருப்தி அறிவுஜீவியிடம் தந்தை கூச்சலிட்டார்: 'பிரியமான மகனே, ஜோனாவையும் மீனையும் நினைவில் வைத்து, கடலில் நமது வழிகாட்டியான ஸ்டெல்லாமேரிஸை துதிக்கவும்.'

'ஆமென்' என்று முட்டாள் தனமாய் கூறிய நான், 'பிரியமான மகனே... புயல் வீசும் கடல்களில் கப்பல்களையும், நீண்ட பட்டு வழித்தடத்தில் ஒட்டகை வரிசைகளையும் வழிநடத்திச் செல்லும் கர்த்தரை நினைத்துக் கொள், ஞானியர் சரிதைகளை தவறாது வாசிக்கிறாய் என்றே நம்புகிறேன்' என்றேன்.

'மல்லார்மே, காஃப்கா மற்றும் பாதிலேரை மட்டுமே வாசிக்கிறேன், சீமாட்டியே' எனப் பதிலளித்தார் அவர்.

நேசமிகு தேவனே, இதற்குமுன் இஞ்ஞானியரைப் பற்றி நான் கேள்விப்பட்டதில்லை என்பதை ஒப்புக் கொள்ளவே செய்கிறேன், ஆகவே நான் அமைதியாயிருந்தேன்.

உலகங்களின் கர்த்தரே, அதன்பின் நிகழ்ந்ததை நன்கறிவீர்கள். வியன்னா போகும் வழியில் எங்களுக்கு எத்தகைய அனுபவங்கள் நேர்ந்தன! எப்படியெல்லாம் நாங்கள் வரவேற்கப்பட்டு, கொண்டாடப் பட்டோம், அதிருப்தி அறிவுஜீவி எவ்வாறெல்லாம் பத்திரிகையாளர் கூட்டத்தில் பேசினார், தொலைக்காட்சி பேட்டியளித்தார், தன் புத்தகங்களுக்கும் தொலைக்காட்சி தொடர்களுக்கும் ஒப்பந்தங்களில் கையெழுத்திட்டார் மற்றும் அவரைக் கௌரவிக்கும் முறையில் தரப்பட்ட விருதுகளில் கலந்து கொண்டார்!

வியன்னாவை நாங்கள் அடைந்த மாத்திரத்தில், அதிருப்தி அறிவு ஜீவியிடம் தந்தை கிரிகோரி கூறியிருந்தார், 'ஜீவிதம் முழுதும் மௌனம் அனுஷ்டிக்கும், தொல்பழங்காலத்து ஜார்ஜிய பிரிவைச் சேர்ந்தவர்கள் தந்தை கிரிகோரி ஆர்பிலானியும் அன்னை ஃப்ளோரா சபீனாவும் என்று பத்திரிகையாளர்களுக்குத் தெரிவித்து விடுக. நாளாந்த தேவைகளுக்கு எங்களுக்குத் தேவையானதை எழுதித்தருகிறோம். மேலும் ஒவ்வொரு பகட்டான நடவடிக்கையினையும் நாங்கள் விலக்கி ஒதுக்குவதால், புகைப்படம் எடுப்பதை அனுமதியோம்.'

மறுநாள் காலை உலகப் பத்திரிகைகள் பின்வரும் செய்தியை பறைசாற்றிற்று: 'சோவியத் ஜார்ஜியாவிலிருந்து தப்பிவந்திருக்கும் தந்தை கிரிகோரியும் அன்னை 'ஃப்ளோராவும் மௌனம் சாதிக்கின்றனர்.'

வியன்னாவிலிருந்து நாங்கள் பாரிஸுக்கும், லண்டனுக்கும் அழைத்துச் செல்லப்பட்டோம். அறிவுஜீவி தன் ஆயுளின் சிறந்த நேரத்தை அப்போது பெற்றிருந்தார். தந்தை நூலகங்களில் நோட்டம் விட, நானோ கடைகளில் சுற்றித் திரிந்தேன். எங்கள் விருப்பங்களை மதித்திருந்த ஊடகங்கள், எங்களைத் தனித்து விட்டன.

ஒரு மாதத்திற்குப் பின்னர், கிருபையுள்ள கர்த்தரே, நாங்கள் அமெரிக்க ஐக்கிய நாடுகளுக்கு அழைக்கப்பட்டதை, நீவிர் அறிவீர் – அங்கே நாங்கள் தங்கிவிட எண்ணியிருந்தோம். எங்கள் வருகைக்கு ஏற்பாடு செய்திருந்த குழு, நியூயார்க் ஹில்டனில் எங்களைத் தங்க வைத்தது. மேற்கு ஐரோப்பா மற்றும் இங்கிலாந்தின் ஓட்டல்களில் என்னை வத்திருந்த பிரச்சனையை இப்போது நான் எதிர் கொண்டேன். தந்தையும் நானும் தூங்கவுமில்லை, உண்ணவுமில்லை, கழிப்பறையைப் பயன்படுத்தவு மில்லை என்பதை தேவனாகிய நீவிர் அறிவீர். எங்கள் அறைகளுக்கு காலை உணவு கொண்டு வரப்படுமாறு தெரிவிக்கவோ, மதிய உணவுக்கோ / இரவு உணவுக்கோ இறங்கிச்செல்லவில்லை. சேவகர்களை அழைக்கவில்லை. கழிவறைக் காகிதம் அப்படியேயிருந்தது. துண்டுகள், சோப், முகம் அலம்பும் பேசின், குளியல் தொட்டி எல்லாம் பயன்படுத்தப்படாதிருந்தன.

காலை நேரங்களில் வந்த பணிப்பெண்கள் சற்று வியப்புற்றனர்.

தந்தை கிரிகோரியுடன் இது பற்றிப் பேசுவதில் எனக்கு தருமசங்கடமாயிருந்தது. ஆனால் ஒருநாள் பேசவேண்டியதாயிருந்தது. 'பெண்களுக்குச் சற்று தாழ்வான மூளைகளே இருக்கின்றன என்பதை ஏற்றுக்கொள்கின்றேன். இது மிகவும் சுலபம். காகிதங்களை வெட்டிக் கொள்ளவும், கழிப்பு பேசினில் நீர் விடவும் சோப்பையும் துண்டுகளையும் நனைக்கவும்' என எக்களிப்புடன் பதிலளித்தார்.

உணவைப்பொறுத்த வரை, நீண்ட நோன்புகள் இருந்து பழகிப் போனவர்களாதலால், ரொட்டி, வெண்ணெய், ஒன்றிரண்டு வெங்காயம், தண்ணீர் மட்டும் போதுமானது என அதிருப்தி அறிவு ஜீவியிடமும் செல்லுமிடங்களில் உள்ள விருந்து தருவோரிடமும் தெரிவித்திருந்தோம். இவை எங்கள் அறைகளுக்கு அனுப்பட்டுவிடும். ஒவ்வொரு மாலையிலும் இவற்றை காகிதங்களில் வைத்துக்கட்டி மறுநாள் காலையில் குப்பைக் கூடையில் எறிவோம்.

ஒரு பிற்பகலில் தந்தை எனக்கு தொலைபேசியில் பேசிய போதுதான் நிஜமான சிக்கல் உண்டானது. 'அலாஸ்காவிலுள்ள கிரேக்க ஆசாரப்பிரிவு இல்லத்தில் நமது எஞ்சிய ஆயுட்காலத்தை கழித்திட ஏற்பாடு செய்யப் பட்டுள்ளது. உடனடியாக நான் உங்களுடன் இது பற்றி விவாதிக்க வேண்டும்' என்றார் அவர்.

கீழ்தளம் சென்றேன். அவர் காத்திருந்தார். அவர் கூறினார்: 'நியூயார்க்கில் வசிக்கும் எங்கள் உறவினர்களாகிய ஜார்ஜியர் சிலருடன் தங்குவதற்கு நாங்கள் பிரியப்படுகிறோம். அதன்பின் சிறிதுகாலம் நாங்கள் தனித்திருந்து நூலகங்களில் சில ஆய்வுகள் மேற்கொள்வோம். எங்கள் பணி நிறைவுற்றதும், 15 கிழக்கு, 97வது தெருவில் உள்ள எங்கள் தேவாலயத்தலைமையகத்துடன் தொடர்பு கொள்வேன்: விருந்து தருவோர் சந்தோஷத்துடன் இசைந்தனர். தற்போதைய நம் செலவுகளுக்காக கணிசமான தொகையைத் தந்துள்ளனர். இப்போது நாம் இங்கிருந்து வெளியேறியாக வேண்டும். துரிதமாய்.' அமெரிக்க பாணியில் பேச தொடங்கியிருந்தார் தந்தை.

ஆகவே அடுத்த காலையில் நண்பர்களிடம் விடை பெற்றுவிட்டு ஹில்டன் ஓட்டலிலிருந்து வெளியேறினோம். புறநகர்பகுதியிலுள்ள

சாதாரணத் தங்கும் விடுதியில் அடுத்தடுத்த அறைகள் இரண்டினை வாடகைக்கு அமர்த்தினார் தந்தை. தரப்பட்டிருந்த பணத்தில் பெரும் பகுதியை, விண்வெளி ஆய்வு, கணிணிதொழில் நுட்பம், சர்வதேச அரசியல் முதலான விலை உயர்ந்த புத்தகங்கள் வாங்குவதில் செலவிட்டார். ஒரு நாள் தந்தை பத்திரிகையை புரட்டிக்கொண்டிருந்ததைக் கண்டேன். என்னைக் கண்டதும், வெட்கப்பட்டு, 'சால் பெல்லோவின் பேட்டியைப் படித்துக் கொண்டிருந்தேன். இப்பத்திரிகை அருமையான கட்டுரைகளை வெளியிடுகிறது, தெரியுமா....' என்றார்.

நூலகங்களிலிருந்து சில புத்தகங்களை திருடவும் செய்த அவர், அறையில் விடாது புகைத்தார். பொதுவிடங்களில் அவரால் புகைக்க இயலாது என்பது வெளிப்படை.

எங்களின் 12 மாத கால 'வளிவாசம்' முடிவுற இருந்தது. இலையுதிர் காலம் வந்திருந்தது. இன்னும் என்னால் பட்டுத்துணிகளை அணி முடியாதிருந்ததை நினைத்துப் பார்க்கையில் என் எலும்புகளில் ஒருவித வேதனையை அனுபவித்தேன். தந்தையோ ஆணின் அகம்பாவம் கொண்டிருந்தார். ஓர் ஆடைவாங்க வேண்டும் என்னும் எனது வேண்டுதல் களைப் புறக்கணித்தார். எனது பங்கிற்குரிய டாலர்களையும் புத்தகங்கள் வாங்குவதில் செலவழித்தார். அடிக்கடி திரைப்படங்களுக்கும் நாடகங் களுக்கும் சென்ற அவர், என்னை என் அறையிலேயே கிடந்தவாறு தொலைக்காட்சி பார்த்துக்கொண்டும் துதித்துக்கொண்டும் இருக்கும்படி செய்தார்.

கர்த்தரே, உமது மறதியுள்ள தேவதையிடம் நான் கேட்டிருந்ததை உம்மிடம் கூற நான் மறந்து போனேன்: ஒருவேளை, ஜார்ஜியாவில் இதே நிலவறைக்கு குறித்த நேரத்தில் வர இயலாது போனால்? 'எங்கே நீங்கள் போயினும் அங்கே அருகாமையிலுள்ள கல்லறைத் தோட்டத்திற்கு போங்கள், உங்களுக்கென இரு கல்லறைகள் காலியாயிருப்பதை கண்டு அவற்றிலே கிடந்து கொள்ளுங்கள்' என்று பதிலளித்தது அது.

நேரம் துரிதமாய் ஓடிற்று. ஒரு நொடியில் ஓராண்டுகாலம் கடந்து போனது... கர்த்தரே, பரபரப்புடன் கூடிய உமது நவீன, அழகிய உலகில் இருந்திட 12 மாதங்கள் போதாது! பொருத்தமான கல்லறை தோட்டத்தை

கண்டறியும் பணியை தந்தை எனக்கு ஒப்படைத்திருந்தார். அவர் களித்திருக்க, கல்லறைத்தோட்டங்களில் வெற்றுக் கல்லறைகளைத் தேடி நான் சுற்றித்திரிந்தேன்.

திரும்புதலுக்கு சிலநாட்களே எஞ்சியிருக்க, தந்தையிடம் அநேகமாக பணம் காலியான நிலையில், விருந்து உபசரிப்போரிடம் மேலும் கேட்க விருப்பமில்லாது இருந்தார், அவர்கள் நிச்சயம் கேள்விகள் தொடுத்திருப்பார்கள். நீங்கள் இன்னும் உங்களது ருஷ்ய தேசத்து வெள்ளை உறவினர்களுடன் தங்கியிருக்கிறீர்களா? அலாஸ்காவிலுள்ள ஆசிரமத்தில் எப்போது சேரப்போகிறீர்கள்? மற்றும் இது போன்ற கேள்விகள். இப்போது ஒரு சில டாலர்களே எஞ்சியிருக்கும் நிலையில் (உண்மையில் அவை எனக்குரியவை) தந்தையிடம் எனது இறுதி விருப்பத்தை தெரிவித்தேன்: அழகான உடை ஒன்று வாங்கவேண்டும். ஆனால் அதனைக் கொண்டு, தந்தை உடனே 'அரேபிய எண்ணெய்' மற்றும் 'ஐரோப்பிய பொது சந்தை' குறித்த இரு நூல்களை வாங்கிவிட்டார் நான் அழுது கண்ணீர் வடித்தேன்.

என்னை ஆறுதல் படுத்தும் பொருட்டு, 'சீமாட்டி ஃப்ளோரா, நாம் நிலவறைக்குப் போகையில், இச்செய்தி உண்டாக்கும் பரபரப்பை நினைத்துப்பார்...' என்றார்.

அவரது சிலேடையை நான் பாராட்டவில்லை. அவர் எக்காளச்சிரிப்புடன் தொடர்ந்தார்: 'உலகின் செய்தியேடுகளிலுள்ள ஊகங்களை நினைத்துப்பார். நாமிருவரும் இரட்டை ஏஜெண்டுகளென அமெரிக்கரும் ருஷ்யரும் நினைத்துக் கொள்வார்கள்!' அவர் சிரித்து கர்ஜித்தார். நான் சந்தோஷப்படவில்லை. 'அதிருப்தி அறிவு ஜீவியும் சந்தேகத்திற்குள்ளாவார், பாவம். ஆனால் நிலைமை நாம் உதவமுடியாதபடிக்கு இருக்கிறது.... வாருங்கள், சிறிது நேரம் போய்வரலாம்' என்றார்.

வெளியேறி, வாடகை காரில் போனோம். பிரத்யேக கடை ஒன்றில் உடை கண்காட்சி நிகழ்ந்து கொண்டிருந்தது. எங்கள் அங்கிகளின் காரணமாக, நாங்கள் போய் பின் வரிசையில் அமர்ந்தபோது, யாரும் தடுக்க வில்லை.

சமீபத்திய டியார் படைப்புகளை அழகியர் எடுத்துக்காட்டிக் கொண்டிருந்தனர். நான் மயங்கிப் போனேன். தந்தை அழகியரை ஓரக்கண்ணால் பார்த்தார்.

திடீரென, எனக்கு தூக்கிவாரிப்போட்டது. உயர்ந்து, மெலிதாயுள்ள அழகி ஒருத்தி செக்கச்சிவந்த மாலை நேரத்து கவுனுடன்முத்துப் பதித்த ஆரம் அணிந்து தோன்றினாள். 1400 ஆண்டுகளுக்கு முன் சிரியாவின் மடாலயத்து நிலவறையில், குளிர்ந்தும் பீதியுமளித்த மாலையில், நான் கழற்றிவிட்டு, கன்னிகாஸ்திரீயின் அங்கிக்காக மாற்றிக்கொண்ட அதே பைஸாண்டிய ஆடை மாதிரியே தோற்றமளித்தது அது. 'பெண்களின் மோஸ்தர் அவ்வளவாய் மாறிவிடவில்லை, மாறியிருக்கிறதா. காடின்கா இத்தகைய கவுன்களையும் அணிவதுண்டு' என்றார் தந்தை உணர்வுபாவமின்றி.

நான் எதுவும் கூறாது நழுவிச் சென்ற அழகியை உற்றுநோக்கியபடி இருந்தேன். அது விலை உயர்ந்த ஆடையாக இருக்க வேண்டும். பெருமூச்செறிந்தேன். தந்தை என்னிடம் கிசுகிசுத்தார்... 'ஃப்ளோரா சபீனா சீமாட்டியே, நான் எண்ணுவதை எண்ணிக்கொண்டிருக்கிறீர்களா?'

'ஆம் தந்தையே'

'சரி, நீங்கள் போகலாம். நான் பின்னர் திரும்புவேன்'

தந்தை கிரிகோரி ஆர்பிலியானி என் கதவைத் தட்டியபோது நள்ளிரவைத் தாண்டியிருந்தது. நான் எட்டிப்பார்த்தேன். அங்கிக்குள்ளிருந்து ஒரு பையை எடுத்து கிசுகிசுத்தார்: 'காட்சி முடிவுற்றதும் பின்னறைக்குச் சென்ற நான் அங்கே தொங்கிய இக்கவுனை எடுத்து வந்தேன். கர்த்தர் நம்முடன் இருக்கிறார்'

தன்னறைக்குச் சென்று, பாலஸ்தீனியர் பிரச்னை மீதான புத்தகத்தை வாசிக்கத் தொடங்கினார். கண்ணாடி நோக்கி விரைந்த நான் அங்கியை கழற்றிவிட்டு, அக்கவுனைப் போட்டேன். அதற்கு நிறையத்தையல் தேவைப்பட்டது. அடுத்தநாள் காலையில் ஏகப்பட்ட பருத்திநூல், ஊசி, கத்திரிகள் வாங்கி, அடுத்த இரு நாட்களை என் அறையில் டியார் கவுனைத் தைப்பதில் கழித்தேன். தேவையான திருத்தங்களுக்குப்பின் நான் போட்டுப்பார்த்தபோது, எலும்புக்கூடினால் அணியப்பட்டிருந்தது போல் தோன்றவில்லை.

பூமிமீது அது எங்களின் கடைசி தினம். பிற்பகலில் தந்தை வீடு வந்து சேர்ந்தார். அருகாமையிலுள்ள பூங்காவிற்குப் போய் ஒரு பெஞ்சில்

அமர்ந்தோம். என்னை மிகுந்த வேதனையுடன் உற்று நோக்கினார். அப்புறம் தன் பையிலிருந்து புத்தகம் ஒன்றை எடுத்து, 'ஃப்ளோரா சீமாட்டியே, இன்று இதனை ஒரு நூலகத்திலிருந்து திருடினேன். இது W.B. யீட்ஸ் என்னும் அயர்லாந்து கவியினுடைய நூல்' என்றார். செவ்விலைகள் எங்களைச் சுற்றிலும் மிதந்தன. இருண்டு கொண்டிருந்தது. மேபிள் மரங்களின் பின்னே இருந்தது சூரியன். தந்தை புத்தகத்தைத்திறந்து இதனைக் கவனிக்கவும் என்றார்:

'பைஸாண்டியத்திற்கு பயணிக்கின்றனர்

முதியவருக்குரிய தேசமன்று அது. இளைஞர்

ஒருவர் தோள்களில் மற்றவராய், பறவைகள்

விருட்சங்களில்....'

இக்கவிதையை அவர் வாசிக்க, நான் பைஸாண்டியத்தை நினைத்து கண்ணீர் வடித்தேன். அழுது தீர்த்தேன். தந்தை புத்தகத்தை மூடி பெரு மூச்சுவிட்டார். அப்புறம் 'கடைசி முறையாக நகரில்...!' என்றார்.

நகருக்குப்போகும் வழியில் இஸ்ரேலுக்கு ஆதரவாக முகமூடிநடனம் நிகழ்வதை அறிவிக்கும் அட்டை ஒன்றைப் பார்த்தோம். அருகிலுள்ள ஓர் ஓட்டலில் அன்று மாலை, அது நிகழ்வதாயிருந்தது. 'சிறிது உல்லாசமா யிருப்போம்' என்றார் தந்தை. பூங்காவை விட்டுக்கிளம்புமுன் எனது பட்டுக்கவுன்மீது என்கறுப்பு அங்கியை அணிய வேண்டியிருந்தது. அங்காடி ஒன்றுக்குப் போய் ஒரு ஜோடி முகமூடிகளும் தலையணிகளும் வாங்கினோம். அப்புறம் அங்காடியின் ஒப்பனை அறைக்குள் போய் நடனத்திற்கு ஆயத்தமானோம். கடையை விட்டு வெளியேறுமுன் விலை உயர்ந்த சிகரேட் பாக்கெட் ஒன்றை தந்தை வாங்கினார். 'கல்லலறைத்தோட்டம் போவதற்கான கார்வாடகையைச் சிறிது வைத்துக்கொள்ளவும்' என நினைவூட்டினேன். 'இது பூமியின் மீதான நமது இறுதிதினம்'

ஓட்டலுக்குப்போய், நடனத்திற்கான சீட்டுகளை வாங்கினோம். தந்தை வாயிலில் நின்றபடி தீவிரத்துடன் குறிப்பிட்டார், 'ஜார்ஜியாவின் இளவரசி காடின்கா டினாடின் மற்றும் டிஃப்ளிஸின் பிரபு...'

எங்களை வெள்ளை ருஷ்யரென நினைத்துக் கொண்ட வேலையாள், எங்கள் பெயர்களைக் கேட்டதும் திருப்தியுற்றான்.

மண்டபத்திற்குள் நுழைந்து ஒரு ஸோபாவில் அமர்ந்தோம். சில நிமிடங்கள் கழித்து தந்தை ஆடவர் அறைக்குள் நுழைந்து, புகைத்தார். நான் அமர்ந்தவாறு எண்ணினேன். மூன்று மணி நேரம் கழித்தே கல்லறையின் இருளும் தனிமையும் மற்றும் சாவின் நீண்ட தூக்கமும், அது வரையில்... அதுவரையில்... ராஜ்யம் வருவதாக.....

அப்போது என்பார்வை அவர்மீது விழுந்து.... எனக்கு நிச்சயிக்கப் பட்டிருந்த, கான்ஸ்டான்டிநோபிளின் தியோடரிக்கலாஸிஸ். சந்தேகத்திற் கிடமின்றி அவர்தான், வேறுயாருமில்லை. அதே சுருண்ட பொன்முடி, அதே கிரேக்க மூக்கு. ரோமானிய செனட்டராக மாறுவேட மணிந்து 'ஸ்பானிய நாடோடி' ஒருத்தியுடன் ஆடிக் கொண்டிருந்தார். என் விழிப்பள்ளத்தை என்னால் நம்பமுடியவில்லை. இது எவ்விதம் சாத்தியம்? இன்னொரு அற்புதமா! அதிர்ச்சி அடைந்தவளாய், நடனமாடியபடி போய்க் கொண்டிருக்கும் அவரை உற்றுநோக்கினேன்.

மண்டபமெங்கும் அவரைப்பின் தொடர்ந்த என்பார்வையை வைத்து, தன் மீதான என் அக்கறையை அவர் கவனித்துவிட்டார். நடனம் முடிவுற்றதும் என்னிடம் வந்து, அடுத்த ஆட்டத்திற்காக அழைத்தார். 'மன்னிக்கவும், தியோ..... என் பாதநுனி காயம்பட்டுள்ளது ... ஆட முடியாது... ஒரு நிமிடம் அமருங்கள், தியோ...' என்று திக்கி, நிலை குலைந்து போனேன். அமர்ந்தார். 'நீங்கள்... எந்தவகையிலாவது கான்ஸ்டான்டி நோபிளின் தியோடரிக்கலாஸிஸா?' என்று பிதற்றினேன்.

'இல்லை, சீமாட்டி ப்ருக்ளிசைச் சேர்ந்த ரிச்சர்ட் கோஹென்' என்றார் மிக மரியாதையுடன்.

உடனே தனது 'ஸ்பானிய நாடோடி யுடன் இணைந்து கொண்டார். சிறிது நேரம் என்னுடன் பேசிவிட்டு, அடுத்த நடனத்திற்குப் போய் விட்டார். கடுமையான புகையிலை மணத்துடன் தந்தை திரும்பிவந்தார். என்னருகே அமர்ந்து, கடிகாரத்தை நோக்கி, உணர்வுபாவமின்றி கூறினார், சீமாட்டி ஃப்ளோரா சபீனா, பத்தாக கால்மணி நேரம் இருக்கிறது, போகலாம்.'

அப்போது பயங்கரமான எண்ணமொன்று என் கபாலத்தில் தோன்ற, அதனை உரத்து ஆங்கிலத்தில் வெளியிடவும் செய்தேன், 'கர்த்தரே, நாம் ஒழிந்தோம்.' அமெரிக்க ஐக்கிய நாடுகளுக்கு நாங்கள் வந்ததிலிருந்து நாம் எப்போதும் ஒருவருடன் ஒருவர் ஆங்கிலத்தில் பேசிக் கொள்வோம் என்று வற்புறுத்தியிருந்தார். அது நமக்குப் பயிற்சியாய் அமையும் என்றார்.

'சில மாதங்களே நாம் இவ்வுலகில் இருக்கப்போகிறோம். புதியதொரு மொழியைக் கற்பது பற்றி நான் ஏன் கவலைப்பட வேண்டும்?' என்று எனக்கு தந்தை அமைதியாய் பதிலளித்தார்: 'சீமாட்டி ஃப்ளோரா, ஒருவர் இவ்வுலகில் வாழ்வது அறுபது / எழுபதாண்டுகளுக்கு. பெரும்பாலும் சற்று குறைவாக / சற்று கூடுதலாக. இந்த வரம்புக்குட்பட்ட காலத்தின் பாதியை அவர் கடினமாகப்படித்து சிக்கலான விஷயங்களைத் தெரிந்து கொள்வதிலும், போராடுவதிலும், எல்லாவகையான அனுபவங்கள் பெறுவதிலும், வருந்துவதிலும் கழிக்கிறார். தன் படிப்பு, அறிவு, விழிப்புணர்வு, அனுபவம் முதலானவை இருந்தும்கூட ஒருநாள் அவர் திடீரென இறந்து போகிறார். இப்போது, ஒருவர் சிலமாதங்கள் / சில ஆண்டுகள் கூடுதலாய் வாழலாம், எல்லாம் ஒன்றாகத்தான் முடியும்....'

கர்த்தரே! தந்தை கிரிகோரி ஆர்பிலியானியுடன் விவாதிக்க முடியாது.

வெளியிடங்களில் நாங்கள் கிசுகிசுத்துப் பேசுவோம், ஆனால் அக்கணத்தில் மிகவும் பீதியுற்ற நான், அடித்தொண்டையில் கூச்சலிட்டேன்! 'நமக்களிக்கப்பட்ட காலம் – கிரீன்விச்சா / ருஷ்யனா? சோவியத் ஒன்றியத்தின் நேரத்திற்கும் அமெரிக்க நேரத்திற்குமிடையே குறைந்தது 18 மணி நேர வித்தியாசம் இருத்தல் வேண்டும்... அத்துடன், பழைய ருஷ்ய காலெண்டரின்படி அவர் நமக்கு நாளினைக் கூறினாரா அல்லது...' திடீரென நாட்டியம் ஆடுவோரிடமிருந்து முணுமுணுப்பு கிளம்பிற்று. யாரோ ஒருவர் பரபரப்புடன் கூச்சலிட்டார், '... சோவியத் உளவாளிகள் வெறியுடன் கிளம்பிவிட்டனர்...'

பெண்ணொருத்தி அலறினாள், 'அரேபிய பயங்கரவாதிகள்...'.

தந்தை கிரிகோரி முணுமுணுத்தார், கர்த்தரே, அடுத்து என்ன...'

காவலர் ஒருவர் முன்வந்து நாடக பாணியில் கூறினார், 'இது, என் நண்பன்...'

நாங்கள் எழவும், முகமூடியணிந்த ஆட்டக்காரர்களால் சூழப்பட்டோம்.

அந்த அதிகாரியுடன் வேறு இரு காவலரும் இருந்தனர். அவர் கூறினார்: 'உங்கள் பெண் சிநேகிதி அணிந்திருக்கும் டியார் கவுனை நீங்கள் திருடிவிட்டீர்கள். அன்றிரவிலிருந்து உங்களைத் தேடிக் கொண்டிருக்கிறோம். இக்கவுன் குறிப்பாக திருமதி ஜாகுலின் ஒனாசீஸுக்காக தயாரிக்கப்பட்டதாகும்.' பளபளக்கும் என் உடையைப் பார்ப்பதற்காக ஒவ்வொருவரும் எட்டிப் பார்க்க, முணுமுணுப்பலை அறையெங்கும் எட்டியது. போலீஸ் அதிகாரி தொடர்ந்தார். 'ருஷ்யத் துறவிபோல் மாறுவேடமணிந்துள்ள திருடன் ஒருவன் அரிய நூல்களை யெல்லாம் திருடிவருவதாக பல்வேறு பொது நூலகங்களும் புகார் செய்துள்ளன... நீங்களிருவரும் அன்புடன் காவல் நிலையம் வருக எங்களுடன்...

அத்தருணத்தில் தந்தை கிரிகோரி ஆர்பிலியானி என்னை நோக்க, நான் அவரை நோக்கினேன். அப்புறம், மெதுவாக எங்களது கையுறைகள், கண்ணாடிகளை எடுத்துவிட்டு, இறுதியில் எங்களது முகமூடிகளை அகற்றினோம்.....

உருது மொழியிலிருந்து ஆசிரியரால் ஆங்கிலமாக்கம் செய்யப் பட்டது.

Indian Literature, March - April 1986 இதழிலிருந்து தமிழ்வ டிவம்.

குறிப்பு:

*– தூய்மையாதல் கோட்பாடு: அரிஸ்டாடினால் முன்வைக்கப்பட்ட கோட்பாடாகும். கலை இலக்கியங்கள் மக்களின் உணர்வோட்டங்களுக்கு வடிகால் தந்து, அவர்தம் அகங்களை புதிதாக்குகின்றன என்னும் அழகியல் கோட்பாடு, கிரேக்க மொழியில் 'Catharsis' எனப்படும்.

# 4. சில அறிமுகங்கள்

## 1. லலிதாம்பிகா அந்தர்ஜனம்: தாய்மையிலிருந்து ஒரு பிரதி

மலையாள மொழியின் சிறந்த சிறுகதை எழுத்தாளர்களில் ஒருவரான லலிதாம்பிகா அந்தர்ஜனத்தின் 'அக்கினி சாட்சி' (1977) நாவலின் பிரதியாக்கம் எதிர்பாராததும் சுவையானதுமான அம்சங்களைப் பெற்றுள்ளது. 2001இன் சங்கராந்தி நாளில் நிகழ்ந்து கொண்டிருந்த கும்பமேளா சமயத்தில் இந்நாவல் வாசிக்கக் கிடைத்ததும் கூடுதலான உற்சாகத்திற்கு காரணமாயிருந்திருக்கலாம். ஒரு கும்பமேளா நிகழும் போதுதான் நாவல் தொடங்குகிறது.

ஆசார அனுஷ்டானங்கள் நிறைந்த நம்பூதிரிக் குடும்பத்தில், 'தர்மத்தைக் காப்பதற்காக' தன்னை மணந்து கொண்டு சதா விரதமும் பக்தி பாவனையுமாக இருக்கும் கணவன் உண்ணியுடன் இயைந்து போகமுடியாமல் உள்ளுக்குள் குமுறும் தேவகி மரணத்திற்குப் போராடும் தாயைப் பார்க்க வேண்டும் என்னும் சந்தர்ப்பத்தை உபாயமாகக் கொண்டு விடுதலைப் போராட்டத்திலும் ஈடுபடுகிறாள். ஆசிரமத்தில் பெற்றெடுக்கும் குழந்தையை கொன்றுவிட முற்படுவதைக் கண்டு சலனத்திற்குட்பட்டு துறவியாகி விடுகிறாள். துறவியாகும் தருணத்தில், அக்னிசாட்சியாக தன் கழுத்தில் பூட்டப்பட்டிருந்த சிறுதாலியைக் கழற்றி கங்கையில் விடுமாறு ஒப்படைக்கிறாள்.

கும்பமேளாவின்போது கங்கைக்கரைக்கு புனிதயாத்திரை வந்திருந்த தங்கம், தேவகி கூறியிருந்தபடி 'சிறுதாலி'யைக் கங்கையில் விட எண்ணும் தருணத்தில் பலவருடங்களுக்குமுன் காணாது போயிருந்த தேவகியினை சுமித்திரானந்தா என்னும் துறவியாகக் கண்டு கொள்ள நேருகிறது.

உண்ணும் சொற்பமான உணவின் ஒருபகுதியையும் யாக குண்டத்தில் சமர்ப்பித்துவிடும் சுமித்திரானந்தா, இப்போது சிறுதாலியை அக்னியில் போட்டு, தங்கமாக்கி, கலப்பில்லாது, அணிகலனாக்கிப் போட்டு வரவேண்டுமென தங்கத்தின் பேத்தியிடம் அளிக்கின்றாள்.

'அக்கா' என்று தான் அழைக்கும் தேவகி, கணவனிடம் சந்தோஷம் காணாது அவதிப்படுவதைத் தங்கம் கண்டுகொள்ளும்போது, இப்படி ஆத்திரப்படுவாள்:

'அக்கா மெல்ல மெல்ல மாறிக்கொண்டிருப்பது தங்கத்துக்குத் தெரிந்து கொண்டுதான் இருந்தது. இந்த மெல்லிய உடலுக்குள் ஓர் எரிமலை கனன்று புகைந்து கொண்டிருந்தது. மாற்றத்துக்காகத் துடித்துக் கொண்டிருந்த ஓர் ஏகாந்த மனதின் விம்மல்! சில வேளைகளில் பொறுக்க முடியாத நிராசையினால் அது நெருப்பாக உருவமெடுக்கும். வேறுசில சமயங்களில் அது பெருமூச்சாகும். மாமர நிழலிலும் குளக்கரை மண்டபத்திலும், மச்சின் உள்ளிருளிலும் நின்று தங்கமும், அக்காவும் என்னவெல்லாம் பேசியிருக்கிறார்கள். பேச்சுக்களையும் செயல்களையும் பத்திரிகைகளில் படித்து விட்டு அக்கா பொறாமையோடு சொல்வாங்க:

'தங்கம், நான் ஓர் ஆண்மகனாக இருந்தால் என்று நினைத்துப் பார்க்கிறேன். ஆணாக இருந்திருந்தால் நான் என் மனைவிக்கு மட்டுமல்ல, எல்லாப் பெண்களுக்கும் சுதந்திரம் கொடுத்து விடுவேன்! நாட்டின் சுதந்திரத் துக்காகவும் மனிதர்களின் சுதந்திரத்துக்காகவும் சாகவும் செய்வேன்' (பக்கம். 39 – 40)

தேவகியின் குமுறல் இதுவென்றால், அவள் கணவனின் நிலை என்ன ?

'நானில்லாம தேதிக்குட்டிக்கு (தேவகிக்கு) வாழ்க்கையிருக்கலாம். ஆனால் அவளில்லாமல் எனக்கு வாழ்க்கையில்லை. மானம்பள்ளி உண்ணி நம்பூதிரி பழமைவாதியும் முட்டாளும் மந்த புத்திக் காரனுமாக இருக்கலாம். ஆனால், அவன் அக்னிசாட்சியாக மணமுடித்த மனைவியை ஒதுக்கு மளவுக்குக் குரூரமானவனல்ல....' (பக்கம். 63)

அக்னிசாட்சியாக மணமுடித்த உண்ணியின் தாத்தா ஒருவர் எரியும்

கோயிலுக்குள் பாய்ந்து விக்கிரகத்தை எடுத்து காப்பாற்றுவதற்காக உயிர்த்தியாகம் செய்தவர்.

தேவகியாலும் நெருப்பை நீங்கி இருக்க இயலவில்லை, ஆசிரம வாழ்க்கையில், அதுவும் பெண்துறவிக்கு யாககுண்டம் தேவையில்லை என்றாலும், 'தனக்குப் பரிசாகத் தரப்படும் பொருட்களில் ஒரு பாகத்தை அக்னிக்குச் சமர்ப்பித்த பின்தான் எடுத்துக்கொள்வார்.'

அக்னிப்பிரவேசம் புகுந்த சீதையிடம் புகலிடம் கோருவாள் தேவகி:

'எல்லாவற்றுக்கும் ஆதாரமானவளான பூமி! அவளுடைய அந்தரத்தில் என்னவெல்லாம் தாங்கி இருக்கிறாள்! கருநாகங்கள் இருக்கின்றன. கரும்பாறைகள் இருக்கின்றன. கோடி கோடி மனிதப் பரம்பரைகளின் நாகரிகங்களும் அழிவுகளும் இருக்கின்றன. யுகங்களின் ஒலி இங்கே உறங்குகிறது. புறத்தே பசுமை; உள்ளே அக்னி. 'சீதாதேவி! மனிதனின் தாயே, தாங்கள் இங்கேயல்லவா அபயம் தேடினீர்கள்? என்னையும் ஏற்றுக் கொள்ளுங்கள், உங்கள் பாதபீடத்தில் எனக்கும் இடம் தாருங்கள்' (பக்.117)

அக்கினி, பூமிக்கு வரக்காரணம் கற்பிக்கும் கிரேக்கக்கதையை சுமித்திரானந்தாவுக்கு எடுத்துரைப்பார் ஒரு முதியவர்:

'சொர்க்கத்தில் மட்டும் அக்கினி இருக்க, குளிரில் பூமியிலிருந்த மானுடர் மந்த புத்தியுடன் நடுங்கிக் கொண்டிருந்தனர். இதைக்கண்டு பொறுக்க மாட்டாத தேவனான பிராமித்தியஸ் யாருமறியாது ஒரு தீப்பொறியை ஊதி பூமிக்கு அனுப்பிவிடுகிறான். நெருப்பும் ஆற்றலும் கிடைக்க மனிதன் அறிவும் தெளிவும் பெற்றுவிடுகிறான். பிராமித்தியஸின் திருட்டுச் செயலினைக் கண்டறியும் தேவர்கள், அவனைப் பிணைத்து இருபெரும் கடல்களுக்கு இடையிலுள்ள பாறையில் போடுகின்றனர். நாள்தோறும் பறந்து வரும் கழுகு அவன் இதயத்தைக் கொத்திரணமாக்க, இரவில் குணமாகிவிடும். இப்படியே நாள்தோறும் நடந்து கொண்டிருக்கிறது. மறுபடியும் இத்தகைய காரியத்தை அவன் செய்வானா? 'பிறருக்குக் கொடுப்பதற்கான இந்த நெருப்பை ஏற்றுவதில் எத்தகைய இன்பம் எனக்கு! முன்பு ஒரு இதயம்தான் இருந்தது. இன்றோ நித்தமும் புதிய இதயங்களின் பரம்பரை. பூக்கள் விரிவதைப் போல நித்தம் நித்தம் புதிய இதயங்கள். மறுபடியும் கழுகை அனுப்புங்கள் இறைவா! மறுபடியும் சங்கிலியால்

பிணையுங்கள். தானம் செய்வதற்காகச் சுடர்வீசும் இந்த அக்கினி மட்டும் ஒருபோதும் அணையாமலிருக்கட்டும்' (பக்கம். 122 – 123)

உணவின் ஒரு பகுதியை ஆகுதியிலிடுவதற்கு சுமித்திரானந்தா ஒரு காரணம் கூறுவார்:

'என் உணர்வின் ஒரு பகுதியை உலக உயிருக்குச் சமர்ப்பிக்க வேண்டும் என்று நான் நினைக்கிறேன். அக்கினி, பசியின் உருவகம்.' (பக்.120)

என்றாலும், உள்ளூரத் தன் கணவனை நினைத்துத்தான் இந்த ஆகுதி அர்ப்பணம் என்பது உணர்த்தப்படுகிறது.

சுமித்திரானந்தாவின் நிலைபாடு இப்படியென்றால், நாவல் எழுதும் லலிதாம்பிகாவின் நிலைபாடோ இப்படி முன்வைக்கப்படுகிறது பின்னிணைப்பில்: 'இரத்தத்தை முலைப்பாலாக மாற்றும் இயற்கையின் ரசவாதமே சத்தியத்தைக் கலையாக மாற்றும் கற்பனையிலும் நிரந்தரமாய் நிகழ்கிறதெனத் தோன்றுகிறது' (பக்கம்.138)

இத்தகைய வாசகங்களும் இவற்றின் பின்னுள்ள உணர்வோட்டங்களும் தாய்மையின் வெளிப்பாடுகள். பெண்மையின் முதிர்ச்சியான தாய்மை எழுதும் பிரதியாக அக்கினிசாட்சி விரிவு பெற்றுக் கொண்டே போகிறது.

இந்த நூற்றாண்டுத் தொடக்கத்தில் ஒழுக்கம் கெட்டவள் என நம்பூதிரிப்பெண் ஒருத்தி விசாரணைக்கு உட்படுத்தப்பட்டாள்; கேட்டவர் திடுக்கிடும் வண்ணம் அவள் தன்னோடு பாலுறவு கொண்ட நம்பூதிரிப் பெரியவர்களின் பட்டியலைச் சொன்னாள்' (பக்.54) என்பதை அடிக் குறிப்பாகவும், இன்னொரு மனைவியிடம் மோகம் கொண்டு ஒரு மனைவியை உதாசீனப்படுத்தியதால் பைத்தியக்கார சின்னம்மா. உருவானதை உட்கதைகளில் ஒன்றாகத் தந்தபோதும், தனிமனிதர்கள் என்ற அளவில் ஆண்கள் மீது எந்தக் குற்றச்சாட்டையும் / பழிப்புரையினையும் லலிதாம்பிகா சுமத்துவதில்லை.

மரபிலும் புனிதத்தின் இழையே அறாது ஓடிக்கொண்டிருக்கிறது என்பதுதான் அவரின் நிலைபாடாய் இருக்கிறது.

அரசியல் தளத்தில், சுதந்திரம் பெற்றபின்னும் உண்மையான சக

விடுதலை கிடைக்கவில்லை என்பதை உணர்த்தும் லலிதாம்பிகா, மரபு என்று வரும்போது பவ்வியத்துடனே அணுகுகிறார்.

விதி, விதி என்று சொல்வது என்னபொருள் என்று யாருக்காவது தெரியுமா? மனிதனின் விருப்பத்திற்குத் தகுந்தாற்போல் படைக்கவும் (உருவாக்கவும்) இயக்கவும் செய்கின்ற சக்தியோ இது? அல்லது, கங்கையின் இந்த நீரோட்டம் போல் தன்னில் சேருகின்ற எல்லாவற்றையும் தகர்த்து அடித்துக்கொண்டு போகின்ற அற்புதப் பிரவாகமோ?' (பக்.47)

என்று நாவலில் சொல்லாடல் நிகழ்த்தப்பட்டால், ஆசிரியரின் தன் குறிப்பில்,

'இந்த விதி என்பதுதான் என்ன? தவிர்க்க முடியாதபடி நமக்கு நேர்கின்ற அனுபவங்களும் நிகழ்ச்சிகளுமா? அல்லது நமக்கே விளங்காதபடி நம்மை இயக்கி நடத்துகிற வினைகளின் தூண்டுதலா. நான் விதியை நம்பாதவளாய் இருந்தேன். அறிவினாலும் ஆற்றலினாலும் மனிதன் பெறமுடியாதது எதுவுமில்லை என்று கருதியிருந்தேன். ஆனால் இந்த நாவலை நான் எழுதியது என்னுடைய திறமையினால் மட்டுமல்ல என்பதை நான் வெளிப்படையாகக் கூறமுடியும்' என்று விவரிக்கப்படும்.

கங்கையின் நீரோட்டமாகவே விதியைக் கருதிக் கொள்ளும் லலிதாம்பிகா, பெண்ணும் கங்கை போன்றவளே என்ற சொல்லாடலையும் முன்வைப்பார்.

'விதிபலம்' என்னும் தலைப்பிலான சிறுகதையில் – The decree of fate என்று மொழிப்பெயர்ப்பாளரால் ஆங்கிலத் தலைப்பு தரப்பட்டது – அபவாதத்தால் நம்பூதிரி இல்லத்திலிருந்து வெளியே துரத்தப்பட்ட பெண் ஒருத்தி, முஸ்லீம் ஒருவருடன் வாழ்ந்து, தான் சாகும் தறுவாயில், தன்னிடமிருந்து பிரிக்கப்பட்டு நம்பூதிரி இல்லத்தில் வளர்க்கப்பட்டு இப்போது இல்லத்தலைவராயிருக்கும் திருமேனியைச் சந்திக்கையில்,

'சமாதனமடைக, கடவுள் நம்முடன் இருக்கிறார்' என்கிறார்.

'இல்லை, என்னுடன் இல்லை. இப்போது நான் பெரிய இல்லத்தினுள் இருந்திருக்க வேண்டும்' என்று அவள் பதிலளிக்கவும் நம்புதிரியின் எதிர்வினையாக அமைவது:

'எப்படியானாலும், என் மடியில் கிடக்கிறீர்கள். விதியின் வலிமையைப் பாருங்கள்'

வஞ்சிக்கப்பட்ட தன்னால் கடவுளின் இருப்பை ஏற்க இயலாதிருப்பதை அவள் தெரிவிக்கிறாள். விதியின் வலியால் கடைசியில் மகனும் தாயும் இணைய முடிந்தது என்கிறார் திருமேனி. விதியின் வலிமையால்தானே அவள் வஞ்சிக்கப்பட்டதும்?

மனம் நொந்து ஒலிமிடும் ஒரு ராஜரிஷிக்காக கைலாய நாதனின் சடைக்குள் அகப்பட்டுக்கிடந்த கங்கை, உருகி, இளகி, துளும்பி வழியலாயிற்று. மானுடரின் பாவங்களைக் கழுவிக் களைகிறது. விடுதலை அளிக்கிறது.

தேவகியின் போக்கும் கங்கையின் ஓட்டமாகவே உள்ளது:

'... என்ன ஆனாலும் பாகீரதி இமயத்திலிருந்து இறங்கிவிட்டது. இனி திரும்பிப் போவது முடிகிற காரியமல்ல. ஓட்டம், ஓட்டம், ஓட்டம். பாதாளத்திற்கு என்றாலும் அப்படியே செல்லட்டும் பயணம்... வாழ்க்கை சலித்த போது முதன்முதலாக சமூக சேவையில் இறங்கினேன். பிறகு தேசப்பணியாயிற்று. அதுவும் முடிந்த பிறகு இப்போது நான் அந்தப் பரம்பொருளான தத்துவத்தைச் சேவிக்க ஆசைப்படுகிறேன். எது சரி, எது நன்மை என்பது யாருக்குத் தெரியும்?' (பக்.107)

ஆசிரியர் தரும் தன் குறிப்பிலும் கங்கை இடம்பெற்றுவிடும்:

'வாழ்க்கை கங்கையும் இமயமும் ஆகும். அங்கு தீர்த்தாடனத்துக்காகச் செல்வது தொடக்கத்தில் களைப்பும் அலுப்பும் ஊட்டுவதாக இருந்தாலும் முடிவில் பேரின்பம் தராமலிருக்க முடியாது' (பக்.137)

1945இல் லலிதாம்பிகா தொடர் எழுத வேண்டியபோது, சமூக சேவகி ஒருத்தி, தோழர்களாலும் எதிரிகளாலும் புண்படுத்தப்படவே, மனம் நொந்து பக்தி மார்க்கத்தில் ஈடுபடுவதான கதையினை தன் பழைய சிறுகதையான 'பிரசாதத்திலிருந்து வகுத்துக் கொண்டார். ஆனால் எழுதி முடித்த தொடர் வேறொன்றாக இருந்தது. அது, அவரின் பழைய சிநேகிதி ஒருத்தி, சமூக சேவகியாகிபின் துறவியாகப்போக, திடீரென்று கங்கைக் கரையில் எதிர்பாராத வகையில் சந்தித்த நிகழ்வின் சாயல்கள் பெற்றிருந்தது. 1977இல் 'மாத்ருபூமிக்கு தொடர்கதை எழுத வேண்டிவந்தபோது

'எழுதமுடியாத அளவு பவித்திரமானது' என்றுதான் கருதியிருந்த, பழைய சிநேகிதியின் கதையை, 15 அத்தியாயங்கள் தங்கம் நாயரின் பார்வையிலும், 15 அத்தியாயங்கள் தேவகியின் பார்வையிலும் எழுத திட்டமிட்டார். ஆனால் 18 வாரங்களில் முடிக்கவேண்டி, தேவகி பார்வையிலான அத்தியாயங்கள் 3ஆக குறைந்து போயின என்று குறிப்பிடுகிறார்.

தன்மனச்சாட்சியின் உருவமாக தங்கத்தையும், சிநேகிதியை தேவகியாகவும் உருவாக்கும் லலிதாம்பிகாவின் உண்ணி நம்பூதரி, முற்றிலும் கற்பனையான பாத்திரம். முற்றிலும் கற்பனையான பாத்திரம், முற்றிலும் இலட்சியத்தன்மை கொண்டதாக, மரபைப் போற்றுவதாக அமைந்துவிட்டது.

தன் சிநேகிதியின் கதை, மார்பில் பற்றிக் கிடக்கும் குழந்தையைப் போன்று பறித்தெறிய முடியாதது' என்று கருதுகிறார்.

'தெரிந்ததையும் அனுபவித்தது மாகிய சில கதைகளை வைத்துக் கொண்டு ஒரு நீண்டகால கட்டத்தின் – ஏற்றத்தாழக் கடந்த நாற்பதாண்டுக் காலச் சமூக அரசியல் மாற்றங்களின் நினைவுக் குறிப்பாக இந்த நாவலை உருவாக்க வேண்டும் என்று நான் கருதியிருந்தேன்' (பக்.136)

இன்னுமொரு குறிப்பு தருகிறார். அதுதான் மிகவும் நுட்பமானது: '...... பழைய தலைமுறையைச் சேர்ந்தவர்களுக்கு ஆத்ம பரிசோதனை செய்து கொள்ளவும் சென்ற காலத்தின் கண்ணீரையும் கனவுகளையும் பிரித்தெடுத்து ஆராயவும் இக்கதை பயன்பட்டால் போதுமானது' (பக்.138)

ஃப்ரெஞ்சுக் கவிஞர் பாதிலேர், ஒரு கவிதையில் மூன்றுவிதப் பெண்டிரைக் குறிப்பிடுவார்: தேசத்தின் காரணமாய் துயரத்தில் வீழும் பெண்ணொருத்தி, கணவன் காரணமாய் பலியாகும் பெண்ணொருத்தி, குழந்தையால் வதைபடும் பெண் மடோன்னா என மூவரை விவரிப்பார். பாதிலேர் சிதறுண்டு போன தன் அகங்களை, நகரில் காணும் இக்காட்சிகளாக பதிவு செய்வது, மீண்டும் தனது அகத்தை ஒன்றிணைக்கும் பொருட்டு – என்று எழுதுகிறார் லியோ பெர்சானி.

கணவனால் சுகவாழ்வு பெறாத தேவகி, தேசியப் போராட்ட வாழ்கையிலும் மனம் நொந்து துறவியாகிறார். துறவு நிலையிலும் நிறைவுறாது கொந்தளிக்கும் உள்ளம், இறுதியில் தன்மகன் காலடியில் இருப்பதாக அதீதப் புலன் காட்சியில் திளைக்கிறது.

இயற்க்கையின் அனைத்து அங்கங்களிலிருந்தும் தாய்ப்பால் ஊறி வருவது போல தவத்தின் இறுதியில் புதிய யுகம் பிறக்கலாயிற்று' (பக்.132)

நாவலெங்கும் அக்கினி பற்றியும் ஆங்காங்கே கங்கை பற்றியும் குறிப்புகள் வந்தபடி இருக்கின்றன.

ஆணைக்குற்றம் சாட்டும் பெண்ணியப் பிரதியாக அக்கினி சாட்சி' இல்லை. உயிர்களையெல்லாம் பாலிக்கும் தாய்மையின் பிரதி என்ற வகையில் பெண்ணியப் பிரதியாக 'அக்கினிசாட்சி' இருக்கிறது..'

திரிவேணி சங்கமத்தில் கும்பமேளாவின் போது புனித யாத்திரையும் தீர்த்தமாடலும் மட்டுமே நிகழ்கிறது. மாபெரும் திருவிழாவும் நிகழ்கிறது.

'வல்லமை வாய்ந்த கடவுளின் பிரமிப்பில் இங்கே வருபவர்களும், நெருங்கிய தோழனாகக்காணும் தன்மையில் வருபவர்களும், சமயச் சார்பற்றவராய் இங்கு வருபவர்களும் எனப் பல நிலையினரைக் காணமுடியும். இதில் ஆச்சரியப்பட வைப்பது, இம்மாபெரும் கூட்டத்திலுள்ள ஒவ்வொருவரும் சூரியனுடனும் நதியுடனும் தனிப்பட்ட உறவு நிலை கொண்டுள்ள தனிநபர்களாக இருப்பதுவே.

கும்பமேளாவின் தொன்மத்திலும் ஒரு குறிப்பு இருக்கவே செய்கிறது. தேவர்களும் அசுரர்களும் சேர்ந்து பாற்கடல் கடைந்து அமுதம் உருவாக, அசுரர்களுக்குத் தராமல் தேவர்களுக்கு மட்டும் கிடைக்கச் செய்வதற்காக, அமுத குடத்தை ஒளித்து வைத்த நான்கு இடங்களில் ஒன்றுதான் அலகாபாத் எனப்படுகிறது. சூது வாதும் சேர்ந்த விஷயத்தில் பிறந்த கும்பமேளா, பாவங்களைப் போக்குகிறது; அது மட்டுமா? அயோத்தியில் இராமர் கோயில் கட்டுவதற்கான சதியாலோசனை அரசியலுக்கும் சாட்சியமாக இருக்கிறது.

அலகாபாத்தின் பழைய பெயர், அக்பர் காலத்திற்கு முன்வரையிலும் பிரயாகை' என்பது. பிரயாகை' என்றால் 'பெரும்பலிகள் தரப்பட்ட இடம், என்பதாகும்.

பெரும்பலிகள் தரப்பட்டுவருவது பிரயானக என்னும் ஒரு தலத்தில் மட்டுமா? மரபின் காரணமாய் அரசியலின் காரணமாய் அகங்காரத்தின் காரணமாயும் தரப்பட்டு வரவே செய்கின்றன. ஆனால் நிகழ்ந்து வந்திருப்ப

வற்றையெல்லாம் பலிகளாக கருதாது, ஆகுதியாய் கருதும் மனம் இந்திய சம்பிரதாயத்தில் உருவாகிவிடும். இந்திய மரபிலான ஆண் மனம், மரபைப் பழிக்கவில்லையென்றால் / கண்டிக்கவில்லை யென்றால், அதன்காரணம், அம்மரபை நியாப்படுத்தவேண்டும், கட்டிக்காக்க வேண்டும், அதிகாரம் செலுத்தவேண்டும் என்ற உட்கிடை உண்டு.

ஆனால் லலிதாம்பிகாவின் எதிர்வினை வேறானது. மரபின் வளமும் வலுமையும், உணர்வும் கேடும் அவருக்கு தெளிவாகப் புலப்படுகின்றன. இவற்றையெல்லாம் பரிசோதனைக்கு உட்படுத்த வேண்டும் என்று வற்புறுத்துவார். தனிநபராக யாரையும் குற்றம் சுமத்தாத லலிதாம்பிகா, தனிநபர்கள் ஆத்மபரிசோதனை செய்து கொண்டால் மரபு சரியாகிவிடும் என்று எண்ணிவிடுவார்.

பெண் என்ற நிலையில், அதுவும் தாய்மையின் பக்குவத்தில் இருந்து கொண்டு அவரிடமிருந்து பிறக்கும் பிரதிகள், எது எப்படியிருந்தாலும் அரவணைத்து காக்கவேண்டும் என்னும் வேட்கை கொண்டவை.

'ரணமும் கத்தியும் நான்தான், அடியும் கன்னமும் நான்தான், அவயவங்களும் ஒறுப்புக் கருவியும் நான்தான், வதைப்பவனும் வதைப்படுவதும் நான்தான்'

என்று பாதிலேர் போல தன்னைக் கருதிக்கொள்ளும் / ஆக்கிக் கொள்ளும் ஆளுமை கொண்டவை.

ஆதாரங்கள் :

1. அக்கினிசாட்சி லலிதாம்பிகா அந்தர்ஜனம் / தமிழில் : சிற்பி, பாலசுப்பிரமணியன் / சாகித்திய அக்காதெமி, புதுதில்லி1998
2. Baudelaire and Freud / Leo Bersani / A Quantum Book, 1977
3. Rites of Duality/ Sagarika Ghose / Outlook, 29.01.01
4. Kumb as Renuwal of the Indian Spirit/Chetna Shukla/ The Times of India, 03.02.01
5. The Deeree of Fate / Lalithambika Antharijanam/Indian Literature March - April, 1986.

## 2. பாஸீ அலீயெவா: பெருகும் கண்ணீரும் பொங்கும் நீரூற்றும்

இதுவரையிலும் கேள்விப்பட்டிராத ஒரு ஆசிரியரிடமிருந்து வித்தியாசமானதும் புதுமையானதுமான நல்ல படைப்பு ஒன்று கிடைத்து விடும்போது அதைவிட ஆச்சரியமானதும் ஆனந்தமான கண்டுபிடிப்பு வேறொன்றும் இருக்க முடியாது.

பாஸீ அலீயெவா என்னும் பெண்மணியிடமிருந்து நாவல் இலக்கியத் துக்கு ஒரு கொடையாக கிடைத்திருப்பது 'மண்கட்டியைக் காற்று அடித்துப் போகாது' (முன்னேற்றப் பதிப்பகம், மாஸ்கோ, 1967) என்னும் நாவலாகும்.

காகேஷிய மலைகளுக்கும் காஸ்பியன் கடலுக்குமிடையேயுள்ள தாகிஸ்தானின் மலையக முஸ்லீம் மக்களது தனிச்சிறப்பான வாழ்க்கைப் போக்கிலிருந்தும் அவர்தம் வளமான அவாரிய மொழியிலிருந்தும் உருக்கொண்டிருக்கிறது இந்நாவல்.

வேளாண்மையைப் பிரதானமாகக் கொண்டு மண்ணைப் புனிதமாகக் கருதுகின்ற இம்மக்களது வாழ்க்கையில் இரண்டாம் உலகப்போரின் குறுக்கீடு எவ்வளவு ரணங்களை ஏற்படுத்துகிறது, ரணங்கள் உண்டானாலும் அதனைத் தீரத்துடன் ஏற்கின்ற அவர்களது பக்குவம் எப்படிப்பட்டது என்பதையெல்லாம் அலீயெவா இயல்பாக விவரிக்கின்றார், சித்தாந்தங்களின் சார்பின்றி.

பரீஹானின் கணவன் குதிரையிலிருந்து விழுந்து இறக்கவில்லை , ஜமாலின் சதிச் செயலால்தான் இறந்தான் என்று தெரியவரும்போது, தொடர்ந்து ஈனமாக நடந்து வரும் ஜமாலின் நடவடிக்கைகள் குமட்டும் போது, அவனைத் தீர்த்துக்கட்ட பரீஹான் துணிவுகொள்ளும்போது,

தனக்கேற்பட்ட ஓர் இழப்புக்காக ஹீரிஸாதா என்பவள் ஜமாலைக் கொன்று விடுகிறாள்.

ஜமாலின் சதிச் செயல்களுக்கும் ஈனக் காரியங்களுக்கும் மூலாதாரம், தனக்கு நிச்சயிக்கப்பட்ட பரீஹான், அகமதின் மனைவியானதுதான்.

இந்த பிரதான கதையிழை நாவலை நடத்திச் செல்வதற்கும் மற்ற இழைகளைப் பின்னுவதற்குமென ஓர் உபாயமே.

உண்மையில் இந்நாவல் மண்ணின் திண்மைபற்றியதும் அதனையொத்த உறுதிப்பாடுடைய பெண்டிரைப் பற்றிய தே. பரீஹானின் மகள் பாத்திமாத்தின் பார்வையில் சொல்லப்படும் இந்நாவலில் பெண்களின் உலகமும் மன நிலையுமே பிரதானம் கொள்கின்றன.

பாத்திமாத்தை பள்ளி நாட்களிலிருந்தே காதலித்து வரும் அலீபேக், பாத்திமாத் குடும்பத்தின் வைரியான ஜமாலின் மகனாக இருந்து விடுவதால், அக்காதல் ஈடேறாமல் போகிறது.

உறவுமுறை வைத்து மஜீதுக்கு நிச்சயிக்கப்பட்டாலும் தான் பொருத்தமானவனல்ல, தகுதியானவலல்ல என்பதை மஜீது உணரத் தலைப்படும் போது அவனாகவே விலகிக்கொள்கின்றான். இந்நிலையில் ஒருகாலத்தில் அநாதையாயிருந்தபோது ஆதரிக்கப் பட்டவனான ஸாதுல்லாவை சந்திக்கும் போது, பொருத்தமான துணை கிடைக்கிறது.

மஜீதின் சகோதரன் ஸைகிதுக்கு நிச்சயிக்கப்படுகிறாள் பரீ. இதற்கிடையே யுத்தத்தில் கலந்து கொள்ளப் போகும் ஸைகிது இறக்க நேர்கிறது. இப்போது நூருல்லாவிடம் காதல் கொள்ளும் பரீயை முதலில் பாத்தி மாத் அருவருப்பாய் நோக்கினாலும், பின்னர் புரிந்து கொள்கிறாள்.

இதில் முழுமையான ஆளுமையாக முதலிலிருந்து முடிவுவரை இடம்பெறும் ஒரே ஆண்பாத்திரம் உமர்தாதா. அவரும் மண்ணைப் புனிதமாய் கருதுவதால்தான் அப்படியொரு பாத்திரம் வகிக்கிறார் போலும்!

'குடிக்கவும் செய்கிறார், தொழுகையும் செய்கிறார்' என்று விசித்திரமாக நோக்குவோருக்கு, 'நான் அல்லாவை மறப்பதில்லை, என்னையும் நினைவில் வைத்துக் கொள்கிறேன்' என்று சாதூர்யம் பேசும் உமர்தாதா உழைப்பதிலும் களிப்பதிலும் சலிக்காதவர். ஆடுமாடுகள், செடி கொடிகள்

உற்றார் உறவினர் என எல்லா ஜீவராசிகளிடத்திலும் நேசமும் பற்றும் கொள்பவர். பறவைகள் சொல்வதையும் மரங்கள் பேசுவதையும் புரிந்து கொள்ளக்கூடியவர். தன் இறுதியை, பெரியதொரு திருவிழாவை எதிர்பார்ப்பது போல கொண்டாட்டமாக்குபவர். 'நல்ல மனிதர் உமர்தாதா. வானவில் ஆகாயத்தை அழகுபடுத்துவது போல நம் ஊருக்கே அலங்காரமாக இருந்தார் அவர்' என்று ஊரார் பாராட்டும்படி வாழ்ந்தவர். அவர் இறந்த சமயத்தில் பிறக்கும் பேரனை, அவரின் வடிவமாகவே எடுத்துக் கொள்கிறார்கள்.

'அமைதியாக உறங்குங்கள், என் அன்புக்குரிய, இனிய உமர்தாதா. விளைச்சல் நன்றாயிருக்கும் என்று தோன்றுகிறது. உங்கள் கலப்பை துருப்பிடிக்கும்படி நாங்கள்விட மாட்டோம். நிலத்தின் மேல் அன்பை நீங்கள் எங்களுக்கு மரபுரிமையாக விட்டுச் சென்றிருக்கிறீர்கள். மண் கட்டியைக் காற்று அடித்துப் போகாது. இப்போது நீங்கள் எந்த மண்ணுடனும் கலந்து விட்டீர்களோ அதன்பால் எங்கள் அன்பை எந்த நெருப்பும் பொசுக்க முடியாது' என்று எண்ணமிடுவாள் பாத்திமாத்.

'....மலைநாட்டுச் சட்டதிட்டங்களை நாம் கடைப்பிடிக்க வேண்டும். காலம் மாறிவிட்டது என்பது உண்மையே. இந்தச் சட்டங்களிலும் பழக்க வழக்கங்களிலும் உங்களுக்கு எவை ஏற்றவையோ அவற்றை மட்டுமே எடுத்துக் கொள்ளுங்கள். உங்களுடைய மிகமிக நல்ல பண்புகளை அவற்றில் சேருங்கள். இவற்றைக் கண்ணின் மணிபோலக் காத்து உங்கள் குழந்தைகளுக்கு வழங்குங்கள்' என்று ஒரு முறை வேண்டுவார் உமர்தாதா.

## 2

மலரினும் அழகியது எது என்று கேள்வி கேட்டு இளமையில் மலரும் காதல் என்று பதில் கூறுவதான நாடோடிப்பாடல்களையும் பழமொழி களையும் அவாரிய மொழியிலிருந்து தாராளமாக எடுத்துக்கொள்ளும் அலீயெவா, இந்நாவல் எழுதக்காரணமாக இருந்த பின்னணியை தேவதைக்கதைபோல விவரித்திருக்கிறார்.

அண்டை வீட்டுக் கிழவிக்கு ஊசியில் நூல் கோத்துத்தரும் உதவிக்காக, உராஸ்பைராம் பெருநாளில் புல்வெளியின் பனித்துளிகளைச் சேகரித்து முகம் கழுவினால் அழகியாகலாம் என்னும் மர்மத்தைக் கண்டு

கொள்கிறாள். அப்படியே பனித்துளிகளைச் சேகரிக்கையில் வளைந்து திரும்பிய ஒரு செடியின் தண்டு மீது கல்லொன்று பதிந்திருப்பதைக் கண்டு சிரமத்துடன் அதனை எடுத்துப் போடவும் நீரூற்றுப் பொங்கிவருகிறது. நீரூற்றைக் காணநேருவோர் வேண்டியது பலிக்கும் என்பதால் தகப்பனார் திரும்பிவர வேண்டும் என்று வேண்டிக்கொள்கிறாள். அவளது தாயோ, 'இறந்தவர்கள் உயிர்த்து எழுவதில்லை. அல்லாவே, இந்த உலகில் போர்கள் மறுபடி மூள விடாதே! எங்கள் ஆண்களைக் காப்பாற்று!' என்று இறைஞ்சுகிறாள்.

சிறு ஒத்தாசை, உபாயமொன்றைக் கற்றுத்தர, உபாயத்தை செயலில் காட்டப் போகையில் மர்மம் விலகியதான ஊற்றுப்பெருக்கு உண்டாகிறது. அதிருஷ்டம் வாய்க்கப்பெற்றவர்கள் தம் துரதிரஷ்டமான யுத்தத்தின் கொடுமையிலிருந்து பரிகாரம் கோரிக் கொள்கின்றனர். மகளின் வேண்டுதல் சுயநலம் சார்ந்து தந்தை திரும்பவேண்டும் என்பதாய் இருக்க, தாயின் வேண்டுதலோ யுத்தம் மூளாதிருலுப்பதையும் ஆண்களைக் காப்பாற்ற வேண்டுவதாயும் உள்ளது. இந்தப் பண்புதான், 'இந்த உலகத்தை அழுகல் எல்லாம் உதிர்ந்து விடும்படி மரத்தைப் போலப் – பிடித்து உலுக்க முடிந்தால் நல்ல ஆரோக்கியசாலிகளுக்கு வாழ்வது இன்னும் எளிதாயிருக்கும்' என்று உமர்தாதாவைக்கூற வைக்கும்.

நாவல் முடியும் தறுவாயில் கருவுற்றிருக்கும் பாத்திமாத்துக்குப் பிறக்கப்போவது ஆண்மகன்தான் என்று கூறப்படுவதை வைத்து, 'குழந்தை அப்படியே தாத்தா அச்சு, உமர்தாதாவின் ஜாடையும் கொஞ்சம் இருக்கிறது!' என்று ஜனங்கள் சொல்லப்போவதை எண்ணிப்பார்க்கிறது பாத்திமாத்தின் மனம். இத்துடன் முடிய வேண்டும் நாவல். ஆனால் இன்னொரு குறிப்புடன் தான் முடிகின்றது, அது இந்நாவலுக்கு இன்னொரு பரிமாணம் சேர்ப்பது.

'பெண்ணாய்ப் பிறந்தாலோ! நான் அம்மாவைப் பார்த்தேன். எவ்வளவு கடினமான வாழ்க்கை அவள் வாழ்ந்திருக்கிறாள்! ஆனாலும் மாசு மருவின்றி, எங்கள் காலடியில் கலகலத்துப் பெருகும் ஓடை நீர்போலவே தூய்மையுடன் அதைக் கடந்து வந்திருக்கிறாள் அவள். மகள் பிறந்தால் என் தாயாரின் உருவ அமைப்பையும் சுபாவத்தையும் கொள்ளட்டும். என் குஞ்சுமகள் அம்மாவின் கைகளில் விளையாடும்போது, 'பாத்தி மாத்தின் மகள் பாட்டியையே உரித்து வைத்தாற்போல இருக்கிறாள் பார்!' என்று ஊர்க்காரர்கள் சொல்லட்டும்? (பக்.317)

ஆண் குழந்தை, தாத்தாவின் சிறப்புக்கு ஈடாக பெண் குழந்தை, பாட்டியின் பெருமையும் இருக்கவே செய்கிறது – என்று இதனை வாசிக்கும் போது உணரமுடியும்.

ஆண்களைக் காப்பாற்ற வேண்டுவதாய் தொடங்கினாலும், பெண்களின் உலகையும் பெண்களின் சவால்களையுமே முன்னிறுத்துகிறது இந்நாவல். இதன்காரணமாகவே பெண்ணுக்கிணையான மண்ணின் வளமும் உறுதிப்பாடும் புனிதமும் போற்றப்படுகின்றன. மண் போற்றப்படுவதால், மண்ணைப் போற்றும் உமர்தாதாவும் போற்றப்படுகிறார். பெண்ணுக்கும் மண்ணுக்கும் இணையானதான மொழியின் வளமெல்லாம், நாடோடிப்பாடல் மரபிலிருந்தும் பழமொழிகளின் சேகரத்திலிருந்தும் திரட்டிக் கொள்ளப் படுகிறது.

இஸ்லாம் மக்களது வாழ்க்கைப்போக்குகள் பதிவு செய்யப்பட்டுள்ளது. அவற்றில் மதத்தின் ஆழமான ஆன்மிகச் சாரம் மட்டுமே படிந்துள்ளது. நிறுவனமாகிவிட்ட மதத்தின் சடங்குகளுக்கும் காழ்ப்புணர்வுகளுக்கும் இடமில்லை. எந்தவொரு மலையக மக்களையும் போலவே தீரமும் உழைப்பும் பரிசுத்தமும் கொண்டவர்களாகவே உள்ளனர்.

தாம் இல்லாத தருணத்தில் மகளை ஏமாற்றி மாவு வாங்கி அதனை விற்று விடும் அநாதைச் சிறுவர்களைத் தண்டிக்காது, அவர்களது வாழ்வின் சோகத்தை உணர்ந்து ஆதரிக்கும்போது அவர்கள் பிடித்துக்கொண்டு வரும் கவுதாரி பெரியதொரு புதையல் கிடைத்த களிப்பை பாத்திமாத்துக்கு அளிக்கிறது. பின்னர் அவர்களில் ஒருவனே துணைவனாகவும் அமைவது இன்னும் பெரிய புதையல் கிடைத்ததாக அமைந்து விடுகிறது.

'யார் வீட்டிலாவது ஆடு வெட்டிச் சமைத்தால் ஆட்டின் தோளெலும்பைப் பார்த்து வீட்டுக்காரனுக்கு என்ன நேரும் என்று அம்மா குறி சொல்லுவாள் – அந்த வீட்டில் ஆண் குழந்தை பிறக்கப் போகிறதா அல்லது ஏதேனும் விபத்து நேரப் போகிறதா என்று. விளைச்சல் நன்றாயிருக்குமா, வளரும் பெண்கள் வாழ்க்கையில் சுகம் பெறுவார்களா என்றெல்லாம் சோதிடம் சொல்வாள். கூர்முனை வெற்றாயிருந்தால் உழுவதற்கு அவசரப்பட வேண்டாம், அவசரப்பட்டால் விளைச்சல் மோசமாயிருக்கும் என்பாள். முட்டையின் வெற்றுப்பகுதி விலாப்புறம் இருந்தால் வசந்தகால நடுவரை

காத்திருப்பது அம்மாவின் கருத்துப்படி கூடாது. முட்டையின் மொண்ணைப் பகுதி வெற்றாயிருந்தாலோ, உடனே உழவு நடத்திடவேண்டும் என்பாள். வயல்களில் மூலிகைகளைத் தேடுவாள். யாரேனும் விரலை அறுத்துக் கொண்டால் அவள் ஏதோ ஒரு புல்லைக்காயத்தில் வைத்துக் கட்டுவாள். முகத்தில் பற்று வந்தால் அதற்கும் ஏதோ மூலிகையை அரைத்துத் தடவுவாள். 'முயல்புல்,' 'தவளை இலை,' 'ஓநாய்ப்புல்' என்று தன் மூலிகைகளுக்குப் பலவாறாகப் பெயரிட்டிருந்தாள்,' (பக்.170)

இப்படி ஆரூடம் சொல்வதும் சோதிடம் உரைப்பதும் அடையாளம் கண்டுகொள்வதும் உயிர்ப்பான வாழ்க்கை முறையின் ஒரு முகமாகும். தாயிடம் இவ்வாறு பாத்திமாத் கண்டு கொள்ளும் படிப்பினையின் இன்னொரு முகத்தை உமர்தாதாவிடம் கண்டு கொள்வாள்:

'தகைவிலான் குருவிகள் பறந்து வந்து விட்டன – நிலத்தை உழவேளை வந்து விட்டது', 'குளிர்கால வெண்பனி தானியத்தைக் காக்கும் போர்வை, 'நேரங்கடந்த வசந்தகால வெண்பனி விளைச்சலை அழிக்கும்', 'முதிய எருது கலப்பையை இழுத்தால் சால் ஆழமாயிருக்கும்', 'விருந்தாளிகள் இல்லாத வீட்டில் ஏக்கம் குடிபுகும். அணைந்து ஆறிய அடுப்பு கல்லறைக்குச் சமானம்! (பக்.275).

## 3

தன்னையும் தன் குடும்பத்தையும் எழுதத் தலைப்பட்டு, பொதுவாக பெண்களின் வெளிப்படுத்துதலாக ஒரு பிரதியை உருவாக்கியிருக்கிறார் அலீயெவா. அது தாகிஸ்தானின் அவாரிய மொழிபேசும் மலையக மக்கள் வாழ்க்கையாகவும் அமைந்து விடுகிறது. தான் கண்டதும் கேட்டதுமான பதிவுகளின் அளவில் நின்றுவிடாமல் அச்சமூகத்தின் முன்னேற்றத்திற்கு மையமாக, மூலாதரமாகத்திகழும் மண்மீதான நேசத்தைப் பெறுகிறது. மண்மீதான நேசம் பறவைகள் மிருகங்கள் மாந்தர்கள் என விரிவுகொள்கிறது.

ஆண்களுக்கான உலகத்தை சிறிய அளவிலே உருவாக்கிக் கொண்டாலும், சகல கீழ்மைகளுக்கும் ஆண்களே காரணம் என்ற விரோதத்துடன் விஷயங்களை நோக்கவில்லை.

கலாசாரத்தை உருவாக்கி, தலைமுறை தலைமுறையாக கையளித்துச் செல்பவர்கள் பெண்கள் என்பதை இயல்பாக எடுத்துரைக்கிறார் அலீயெவா.

பெண்நிலைவாதத்திற்கான அவசியம் நிறையவே இருந்தாலும் அது அரசியல் – போராட்டகளத்திற்குதான். இலக்கியப்பிரதியில் தன் வெளிப்பாடு வீறுடன் வெளிப்பாடு கண்டுவிட்டாலே போதும், விஷயம் போய்ச் சேர்ந்து விடும். தொற்றிக்கொண்டு விடும் / பற்றிக்கொண்டு எரியும். இது பெண்களைப் பொறுத்து மட்டுமல்ல, தலீத்களைப் பொறுத்தும் இதர விளிம்புநிலை மக்களைப் பொறுத்தும்தான்.

கறுப்பின மக்கள் என்றாலும் தலீத்கள் என்றாலும் பெண்கள் என்றாலும் சுயசரிதமும் கவிதையுமே முதன்மையானதும் பிரதானமானதுமான இலக்கிய வடிவங்களாய் அமைவது இதன் காரணமாகவே.

**4**

ஸீர்னா வாத்தியம் இசைக்க மத்தளம் முழங்க ஆடிப்பாடி அவர்கள் கொண்டாடும் சால்கட்டும் விழா தமிழர்தம் பொன்னேர் பூட்டும் விழாவை நினைவூட்டுவதாயிருக்கிறது.

அல்லா உமர்தாதாவுக்கும் ஹலூனுக்கும் அவர்கள் மகனுக்கும் இந்தக் கன்றின் ரோமங்கள் எத்தனையோ அத்தனை ஆண்டுகள் நல்வாழ்வு அருள்வாராக! (பக்.180) என்று வாழ்த்துவது.

ஆற்றுமணலினும் பலவே – என்பதாக வாழ்த்தும் சங்கப்பாடலை ஒத்திருக்கிறது.

'ஆந்தை கத்துவது யாருடைய சாவையோ முன் அறிவிக்கிறது' (பக்கம். 260) என்னும் நம்பிக்கை இங்குள்ள நாட்டார் நம்பிக்கையாகவே இருக்கிறது.

புதுமணத் தம்பதிகளின் காலையுணவு 'விடியல்' எனப்படுவது (பக்கம். 306) மிகவும் புதுமையானதொரு மொழிக்குறிப்பாய் உள்ளது.

பாஸீஅலீயெவா நாவல் மூலம் சாதித்ததை அழகிய நாயகி அம்மாள் தன் நினைவுக்குறிப்புகளான 'கவலை' மூலம் சாதித்திருக்கிறார். தன்னுடைய சோகத்தைப் பதிவு செய்யும் முயற்சி தன் குடும்பத்தையும் இனத்தையும்

குறித்த பதிவுகளாகி விடுகிறது. தன்னை முன்னிறுத்திச் சொல்லப்படுவதும் தன் வாழ்க்கைப் போக்கைகளைப் பரிசீலனை செய்வதுமே சுயசரிதமாகும். இந்த வகையில் 'கவலை' சுயசரிதமல்ல. அழகியநாயகி அம்மாள் இதில் முக்கிய நபர் என்றாலும், அவரையும் அவரைச் சுற்றியதுமான நிகழ்வுகளே முக்கியத்துவம் பெறுவதால், இது நினைவுக் குறிப்புகளே.

'வாழ்க்கையே இருளாய், வெளிச்சமென்பதே இல்லாததாய், நானும் கவலையால் மூடப்பட்டவளானேன். ஆகையால் இந்தக் கதைக்கும் கவலை என்ற பெயரைக் கொடுத்து எழுதுகிறேன். இது எங்கள் குடும்பவரலாறு' என்று குறிப்பிடும் அழகிய நாயகி அம்மாள், தன் இனத்தாரின் பூர்விக வரலாற்றை புராணகாலத்துடன் இணைத்துச் சொல்லப்படும் கதையிலிருந்து தொடங்குவது சுவராஸ்யமானது. அந்த வரலாற்றில் பெண்ணைக் குறித்ததும் நாடார் இனத்தைக் குறித்ததுமான அடையாளங்கள் பொதிந்துள்ளன.

பாற்கடலில் உண்டான நஞ்சினை பரமசிவன் உட்கொள்ளும்போது கணவனைக் காக்கும் நினைப்பில் சிவகாமி பரமசிவனின் கழுத்தை இறுக்கப் பற்றிக்கொள்கிறாள். கழுத்தைச் சுற்றி கருத்த நிறமாக நிற்கும் நஞ்சு, கண், மூக்கு, வாய், செவி வழியே புகையாக மாறி வெளியில் வந்து பெண் ரூபமாய் நிற்கிறது. அவ்வுரு தன்னைப் போலவே சடை, பிறை, கங்கை முதலான அம்சங்களுடன் கூடியதாய், காளகூட விஷத்தினால் பிறந்து நிற்கக் கண்டு காளி என்று பெயர் வைக்கிறார். இக்காளியை புட்டாபுரம் சென்று கோட்டையிட்டு வாழுமாறு சிவன் கூறவும், அப்படியே செய்கிறாள். விஷ்ணு தன் வல்லமையால் ஏழு கன்னிமாரிடத்து ஏழு பிள்ளைகளைப் பிறவி செய்து, காளியிடம் வளர்த்துக் கொள்ளுமாறு ஒப்படைக்கிறார், இப்பிள்ளை களுக்கு மணமுடித்து வைக்க உண்டான சந்ததிகளே சாணார் என்றும் நாடார் என்றும் கூறப்பட்ட இனத்தினர். இவர்களுக்கு பனைமரத்தின் பாளைகளைப் பக்குவப்படுத்தி பதநீர் எடுக்கும் பக்குவத்தைச் சொல்லிக் கொடுத்து பதநீரால் பிழைத்துக் கொள்ளும்படியும் செய்கிறாள் காளி.

தன்னுடைய சோகங்களுக்கெல்லாம் காரணம் விதி என்று சரணடைந்து விடும் அழகிய நாயகி அம்மாள் எடுத்துச் சொல்லும் ஆதிகதையில், நஞ்சிலிருந்து உற்பவம் கொண்ட காளியால் வளர்க்கப்பட்ட

ஏழு குழந்தைகளிலிருந்து பிறந்தவளே நாடார் இனத்தார் என்னும்போது பெண்ணின் பிறப்பு குறித்து ஒருவித தொன்மமும் நாடார் சமூகம் குறித்த அநாதரவான தன்மையும் வெளிப்படுகிறது. சிவனின் அம்சங்கள் அவளுக்கு இருந்தாலும் நஞ்சிலிருந்து பிறந்தவள்தானே!

தன் குடும்பத்தார் பற்றியும் உறவுக்காரர்கள் பற்றியும் விலாவரியாக எடுத்துரைக்கும் அழகிய நாயகி அம்மாள் தன் கணவனைப்பற்றி ஈடுபாட்டுடனோ / விலாவரியாகவோ குறிப்பிடவில்லை. இது பற்றி இவரின் மகன் பொன்னீலனும் குறிப்பிடுகிறார்.

'ஆனால் என் தந்தை பற்றிய செய்திகளைப் படித்தபோது நான் மிகவும் அதிர்ச்சியடைந்தேன். ஒவ்வொரு நபரைப்பற்றியும் இவ்வளவு நுட்பமாக எழுதிய என் அன்னை, என் தந்தையை மட்டும் ஏன் இப்படி இவ்வளவுக்கு இருட்டடிப்பு செய்தார் என்பது மட்டுமல்ல, வாய்ப்புக் கிடைக்கும் போதெல்லாம் இழிவு படுத்தியிருக்கிறார் என்பது எனக்குப் புரியவே இல்லை. அவரிடமே கேட்டேன் என் பார்வையில் அப்படித்தான் என்றார். அது நியாயம் தான்'

பாஸீ அலீயெவா நாவலில், மகளின் பார்வையில் கூறப்படும்போது, தந்தையைப் பற்றிய விஷயம் மிகவும் சுருக்கமாக இருப்பது, ஆண்களைப் பற்றிய விவரிப்பும் விலாவரியாக இல்லாது போவது, ஒரேயொரு பாத்திரம் மட்டும் முழுமை கொள்வது என்பன இடம் பெற்றது போல, அழகியநாயகி அம்மாளின் நாவலின் கணவன் குறித்துப் புறக்கணிப்பு நிகழ்கிறது. பாஸீ அலீயெவா போலவே அழகியநாயகி அம்மாளும் பெண்நிலைவாதம் பேசுவதில்லை. தனது கவலைகளும் வேதனைகளும் பெரும்பாலும் பெண்களாவேதான் வந்தன என்றுதான் அழகிய நாயவி அம்மாள் குறிப்பிடுகிறவர். ஆனால் எடுத்துரைக்கும் போது அவரது நனவிலி மனவெளிப்பாடாய் கணவனைப் பற்றிய விஷயங்கள் விரிவு கொள்ளாது போகின்றன, சாதாரண சித்தரிப்பைக் கொள்கின்றன. தன் சோகமே பெண்ணினத்தின் சோகம் என்று அடையாளங்கண்டு கொண்டு பத்ரகாளியின் நஞ்சுரூபத்தொன்மத்திலிருந்து கதையைத் தொடங்க வைக்கிறது.

இன்னொரு நல்ல அம்சம், சுவையான பழமொழிகளும் தொடர்களுமாக, நினைவிலிருந்து மறந்து போன ஆடை ஆபரணங்கள், உணவு வகைகள்,

மருத்துவ முறைகள் பற்றிய குறிப்புகளாக ஓர் ஆவணம் பதிவாகி இருப்பதாகும்.

'.... தமிழ்நாட்டின் தென் கோடியிலுள்ள தொன்மை மிக்க ஒரு தமிழ்ச் சமூகத்தின் வாழ்வும், பண்பாடும் முதன்முறையாகத் தமிழில் பதிவாயியுள்ளது. இதுவரை பதிவு செய்யப்படாத மொழியும், பழமொழிகளும், சொலவடைகளும், கதைகளும், கிளைக்கதைகளும், தொன்மங்களும், பழமரபுக் கதைகளும் இதில் உள்ளன...'

கவலையே உருவான வாழ்க்கையை எழுதப்புகுந்தது, கவலை யிலிருந்து விடுபடவும் உதவியிருக்கிறது, வாழ்க்கையின் ஆரம்பத்திலோ / மத்தியிலோ இந்த எழுத்து நடவடிக்கை மேற்கொள்ளப்பட்டிருந்தால், கவலையை, ஏன் விதியினைக்கூட, எதிர் கொள்ளும் தீரமும் திராணியும் கிடைத்திருக்கக்கூடும்.

※ ※ ※

# 3. கெஞ்சிகதை: உலகின் முதல் நாவல்

நாவல் வடிவம் மேற்கிலிருந்து பெறப்பட்டது என்பதை எல்லாரும் ஏற்றுக்கொள்கிறோம். ஆனால், பதினோறாம் நூற்றாண்டின் தொடக்கத்தில், ஜப்பானில் முதல் நாவல் எழுதப்பட்டுள்ள விஷயம் ஆவணப்படுத்தப் பட்டுள்ளது. அது மட்டுமல்ல. அதனை எழுதியவர் முரசாக்கி ஷிகிபு என்னும் பெண், கெஞ்சி கதை' என்னும் இந்நாவல் உலகின் மாபெரும் நாவல்களுள் ஒன்றாகும். முதல் நாவலாகவும் திகழ்வது. ஆங்கில மொழியில் ஆரம்ப நாவல்களென சாமுவேல் ரிச்சர்ட்ஸனின் 'பமீலா'வை (1740))யும் ஹென்றி ஃபீல்டிங்கின் டாம்ஜோன்ஸை' (1749)யும் குறிப்பிடுவர். ஆனால் இவற்றுக்கும் முன்னே டேனியல் டெஃபோவின் ராபின்சன் குருசோ (1719) வெளியானது.

முரசாக்கி ஷிகிபு (கி.பி.980–1030) அகிகோ என்னும் சக்கர வர்த்தினியின் அரசவையில் வாழ்ந்தவர். அவரது தந்தை ஒருபிரதேச கவர்னராய் பணிபுரிந்து ஓய்வு பெற்றவர். இந்தச் செல்வாக்கினால், அரண்மனைச் சூதுவாதுகள் மற்றும் அந்தப்புர ரகசியங்களை அவை தெரியவரும் வேளையிலேயே நாட்குறிப்பில் பதிவு செய்து வருவதை வழக்கமாகக் கொண்டிருந்தார். இவரது நாட்குறிப்பும் பதிப்பிக்கப் பெற்றுள்ளது. அரண்மனை மாந்தரின் அகவாழ்க்கையைக் கொண்டு, சக்கரவர்த்தினிக்கு வாசித்துக்காட்டுவதற்காக எழுதப்பட்டதே 'கெஞ்சிகதை'

மேலோட்டமாகப் பார்த்தால், 'கெஞ்சிகதை' விவரிப்பது என்னவோ அடுக்கடுக்கான காதல் நிகழ்வுகளும் அவற்றின் இன்பதுன்பங்களுமே, ஆனால் இவற்றைப் பதிவு செய்திருப்பதிலும் அணுகியிருப்பதிலும் நுட்பமும் மேதைமையும் பொதிந்துள்ளன.

நாட்டின் சக்கரவர்த்திக்கு அரண்மனையில் பணிபுரியும் ஒரு மங்கை மீது ஈர்ப்பு வந்து விடுகிறது. சாதாரண கவர்ச்சியடைப்படையிலான

மோகமாக மட்டும் இல்லை. வாழ்க்கையின் கதியை தீர்மானிக்கின்ற விதியின் வரைவாக மாறும் அளவுக்கு ஆற்றல் கொண்டதாயிருக்கிறது. பிரிவது எனில் அதனை தனியே அல்ல, சேர்ந்தேதான் மேற்கொள்ள வேண்டும், அதாவது இறுதியை எட்டுவது சேர்ந்தேதான் செய்யப்பட வேண்டியது – என்ற அளவுக்குப் போய் விடுகிறது. என்றாலும் மாயமான முறையில் இறந்துவிட நேரும் அவளின் மகன் மட்டும் இளவரசர்களில் ஒருவனாய் வளர்ந்து வருகின்றான். அவன்தான் கெஞ்சி.

கெஞ்சியின் மனதைத் தொட்டு விடும் மங்கை யாராயிருந்தாலும் அவன் வாழ்வில் பங்கேற்றாக வேண்டும். அதுவரை அவன் ஓய்வதில்லை. அழகியர் மீதுதான் அவனது நாட்டம் என்றில்லை: வேறெந்த அழகம்சமும் இல்லாது போனாலும் நீண்ட கூந்தல் அழகு மட்டுமே கொண்ட பெண்ணும் அவனது ஈர்ப்புக்கு ஆளானவர்களுள் உண்டு; முதிய பெண்டிர் உண்டு; சிறுமியான முரசாக்கியும் உண்டு; இளவரசியர் உண்டு; சீமாட்டியர் உண்டு; பணிப்பெண்டிர் உண்டு; எல்லாரிடத்திலும் ஒரேவகை நாட்டம். 'விரும்பத்தக்க எந்தக் கவர்ச்சியும் அவளுக்கு இல்லையே என்ற நிலையே அவன் அவளைத் துறந்து கைவிட்டுச் செல்லாமல் தடுத்தது!' என்றுகூட முரசாக்கி குறிப்பிடுவார்.

காதல் கொண்டுவிடும் பெண்ணுடன் உறவாடுவதும் பின் நிகழும் இன்ப / துன்பச் சம்பவங்களில் அல்லாடுவதும் அவனுக்கு இயல்பாயிருக்கிறது. ஒருத்திமீது கொண்ட மையல் பசுமையாயிருக்கையில், இன்னொருத்தி மீது காதல் கொள்வது அவனுக்குத் தவறாக / அநீதியாகப் படவில்லை.

அவனைப் பொறுத்தவரை, எதிர்கொள்ளும் உயிருடன் சிநேகம் கொண்டிருக்க வேண்டும். இந்த ரீதியில்தான் அவன், வெப்பு நோய் கொண்டு வடமலை மருத்துவரிடம் மூலிகை வைத்தியம் செய்து கொள்ளப் போன போது, பார்க்க நேர்ந்த சிறுமியான முரசாக்கிமீது கொண்டு விடும் அன்பு / ஆசை / ஆர்வம். மற்றவர்கள் என்ன நினைப்பார்கள் என்ற கவலையில்லாது, தன் உணர்வோட்டத்திற்கேற்ப எண்ணவோட்டத்திற்கேற்ப விடாது முயன்று அச்சிறுமியை அழைத்து வந்து வளர்த்து பெரியவள் ஆனபின் தன் அன்பை வெளிப்படுத்த சித்தமாயிருந்தவன். முரசாக்கியின் குழந்தை இயல்பு பற்றி மற்றவர் நினைப்பூட்டும்போது, எங்கள் உயிர்களிடையே

அதைவிட ஆழ்ந்த பாச இணைப்பு உண்டு என்பதை முற்றும் நான் ஏன் உங்களிடம் ஒளிக்க வேண்டும்?' என்பான் கெஞ்சி.

இருவருக்குமான அன்பை உறுதிப்படுத்துபவை யாழிசையும் குழலிசையும். 13 நரம்புகள் கொண்ட சீனத்துப் பேரியாழை எடுத்து ஒரு சில வண்ணங்கள் வாசித்தமாத்திரத்தில் அவளின் 'பிணக்கும் குணக்கும்' மாயமாகிவிடுகின்றன.

'அவள் மிக அழகாக வாசித்தாள். தன் சிறு கையில் எட்டித் தடவ முடியாத அகல இடைவெளிகளில் கூட அவள் மறுகை வாங்கித் திறம்பட வாசித்த அருமைகண்டு அவன் சொக்கினான். அதன்பின் அவன் குழலெடுத்து அவளுக்குப் புதிய பண்கள் பல பயிற்றுவிக்கத் தொடங்கினான். அவள் எதையும் நொடியில் உளத்தில் வாங்கித் திறம்பட்ப் பற்றியதுடன், எவ்வளவு சிக்கலான சந்தங்களையும் ஒரு தடவை கூர்ந்து கவனித்தவுடன் எளிதில் பின்பற்றினாள். அவள் எவ்வளவு திறம்பட முன்னேற வேண்டுமென்று அவன் நினைத்தானோ, அந்த நினைவுக்கு ஒரு சிறிதும் பின்னடையாமல் இசைத்துறையிலும் சரி, மற்றெந்தத் துறையிலும் சரி – அவள் தளராமல் விரைந்து முன்னேறி அவனைப் பெருமகிழ்வில் ஆழ்த்தினாள்...'

'மனித வாழ்விலும் சரி, நிக்ழ்ச்சிகளிலும் சரி எங்கெல்லாம் பொது நிலைமீறிய புதுமை காணப்படுகிறதோ, அங்கெல்லாம் அவனுக்குக் கவர்ச்சி பெரிதாவது இயல்பு.'

என்றுள்ளவன் கெஞ்சி, 'அவனது காதல் விளையாட்டுக்களால் மாளாத்துயரல்லாமல் வேறெதுவும் விளையாது...'

இந்த இடத்தில் ஆசிரியை தன்கூற்றாக கூறிச்செல்வது:

'உலகின் பார்வையிலிருந்து கெஞ்சி மறைத்து விட எண்ணிய செய்திகளையே நுணுக்க விரிவுபட முழுவதும் விளக்கியுரைக்க உண்மையில் எமக்கு விருப்பமேயில்லை. ஆயினும் அவற்றுள் எதையேனும் யாம் கூறாது விட்டுவிடுவோமானால், வாசகராகிய நீங்கள் உடனே 'ஏன், எதனால்?' என்று கேட்டுவிடுவிர்கள் என்பது எனக்குத் தெரியும். கெஞ்சி ஒரு சக்கரவர்த்தியின் திருமகன் என்பதற்காக, அவன் தவறுகளையெல்லாம் கத்தரித்துவிட்டு அவன் நடத்தைக்கு ஒரு முலாம் பூச வேண்டுமா?' என்ற

கேள்வி எழாமல் இராது. இது மட்டுமா? இது ஒரு வரலாறல்ல; பின் சந்ததியாரின் பகுத்தறிவு கூற வேண்டிய தீர்ப்பை மெல்லத் திரித்து உருவாக்குவதற்கென்று இட்டுக்கட்டப்பட்ட கட்டுக்கதையென்றுகூடக் கூறிவிடுவார்கள். இதனால்தான் ஒரே வதந்திக்கோவையாக வம்பளப்பவர் என்று கருதப்பபட்டால் கூடக் கேடில்லை என்று எண்ணி, எல்லாம் பட்டவர்த்தனமாகத் துணிந்து கூறிவிட்டோம்!'

முரசாக்கியிடம் மட்டும்தான் அவன் இந்த அளவு ஆர்வங் காட்டினானா? இல்லை. உத்சுமி, ரோக்குஜோப் பெருமாட்டி, யுகாவ் என ஒவ்வொருவரிடமும் அவனது ஈடுபாடும் ஈர்ப்பும் இணையில்லாததாகவே இருந்தன. அவனும் யுகாவும் சேர்ந்திருக்கையில், மாளாப்பழி' என்ற பழங்கதையில் வரும் காதல் துணைவர்கள் இரு துணைப்பறவைகளைப் போல வாழ வேண்டுமென்று வேண்டிக் கொண்டார்கள். அவ்வாறே தாமும் வேண்டிக்கொள்ள அவர்கள் எண்ணினர். ஆனால் அக்கதை துயரமிக்கதாக முடிவுற்றதை நினைத்து வேண்டுகோளை அவர்கள் மாற்றிக் கொண்டனர். 'புத்தர்பிரான் மீட்டும் உலகில் மைத்திரேயராய் பிறக்கும் காலம்வரை எங்கள் காதல் நீடிக்குமாக!' என்று அவர்கள் தம் நேர்வு தெரிவித்தனர்...'

இப்படியெல்லாம் சலிப்பின்றி கெஞ்சி ஈடுபடக்காரணம் என்ன? வாழ்க்கை வரலாற்றாசிரியர் போல முரசாக்கி ஒரு குறிப்பு தருகிறார்:

'தனிமனிதர் இயல்பாக ஒருவர் ஒருவருடன் பழகுவதைக் காண்பதில் கெஞ்சி புத்தார்வம் கொண்டவன். அத்துடன் செயற்கையான புற ஆசாரக் கட்டுப்பாடுகளிடையே வளர்ந்தவன் அவன். மக்கள் நாள்முறை வாழ்வு கூட அதில் பழகாத கெஞ்சிக்கு ஒரு புத்தம் புதுக்காட்சியாயிருந்தது'

கொரிய நாட்டுச் சோதிடன் ஒருவன் கெஞ்சியின் முகத்தில் தென்படும் ஒளிக்கோடுகளையும், அடிக்கடி அவன் முகம் சுளித்துக் கொள்வதையும் கண்டு இப்படி கணித்துரைக்கிறான்:

'ஒரு நாட்டாட்சியின் தலைமைக்கே உரிய குறிகள் இவ்விடம் உள்ளன. ஆனாலும் அதுவே அவன் வாழ்க்கைப்பாதையாய் அமைந்தால் கூட, ஒரு பெரிய வல்லரசனாய், உலகாளும் சக்கரவர்த்தியே யாகும்வரை அவன் எதிலும் அமைந்து நிற்க மாட்டான் என்று தெரிகிறது. அதே சமயம், ஊன்றிக் கவனித்தால் – அவன் ஆட்சியில் குழப்பமும் துயரும் உடன் தொடரும்

என்று காண்கிறேன். இது மட்டுமன்று, இவ்வழிவிடுத்து அரசியற்பெரும் பணி முதல்வனாக, பேரவைப் புகழ்சான்ற உறுப்பினனாக அவன் உயர்வு பெற்றால்கூட, ஒரு சுமுகமான முடிவை இவன் வகையில் என்னால் காண முடியவில்லை. ஏனென்றால் அப்போதும் நான் முன்னால் குறிப்பிட்ட அரசுரிமைக் கூறுகளை அவன் மீறியாக வேண்டும்'

ஆட்சி என்றால் அதிகாரம் என்றால் அடக்கியாள்வதும் ஒழுங்கமைப்பதும் முக்கியம். ஆனால் கெஞ்சி எப்போதும் இவ்வரம்புகளுக்குள் அடைபட மறுப்பவன். உணர்வோட்டங்களுக்கு தடைபோடாதவன். மனத்தை கடிவாளம் போட்டு கட்டாதவன், ஒருவகையில் அவன் ஜெர்மானிய கவி கதே மாதிரி. கண்டமாத்திரத்தில் காதல் கொள்வதும் களிப்பதும் கவிதை புனைவதும் என்றபடி வாழ்பவன். மலர்ச்சியுடன் நோக்குபவனும், களிப்புடன் புனைபவனும், பதட்டத்துடன் பொங்கி எழுபவனுமே படைக்க முடியும்.

முரசாகி ஷிகிபு எழுதிச்செல்லும் இந்நாவலில் அவரும் ஒருபாத்திரம் பிரதான பாத்திரங்களுள் ஒன்றானவர். இராமாயண பாரத இதிகாசங்களை இயற்றிய வால்மீகியும் வியாசரும் தம் பனுவல்களில் பாத்திரங்களாகவும் பங்கேற்பது போல, முரசாக்கி பார்வையாளராயிருந்து ஒரு வாழ்வியல் சித்திரத்தை எழுதுபவராய் மட்டும் இல்லை; அதில் பங்கேற்றிடும் பாத்திரமாயும் இருக்கிறார்.

பங்கேற்பதும் விலகி நின்று பரிசீலிப்பதுமான மனநிலை கொண்டிருப்பதையே இது உணர்த்துகிறது.

என்றாலும் தனக்கும் தன்னைச் சுற்றிலும் உள்ளவர்களுக்கும் நிகழ்ந்ததை அப்படியே பதிவு செய்திடவில்லை. முற்றிலும் புனைவாகவும் இல்லை. இன்னொரு யதார்த்தத்தை உருவாக்கி காட்டுபவராகவே முரசாக்கி திகழ்கின்றார்.

ஜப்பானியரின் பார்வை எப்படிப்பட்டது என்பதை தாகூர் இப்படி விளக்குகிறார்:

'நான் இதுவரையிலும் கேள்விப்பட்டுள்ள அவர்தம் பாடல்கள் இசைக்கவல்ல சந்தங்களாக இல்லாது சித்திரக்கவிகளாக உள்ளன. இருதயத்தின் தோல்வியும் விரக்தியும் வாழ்க்கையிலிருந்து அலறியடித்து

எம்புவதும் அவற்றில் கேட்பதில்லை. அவர்களின் ஒட்டுமொத்தமான அகவெளிப்பாடும் அழகினை ரசிப்பதில் தங்கியிருக்கிறது, இந்த ரசனை அகங்காரப்பரப்புக்கு வெளியே நிகழ்கிறது. பூக்களாலும் பறவைகளாலும் நிலவாலும் நாம் வருத்தமும் வேதனையுங்கொண்டு வதைபடுவதில்லை: அவற்றைக்காண நாம் உணர்வு நெகிழ்வில் ஆழத்தேவையில்லை; அவை நம் ஆற்றலை உறிஞ்சி எடுத்து விடுவதில்லை. அழகின் மூலமாக மட்டுமே நாம் அவற்றுடன் தொடர்பு கொள்கிறோம்... ஜப்பானிய வாசகரின் மனமெல்லாம் கண்களாய் இருக்கின்றன'

இந்தப் பார்வைதான் முரசாக்கியின் வழியேயும் செயல்படுகின்றது; முன்வைக்கப்படுகின்றது.

அகவாழ்வின் உச்சங்களையும் அதலபாதாளங்களையும் ஒருவகை கட்டமைப்பில் / ஒழுங்கில் வைத்து கதையாடல் நிகழ்கிறது. இக்கட்டமைப்பு / ஒழுங்கு பௌத்தத்தின் உலகியல் பார்வையிலிருந்து பெறப்பட்டது என்கிறார் சூசி கேடோ – அப்பௌத்தப்பார்வையும் ஜப்பானிய மண்ணுக்கேற்ப உருமாற்றம் அடைந்திருந்த ஒன்றே. மாறுகின்ற பருவகாலங்களின் பின்னணியில் இயற்கையினையும் மரணத்தின் பாதையில் போய்க் கொண்டிருக்கும் மானுட வாழ்வினையும் பரிசீலிக்கையில் எல்லாமே பனித்துளிபோல அடித்துச் செல்லப்படுவதற்கென விதிக்கப்பட்டவை, மாற்றமே மாறாதிருப்பது என்றெல்லாம் முரசாக்கி ஷிகிபு சிந்தனை வயப்படுகிறார். ஈடு இணையில்லாத பிறப்பு, அழகு, அதிருஷ்டம் எல்லாம் வாய்க்கப்பெற்ற கெஞ்சி கூட, முதுமை எய்தி, ஆட்சியதிகாரத்தை மகனிடம் ஒப்படைக்கவேண்டி உள்ளது. இது வாழ்வின் மீதான அவநம்பிக்கையா? இல்லை, மானுட இருப்பின் மீதான கருணையே. தோன்றி மறைந்து விடக்கூடிய ஒன்றின்பால், அனுதாபமும் பாசமும் கொள்வதுடன், வருத்தமும் இரக்கமும் தோன்றவே செய்யும். மலர்வாடாது போனால், வானவில்லின் வண்ணங்கள் மறையாது போனால், மனிதன் மாளாது போனால், நாம் மலரையும் வானவில்லையும் வாழ்வையும் மிக விருப்புடனும் வேட்கையுடனும் நேசிப்போமா?'

இது தத்துவப்படுத்தலாய் தோன்றலாம். தத்துவம் எதுவும் கெஞ்சிகதையில் இல்லை என்று விளக்க வரும்போது, தத்துவத்திற்குள்

நுழைந்துவ்ட்டதான எண்ணமே தோன்றும். ஹெர்மன் ஹெஸ்ஸின் சித்தார்த்தன் வாழ்க்கையின் கதியைப் புரிந்துகொள்ள முதலில் தத்துவ தரிசனங்களை ஆராய்கின்றான்; அவற்றில் விடை இல்லை என்று தெரிந்ததும் வாழ்க்கையின் கதியில் பங்குகொள்கின்றான் தீவிரத்துடன் ஒருபாதி தெளிவு கிடைக்கிறது; சற்றுவிலகி நின்று பார்வையிடுகிறான். கால ஓட்டத்திலும் பிரபஞ்ச இயக்கத்திலும் வைத்து வாழ்க்கையைப் பரிசீலிக்கையில் நிறைவும் புரிதலும் கொண்டவனாகிறான். இந்த நிறைவையும் புரிதலையும்தான் முரசாக்கியும் முன்வைக்கின்றார்.

யசுநாரி கவாபட்டா 'கெஞ்சிகதையை பெரியதொரு அதிசயமாக, தலைசிறந்த படைப்பாகக் கொண்டாடுகிறார்; கவிதைக்கும் நுண்கலைகளுக்கும் கைவினைத் தொழிலுக்கும் நிலவியல் தோட்டங்களுக்கும் உத்வேகம் அளிப்பதாய் உரமளிப்பதாய் இருந்துவந்ததை பதிவு செய்கிறார்.

அரண்மனையில் சீனமொழிப்பாடங்கள் ஆண்களுக்கு மட்டுமே உரியவை. அவற்றை ஒட்டுக் கேட்டு கற்றுவிடும் அளவுக்கு துணிச்சல் பெற்றிருந்த முரசாக்கி, மணமாகி குழந்தைகள் பெற்ற உடனேயே கணவனை இழந்தவர். மறுமணம் செய்து கொள்ளும் வாய்ப்பு இல்லாது போனதால், சக்கரவர்த்தினிக்கு கதைகள் எழுதி வாசித்துக் காட்டுவதில் ஈடுபட்டவர். தன் கதையை புனைவுடன் மாற்றி எழுதத் தொடங்கி பிற அரண்மனை மாந்தரின் கதைகளையும் இணைத்துக் கொண்டார்.

ஒருவரின் கதை பலரின் கதையாய் ஆகி உலகோரின் கதையாய் மாறிவிட்டது! கதை சொல்லவேண்டும் என்ற நிர்ப்பந்தத்தில் சொல்லத் தொடங்கியவர் 'கதை சொல்லாது இருக்கமுடியாது' என்ற நிலைக்குப் போய் விடுகிறார். இதையே அவரது நாட்குறிப்புகளும் கெஞ்சிகதையும் உணர்த்துகின்றன.

'உண்மையைச் சொல்வதனால், ஒருவர் தனது அடையாளத்தை கேள்விக்குள்ளாக்கி தெளிவுபடுத்தி வரையறுத்துவிடுவதான உள்ளார்ந்த வேதனையால், வருந்துவது, சுற்றியுள்ள உலகின் அர்த்த நிறைவைத் தேடுவதாகும். கலைப்படைப்புக்கு, ஆசிரியரின் பாலியல் அம்சம் ஒருவகை குணத்தை அளிப்பதாயிருப்பின், பெண் எழுத்தாளரே நுட்பம் நிறைந்தவராய், தன்னைச் சூழ்ந்திருக்கும் பிரச்னைகளை சரியாக உணரக் கூடியவராய்,

உணர்வோட்ட ரீதியில் வளமானவராய் இருக்கிறார். இதன் காரணமாகவே உலகின் முதல் நாவல் ஜப்பானியப் பெண். முரசாகி சீமாட்டியால் உருவாக்கப்பட்டிருக்க வேண்டும் 1935இல் 'கெஞ்சிக்கதை' ஆர்தர்வேலி என்பவரால் ஆங்கிலத்தில் மொழிபெயர்க்கப்பட்டதால் உலகின் கவனத்திற்கு கொண்டுவரப்பட்டு, உலகின் முதல் நாவல் என்னும் பெருமையைப் பெற்றது. ஆனால், 'கெஞ்சி கதை'க்கு முன்னர் எழுதப்பட்ட வேறு இரு நாவல்கள் ஜப்பானிய மொழியில் உண்டு. 'உத்சுபோகதை' 'ஆசிகுபோ கதை' என்னும் அவையிரண்டும் மொழிபெயர்க்கப்படாமையால் 'கெஞ்சிகதை' அடைந்த பெருமையினைப் பெற இயலாது போயின.

தமிழில் கா. அப்பாதுரை 'கெஞ்சிகதை'யை தனித்தமிழில் மொழி பெயர்த்திருக்கிறார். சில இடங்களில் மட்டுமே அவர் மொழியாக்கம் சிறப்பாக உள்ளது.

காதலும் வேட்கையும் கவிதையுமாக உள்ள இந்த நாவலுக்கு, இறுக்கமானதும் முடிச்சுக்கள் நிறைந்ததுமான நடை பொருத்தமானது அல்ல. மேலும், தனித்தமிழும் இங்கே தடையாகவே உள்ளது. 54 அத்தியாயங்கள் உள்ள கெஞ்சிகதையின் பிந்தைய 10 அத்தியாயங்களை – கெஞ்சியின் மகனைப் பற்றிய கதையை தவிர்த்தே மொழிபெயர்த்துள்ளார்.

முழுமையான மொழிபெயர்ப்பு ஒன்று பொருத்தமான நடையில் மேற்கொள்ளப்படவேண்டும். ஆங்கிலத்தில் இரண்டாவது மொழிபெயர்ப்பு செய்யப்பட்டுள்ளது. 1981இல் எட்வர்ட் செய்டன்ஸ்டிக்கர் செய்திருக்கிறார்.

**ஆதாரங்கள் :**

1. கெஞ்சி கதை / முரசாக்கி சீமாட்டி / தமிழில் கா. அப்பாதுரை
2. Narrative - A seminar/sahitya Akademi, 1994.
3. Penguin Commpanion to Literature, 1969.
4. A writer's Pain & Pleasure - Some Meandering Reflections/ Pratiba Ray / Indian Literature, may-June, 1992.

## 4. அருந்ததிராய்:

'அவர்களனைவருமே விதிகளை மீறினர்.
அவர்களனைவருமே விலக்கப்பட்ட பிரதேசத்திற்
குள் நுழைந்தனர். அவர்களனைவருமே,
யாரை விரும்புவது, எப்படி விரும்புவது, எவ்வளவு
விரும்புவது என்னும் விதிகளை வளைத்துத் திருகினர்...

'The God of Small Things' நாவல், அருந்ததிராய்க்கு கிடைத்த அதிகப்படியான பணம், பரபரப்பு, ஆரவாரத்தில், வாசிக்கப்படாத பிரதியாய் நின்றுபோயிற்று. நாவலை விட நாவலாசிரியரே வாசிப்புக்குரியவராகி விட்டார். இந்தச் சிக்கலிலிருந்து அருந்ததிராய் விடுபட்டுவிட்டார். வேறு ஆர்வங்கள், அக்கறைகள், விமர்சனங்கள் என்று செயல்பட்டுக் கொண்டிருக்கிறார். ஆனால் அவரது நாவல் மட்டும், அவரது பாத்திரமான எஸ்தா போல, மூலையில், மோனத்தில், அடையாளமிழந்த வெறுமையில் கிடக்கின்றது. 23 ஆண்டுகள் கழித்து எஸ்தா வங்காளத்திலிருந்து ஆயெமெனத்திற்கு திரும்பும் போது, யாரையும் அடையாளங்கண்டு கொள்ள இயலாதவனாகிறான். வாசிக்கப்படாத அருந்ததி ராயின் பிரதிக்கும், வாசகர் யாரையும் அடையாளம். கண்டகொள்ள இயலவில்லை. கவனம் பெறாததால் வாசிக்கப்படாது நின்றுபோன பிரதிகள் உண்டு. அதிக கவனம் பெற்றதால் வாசிக்கப்படாது நின்றுபோன பிரதி ராயினுடையது.

தன்னால் இன்னொரு நாவலை எழுத முடியுமா என்று யோசிக்கின்ற அருந்ததிராயால் இதுபோன்று இன்னொரு பிரதியை உருவாக்குவது சவால்மிக்க காரியமே. ஒருவிதத்தில் சுயசரித நாவல் என்று சொல்லப் படலாம் எனினும், நினைவுகளையும் பதிவுகளையும் ஆவணப் படுத்துதலுடன் நின்றுவிடும் அபாயம் இங்கு நேரவில்லை. ஒருவரின் பார்வையில், மற்ற பார்வைக்கோணங்களை இல்லாததாக்கிடும் செயல் நிகழவில்லை. இது

குழந்தைகளுடையதும் பெண்களுடையதுமான உலகத்தில் பயணிப்பது. அவர்கள் தமக்கென உருவாக்கிக் கொள்ளும் மன உலகங்களில் சஞ்சரிப்பது. அங்கே இரகசியங்களும் கற்பிதங்களும் விநோதங்களும் மண்டிக்கிடக்கும். வேறான அந்த உலகங்களுக்கு வேறான விதிகள் உருவாக்கப்பட்டிருக்கும். அவர்கள் பெரியவர்களின் / ஆண்களின் விதிகளை ஏற்பதில்லை / மதிப்பதில்லை. இது சிறியவைகளின் உலகம். இதற்கென ஒருதெய்வம். இதுதான் அருந்ததிராயின் பிரதேசம்.

இவற்றையெல்லாம் உயிர்ப்புக்கொள்ளவைக்கவேண்டுமானால், ஒருவருக்குப் பரிச்சயமானதையும், தெரிந்ததையும், நிகழ்ந்ததையும் அப்படியே பதிவு செய்தால் போதாது. அதற்குப்பின்னுள்ள திருகல் முருகல்களை, இருள்களை, கிசுகிசுப்புகளை, மாயங்களை, அசிங்கங்களை, அற்புதங்களைக்காட்ட வேண்டும். அதற்கென மொழியும் வளைந்துதர வேண்டும். கூர்மை கொள்ள வேண்டும். ஒளிமிக்கதாக வேண்டும். இந்தவகையில் உணர்வு நெகிழ்ச்சியில்லாததும் தர்க்க வகைப்பட்டது மான ஆங்கிலத்தை, அங்கங்கே கூராக்கி, அங்கங்கே இழைத்தும் குழைத்தும், அருந்ததிராய் உருவாக்கியிருப்பதே இந்தப் பிரதி.

இந்து சாஸ்திரங்களைக் கற்கவரும் அயர்லாந்து நாட்டுப் பாதிரியார் முள்ளிகனை அடைவதற்காக, ரோமன் கத்தோலிக்கப் பிரிவிற்கு மாறுவதும், மடாலயத்தில் சேருவதுமாக உள்ள பேபி கொச்சம்மா, அப்பாதிரியார் இந்து வைணவக் பிரிவொன்றின் சாதகராகப் போய்விட்ட நிலையிலும், தன் நாட் குறிப்பில், 'நான் நேசிக்கிறேன், நான் நேசிக்கிறேன்' என்று கடைசி வரை, 83வது வயதிலும் எழுதிக் கொண்டிருக்கிறாள். அவரும் அவ்வப்போது வாழ்த்து அட்டைகளை அனுப்பிக்கொண்டிருக்கிறார். இங்கே வெளிப்படையான, நேரிடையான ஏற்பும் இல்லை, நிராகரிப்பும் இல்லை. நினைவுகள் மட்டும் வாழ்வின் நிர்மால்யமாக இருந்து கொண்டிருக்கின்றன – லா.ச.ரா.சொல்வது போல.

வங்காளத்தில் உறவினர் வீட்டுக்குச் சென்ற அம்மு, தனக்குப் பிடித்துப்போன ஒருவரை மணந்து, நெருக்கடியான சந்தர்ப்பத்தில் சேர்ந்து வாழ்வது இயலாததாகிவிட, இரட்டைக் குழந்தைகளுடன் ஆயெமெனம் வந்து, இரகசியமாய் வெளுத்தா என்னும் மீனவனுடன் சிநேகம் கொள்ள,

இரகசியம் பரசியமாகிவிட வெளுத்தா அழித்தொழிக்கப்படும் சோகம் கண்டு நிலைகுலைந்து போகிறாள். தனித்திருக்கையில் தன்னில் ஆழ்வதும் கனவுகளில் சஞ்சரிப்பதுமாய் இருப்பவள். மணலில் சுவடுபதிக்காது, கடலில் அலையெழுப்பாது, கண்ணாடியில் பிம்பம் படியாது போகும் உறவை விரும்புபவள். பதில் வேண்டாத கேள்வியாக முத்தத்தை விட்டுச் செல்வதை நாடுபவள். அறைக்குள் பூட்டிக்கொண்டு பின் தன்னையும் பூட்டிக் கொள்பவள். இந்தச் சிறு தெய்வத்தையும் தனக்கெனக் கொண்டிருப்பது சாத்தியமில்லாது போகும்போது, ஆயொமெனம் குடும்பத்தில் அவ்வப்போது கிளம்பும் பைத்தியங்களின் ஓலத்தில் அவளது ஓலமும் ஒன்றாகிவிடுமோ என்னும் பீதி நிலவுகிறது.

எஸ்தா, ராகெல் மற்றும் சோபி ஆகியோர் விளையாட்டுத்தனமாய் படகில் செல்ல, தற்செயலாய் சோபி நீரில் மூழ்கி இறந்து விடுகிறாள். அவளைக் கிடத்தியிருக்கும் சவப்பெட்டியின் மாலையிலுள்ள ஒரு பூவில் வண்டொன்று இறந்து கிடக்கிறது. இறந்துவிட்டாலும் சோபி இரண்டு விஷயங்களைச் சொல்வதாகத் தோன்றுகிறது: தேவாலயத்தின் உட்புறக் கூரையிலுள்ள மேகங்களின் ஓவியம் ஒன்று; குட்டி வௌவால் இன்னொன்று. வௌவால்களுக்குப் பார்வை இல்லை. தேவாலயத்து ஆரஞ்சு வண்ணமும் மேகங்கள் மிதந்து செல்லும் ஓவியமும் குருட்டு வௌவாலிடம் என்ன சலனத்தை உண்டு பண்ணமுடியும்?

எஸ்தாவின் சகோதரியான ராகெல் கிறிஸ்தவப்பள்ளிகளின் ஒழுக்க விதிகளுக்கு கட்டுப்படாதவளாய், ஒருவழியாய் வெளியேறி, டெல்லியில் கட்டிக்கலை முடித்து அமெரிக்க நண்பனுடன் பாஸ்டன் சென்று மணமுடித்து, சிறிது காலம் கழித்துப் பிரிந்து, தனியே வேலை செய்து கொண்டிருக்கையில், 23 ஆண்டு கழித்து எஸ்தா, வங்காளத்திலிருந்து ஆயெமெனம் வந்து விட்டான் என்றறிந்து தானும் வந்து விடுகிறாள்.

ஆக்ஸ்போர்டு போய் படித்து, அங்கேயே மார்கரெட்டை மண முடித்து வாழும் அம்முவின் சகோதரன் சாக்கோ, மார்கரெட்டின் நாட்டம் ஜோ என்பவன் மீதிருப்பது அறிந்து, பிரிந்து வாழ்கின்றான். ஆயெமெனம் வந்து இருக்கையில், மார்கரெட்டும் சோபியும் அவனைப் பார்ப்பதற்காக வந்த போது தான் சோபி நீரில் மூழ்கிப்போவது. பின்னர், சாக்கோ, கானடா போய்விடுகிறான்.

விதவிதமான பாத்திரங்களையும் அவற்றிற்கிடையேயான உறவு களையும் மோதல்களையும் வீழ்ச்சிகளையும் எழுச்சிகளையும் அருந்ததிராய் அறிந்து கொண்டது கதகளி மூலம்.

'மாபெரும் கதைகளின் ரகசியம், அவைகளுக்கு இரகசியங்கள் இல்லை என்பதை கதகளி அறிந்து கொண்டுள்ளது. பெரிய கதைகள் என்பவை நாம் கேட்டிருப்பவை, மீண்டும் கேட்க விரும்புபவை. எந்த இடத்திலும் அக்கதைகளுக்குள் நுழைந்து சுகமாய் இருக்கலாம். அவை தந்திரவித்தைகளால் ஏமாற்றுவதில்லை. எதிர்பாராத முடிவுகளால் ஆச்சரியப்படுத்துவதில்லை ... ஒருநாள் நாம் இறப்பது உறுதியாயினும், இறக்கப்போவதில்லை என்பதாக வாழ்ந்து கொண்டிருப்போம். பெரிய கதைகளில் யார் காதலில் வெல்வார், யாருக்கு காதல் நிறைவேறாது போகும் என்பதெல்லாம் நாமறிவோம். இருப்பினும், மீண்டும் தெரிந்து கொள்ள விரும்புவோம். அதுவே அவற்றின் மாயமும் மர்மமும்'' (பக்.229)

கதகளிக்காரன் தெய்வங்களின் கதையைத்தான் கூறுகின்றான் – ஆனால் அவனது கதையிழை மானுட இருதயத்தினின்றும் பின்னப்படுவதாகும். கதகளிக்காரன் மிகவும் அழகானவன். அவனது உடலே ஆன்மாவாயிருக்கும்?

'எனக்கு மிகவும் தேவைப்பட்ட போது எங்கே போயிருந்தாய்? எப்போதாவது உன் கரங்களில் என்னை ஏந்தியிருக்கிறாயா....?' என்றெல்லாம் வினவுகின்ற கர்ணனின் நெற்றியில் முத்தமிடுகிறாள் குந்தி. சிலிர்த்துப் போகிறான் கர்ணன். குழந்தையாகிவிடுகிறான். அம்முத்தத்தின் பரவசத்தில். அப்பரவசம் அவனது உடலின் மூலைகளுக்கெல்லாம் போய்ப் பரவுகின்றது. கால் நுனி வரை போகின்றது. விரல்நுனியை எட்டுகின்றது – இப்படி நிகழ்த்திக்காட்டும் கதக்களி ராகேலை பரவசப்படுத்துகிறது. பரவசம் கொண்டது அருந்ததியும்தான். அப்பரவசத்தின் அம்முத்தத்தின் சிலிர்ப்புத்தான் The God of Small Things.

இங்கே பாண்டவருக்கும் கௌரவருக்குமிடையேயான மோதல்கள் விஷயமில்லை. கிருஷ்ணனின் தூதுகள், ராஜதந்திரங்கள் ஒரு பொருட்டில்லை. தருமனின் நீதிவழுவா வாழ்க்கை விரல் நுனியில் தள்ளப்பட்டுவிடும். அர்ஜுனன், பீஷ்மர், வியாசர்... பேசப்படலாகாது.

பேசவேண்டியது குந்தி – கர்ணன் – இழந்து விட்ட முத்தம் – பெற்றுவிட்ட பரவசம் – விரல் நுனியை எட்டும் சிலிர்ப்பு. இந்தச்சிறு உலகம் சிறு தெய்வம். இதுதான் விஷயம். இதுவரையும் பேசப்படாதது. பேசப்பட வேண்டியது.

எஸ்தாவை வழி அனுப்பச் செல்லும் அம்முவும் ராகேலும் இரயில் நிலையத்தில் காணும் முடவன் ஒருவன், உள்ளீடற்ற தன் செயற்கை காலுக்குள்ளே சீட்டு, துண்டு, எவர்சில்வர் தம்ளர் மட்டுமல்லாது தன் வாசனைகளையும் இரகசியங்களையும் நேசத்தையும் வெறியினையும் நம்பிக்கையினையும் அளவற்ற ஆனந்தத்தினையும் பாதுகாப்பாக வைத்திருக்கின்றான்.

பெரிய தெய்வம் அனற்காற்றாய் அடித்து அடிபணிதலை வேண்டும் போது, யுத்தத்தின் கொடூரத்திற்கும் சமாதானத்தின் பீதிக்குமிடையே தேசம் முனைந்து மோசமானவையே நிகழ்ந்து கொண்டிருக்கையில், சிறு தெய்வம் வேண்டியிருக்கிறது.

இரகசியங்களை பாதுகாக்க வேண்டியிருக்கிறது. இல்லாது போனால் அம்முபோல அவதிப்படவேண்டும். தலைகுனிய வேண்டும். கள்ளங்கபடமற்ற சிறார்கள் பொய்மையினையும் வஞ்சனையும் கற்றுக் கொள்ளுமாறு நிர்ப்பந்திக்கப்படுவார்கள். தெரிந்தெடுத்துக்கொள்ள சந்தர்ப்பம் வாய்க்காது. பாவனைகள் இல்லாது போலித்தனம் கலவாது வஞ்சனைகள் சேராது உயிர்களிடையே மலரும் நட்பும் நேசமும் பாசமும் கருணையும் அருகிப்போகும் / அற்றுப்போகும்.

அப்போது பெண்கள் பெண்களாக உருவாதல் இயலாது போகும். சிறுவர்கள் சிறுவர்களாக உருவாதல் இயலாது போகும்.

அது ஆண்களுக்கான உலகம். கறாரான சட்டதிட்டங்கள் வகுக்கப் பட்ட சமூகம். வேலியிடப்பட்ட வரம்பிடப்பட்ட வாழ்க்கை. எல்லைகள் மதிக்கப்பட வேண்டும். விளிம்பைத் தொடக்கூடாது. இவ்விதியை மீறுவோர் பலியிடப்பெறுவர் / பைத்தியமாவர். இது தேசத்தில் நிகழ்வது போலவே சமூகத்திலும், சமூகத்தில் நிலவுவது போல குடும்பத்திலும்.

சோபி வந்தபிறகுதான் மம்மாச்சியின் குடும்பத்தில் – ஒரு சிரியன் கத்தோலிக்க குடும்பத்தில் இவ்வளவு நிகழ்கிறது. ஆனால் விஷயங்களெல்லாம் சிலமணிநேரத்தில் / ஒரு நாளில் அடியோடு மாறிவிடுகின்றன என்று கூறுவது சரியா என்று கேள்வியெழுப்பும் அருந்ததிராய், அதற்கான பதிலை இப்படித்தருகின்றார்:

'உண்மையில் அது ஆயிரக்கணக்கான ஆண்டுகளுக்கு முன் தொடங்கியது என்று வாதிட முடியும். மார்க்சிஸ்டுகள் வருவதற்கு முன். பிரிட்டாஸார் மலபாரைக் கைப்பற்றுவதற்கு முன், டச்சுக்காரரின் எழுச்சிக்கு முன், வாஸ்கோடா காமா வருவதற்குமுன். ஜமோரியர் கள்ளிக்கேட்டையை வெல்வதற்குமுன், போர்த்துகீசியரால் கொலை செய்யப்பட்ட, வெளிறிய உடையுடுத்திய மூன்று சிரியன் பிஷப்புகள், கடற்பாம்புகள் மார்பில் சுற்றியிருக்க, சிப்பிகள் தாடிகளில் புதைந்திருக்க, கடலில் மிதப்பதற்கு முன். கிறித்தவமதமானது படகொன்றில் வந்து, தேயிலைப் பொட்டலத்திலிருந்து தேநீர் இறங்குவது போல, கேரளாவில் இறங்குவதற்கு முன் தொடங்கியது என்று வாதிடலாம்.

'உண்மையில், அது காதல் விதிகள் ஏற்படுத்தப்பட்ட நாட்களில் தொடங்கியது. யாரைக் காதலிக்க வேண்டும், எப்படிக்காதலிக்க வேண்டும் என்று விதித்தன அவ்விதிகள். அது எவ்வளவு என்றும் விதித்தன' (பக்கம். 33)

கற்பனைப் படைப்பு என்பது, உலகினை ஒரு வகையில் காண்பதும், ஒரு வகையில் முன்வைப்பதுமாகும். பெரிதாக மதிக்கும் ஒருவரிடம் சொல்வதாகும். நேசிக்கின்றவர்களிடம், அக்கறை கொள்கின்றவர்களிடம் சொல்வதாகும்... ஓர் எழுத்தாளன் தன் வாசகனை நம்புவது முக்கியமாகும். நம்பாதபட்சத்தில், பாதுகாப்பானதும் சுயநலமிக்கதுமான எழுத்து உண்டாகும் – என்று கருதும் அருந்ததிராய், இந்தியா போன்றதொரு தேசத்தில் அதுவும் பெண் என்ற நிலையில் தயக்கங்களை உதறிவிட்டு மிகவும் தைரியத்துடனே பல சொல்லாடல்களை நிகழ்த்தியிருக்கிறார். அவர் தன்னைப் பற்றிக் கூறும்போதுகூட இதனை நாம் காண முடிகிறது. 17 வயதில் கேரளாவை விட்டும் குடும்பத்தைவிட்டும் நீங்கி டெல்லியில் கட்டிடக்கலை படித்த காலத்தில் 'கடத்தல் தொழிலில் ஈடுபட்டிருக்க நேர்ந்திருக்கலாம்,

வேசியாகப்போக நேர்ந்திருக்கலாம்' என்று கூற முடிந்திருக்கிறது அவரால். 'கல்வி கற்ற பின்புலங்களிலிருந்து கொடூரமிக்கதும் அழகானதுமான உலகில் தன்னைப்போல தன்னந்தனியே திரிய நேர்ந்த பெண்கள் இந்த உலகில் சொற்பமானவர்களே.'

இந்த நிலையிலிருந்து இந்தச் சூழலிலிருந்து இந்தப்பார்வை யிலிருந்து இந்த அணுகுமுறையிலிருந்து உருவான இந்நாவலினை யமுனா ராஜேந்திரன் இப்படி ஆய்வு செய்கின்றார்:

'கடவுள் அதிகாரமுள்ளவர்களுக்கும் பலம் வாய்ந்தவர்களுக்கும் ஆனவராகத்தான் இருக்கிறார். பெரிய விஷயங்களைக் காப்பாற்றுவதற்காகத் தான் கடவுள் இருக்கிறார். விதிகளை, சட்டங்களை மரபுகளை காப்பாற்றும் கடவுள்தான் இருக்கிறார். அறிவியல், கல்வி, செல்வம், வீரம், ஒழுக்கம் போன்றவற்றுக்கான கடவுள்கள். அழகுக்கு உள்ள கடவுள் ஏன் அழுக்குக்கு இல்லை? சமூகத்தின் மைய மனிதர்கட்கு உள்ள கடவுள் ஏன் விளிம்புநிலை மனிதர்களுக்கான கடவுளாக இல்லை? குழந்தைப் பருவம் கொலை செய்யப்படுகிறது, குழந்தைகள் பிரிந்து போகிறது. அடையாளமற்றுத் தவிக்கிறது இந்த நான்கு ஜீவன்களின் வாழ்க்கை. பெரிய கடவுள்கள் துன்பத்தில் ஆழ்த்துகிறார்கள்.'

**2**

நாவல் வெளிவந்து, புக்கர்பரிசு பெற்றது, பத்திரிகைகளிலெல்லாம் நாவலைப் பற்றியும் ராயைப் பற்றியும் செய்திகள் அடிபட்டது, ராய், அய்ரோப்பிய நாடுகளைச் சுற்றிவந்தது, எப்போதும் எல்லோராலும் பேசப்படக்கூடிய நபராய் ஆனது, அளவற்ற பணம் கிடைத்தது, புகழ் குவிந்தது – என்பவற்றுக்குப்பின், இவற்றுக்கிணையானதாக வேறு எதனை ராய் இயலும்? இப்படி ராயின் நண்பர் ஒருவர் கேட்டதற்கு, ராய் அளித்த பதில்: அவற்றை மரணமே ஈடுசெய்யவல்லது.

இந்த நாவலுக்குப்பின் அருந்ததிராய் எழுதியது, மே'98இல் பாரதிய ஜனதா அரசு வெடித்து சோதித்துப்பார்த்த மூன்று அணுகுண்டு சோதனைப் பற்றி. சுதந்திரம், தேர்ந்தெடுக்கும் உரிமை, சுற்றுச் சூழலியல் பாதகாப்பு, உயிர்கள் மீதான கருணை பற்றித்தீவிரமாக அக்கறை கொண்டுள்ள ஓர் ஜீவியின் எதிர்வினையாக இருந்தது அக்கட்டுரை. தீவிரமானதும்

கூரானதுமான விமர்சனத்தெறிப்புகளும் விளாசல்களும் அதில் இடம் பெற்றிருந்தன. The End of Imagination என்னும் தலைப்புக் கொண்டிருந்த அக்கட்டுரை, 'அணு ஆயுதப்போர் ஒன்று மூளுமானால் நமது எதிரி சீனாவாகவோ பாகிஸ்தானாகவோ அமெரிக்காவாகவோ அல்லது ஒருவருக்கு இன்னொருவர் எதிரியாகவோ இருக்கமுடியாது. பூமிதான் நம் எதிரியாயிருக்கும். வானும் காற்றும் நெருப்பும் பூமியும் நீரும் நமக்கு எதிராய் மாறும். அவற்றின் சீற்றம் பயங்கரமாய் இருக்கும்' என்று எச்சரித்தது.

அணு குண்டுப் பரிசோதனை பற்றிய விமர்சனங்கள் தேசத் துரோகமானதாகக் குற்றஞ்சாட்டப்பட்டதை ராய் இப்படி எதிர்கொண்டார்: என் மூளையில் அணு குண்டு ஒன்று பதித்து வைக்கப்படுவதற்கு எதிர்ப்பு தெரிவிப்பது இந்தியாவுக்கு எதிரானதாகத் தேசத்துரோகமானதாக இருக்குமானால், நான் பிரிந்து போகிறேன். சுதந்திரமான, நடமாடும் குடியரசாக என்னை அறிவித்துக் கொள்கின்றேன். நாம் பூமியின் பிரஜை. எனக்கென்று பிரதேசமோ, கொடியோ ஏதுமில்லை. நான் பெண், ஆனால் அலிகளுக்கு எதிராக பகைமை எதுவுமில்லை....'

அணுகுண்டு என்பது மனிதனுக்கு எதிரானது, தேசத்துக்கு எதிரானது, ஜனநாயகத்தன்மைக்கு எதிரானது. பல்லூழிகாலமாக இருந்து வரும் உலகம் ஒருபிற்பகலில் இல்லாது போய்விடும் என்பதுதான் அருந்ததிராயின் கவலையும் பதட்டமும்.

3

அதன் பின்னர் மார்ச் 99இல் நர்மதா பள்ளத்தாக்கில் சர்தார் சரோவர் அணைத்திட்டத்தால் வெளியேற்றப்படுபவர்களுக்கு நிதியுதவி அளிக்கச் சென்ற அருந்ததிராய், இந்து மதம் போன்று தொன்மையானதாய் விளங்கும் அப்பிரதேசங்களிலிருந்து மக்கள் வெளியேற வேண்டிய நிர்ப்பந்தத்தை உணர்ந்ததும், மேதா பட்கரின் நர்மதா பச்சான் அந்தோலான் இயக்கத்தில் இணைந்து கொண்டார். தீரத்துடனும் தைரியத்துடனும் நடத்தப்படும் அத்தகைய இயக்கத்துக்கு 'கற்பனைப்படைப்பாளி ஒருவர் தேவை; அவரே அதன் பிரச்னைகளை தெளிவாக எழுத முடியும் என்பதுடன் அவருக்கும் அத்தகைய இயக்கம் தேவை' என்று உணர்ந்து கொண்டார். ஜாய்ஸ், நபகோவின் புத்தகங்களை எடுத்து வைத்து விட்டு பெரும்

அணைத்திட்டங்கள் இதுவரை உணவு உற்பத்தியில் சாதித்தது என்ன, விளைந்த சுற்றுச் சூழல் சீர்கேடுகள் எவ்வளவு, உண்டான மானுட இழப்பு எத்தகையது, அழிந்து போன நாகரிகச் சின்னங்கள் / மையங்கள் எத்தனை – என்பனவற்றையெல்லாம் ஆராயத் தொடங்கினார். பெரிய அணைகளால் உணவு உற்பத்தி அதிகரித்துள்ளது 12 சதவிகிதம்; ஆனால் பாதுகாக்கும் கிடங்குகள் இல்லாமல், எலிகளாலும் பூச்சிகளாலும் சேதமாகுபவை 10 சதவிகிதம்; இவ்வளவு முதலீட்டில், பாரிய இழப்பில் அணைகள் கட்டுவதை விட சொற்ப முதலீட்டில் சேமிப்பு களஞ்சியங்கள்தான் தேவையானவை என்று தன் முடிவை சுருக்கமாகச் சொன்னார். குத்தகை தாரருக்கும் அதிகாரிகளுக்கும் அரசியல்வாதிகளுக்கும் பணம் திரட்டும் சாதனங்களாகத் திகழும் இத்திட்டங்கள் பெரிதும் வெளியேற்றுவது ஆதிவாசிகளையும் தலீத்களையுமே, போதுமான இழப்பீடு இல்லாது, மாற்று ஏற்பாடு இல்லாது அகற்றப்படும் இவர்கள் கடைசியில் பெருநகரங்களில் உதிரித் தொழிலாளிகளாகி, இது போன்ற திட்டங்களிலே பணிபுரிய நேர்வதுதான் மிகவும் வேதனைக்குரிய முரணாகும்.

காலாவதியாகப்போன பெரும் அணைத்திட்டங்கள் பெரும் நிதியுதவி களுடன் ஏழை / வளர்முக நாடுகளிடம் திணிக்கப்படுகின்றன. நிலத்தையும் நீரையும் பாசனவசதியினையும் ஏழைகளிடமிருந்து பறித்து, செல்வந்தர் களுக்கு அளிக்கப்படுகின்றன. பூமியை வெறுமையாக்கு கின்றன, காடுகள் அழிக்கப்படுகின்றன. காடுகளை உறைவிடத்துக்காவும் உணவுக்காகவும் உயிர் ஆதாரத்துக்காகவும் நம்பியிருந்த பழங்குடியினர் ஏதிலிகளாக்கப் படுகின்றனர். வெள்ளம், நீர் தேங்குதல், உப்புத்தன்மை அதிகரித்தல், பயிர்கள் அழிதல் நிகழ்கின்றன. எனவே அவை ஜனநாயக விரோதமானவை.

பிரச்னைகளும் கோளாறுகளும் நிர்வாக அமைப்பில் மண்டிக்கிடப் பதற்கு உதாரணமாக அருந்ததிராய் காட்டுவது: 1996இல் ஒரிஸாவின் காளவஹந்திப் பகுதியில் பட்டினியால் நூற்றுக்கணக்கானோர் இறந்து போயினர். அதே ஆண்டிலே அங்கு தேசிய சராசரியைவிடவும் நெல் உற்பத்தி அதிகம்! காளஹந்தியிலிருந்து மைய அரசுக்கு அரிசி ஏற்றுமதியானது.

மற்றவர்கள் சுற்றுமுற்றும் நிகழ்வதைக்காணாது இருந்து கொள்ள முடியும். ஆனால் ஓர் எழுத்தாளரால் அப்படி இருக்க இயலாது. அத

எழுத்தாளருக்கு விதிக்கப்பட்ட சாபமாக இருக்கிறது என்பார் அருந்ததிராய். எனவேதான் நர்மதா பள்ளதாக்கு பிரச்னையில் அவர் தீவிரமாய் ஈடுபாடு கொண்டது. அதிலும் பெரும் திட்டங்களில் சொல்லப்படும் பொய்யானதும் பாவனை மிக்கதுமான முழக்கங்கள் அவரை வேதனை கொள்ள வைக்கின்றன. சர்தார் சரோவர் திட்டத்தின் ஓர் அம்சம் குஜராத்தின் கட்ச் மற்றும் சௌராஷ்ட்ரா பகுதிகளுக்கு குடிநீர் வழங்குவது ஏற்கனவே அப்பகுதிகளுக்கு அருகாமையில் ஓடும் மாஹி, சபர்மதி ஆறுகள் இருக்கின்றன. ஆனால் அவற்றிலிருந்து அஹமதாபாத்திற்குத் தான் குடிநீர் வசதிகள் செய்து தரப்பட்டன. இன்று இவ்வளவு தூரம் தாண்டி குடிநீர் வழங்குவதாகக் கூறுவது வெறும் முழக்கமே தவிர, அக்கறையில் பிறந்த திட்டமல்ல என்பது அருந்ததிராய் அம்பலப்படுத்துவது.

எழுத்தாளர் என்ற வகையில் கலைஞர் என்ற வகையில் இதுபோன்ற அக்கறைகள் இன்றியமையாதவை என்கிறார்.

'அப்பள்ளத்தாக்கிற்கு ஓர் எழுத்தாளர் தேவைப்படுவது போல, எழுத்தாளர்களுக்கு பள்ளத்தாக்கு அவசியமானது. எழுத்தாளர்களுக்கு மட்டுமல்ல – கவிஞர், ஓவியர், நாட்டியக்கலைஞர், நடிகர், திரைப்படம் உருவாக்குவோர் அனைவருக்கும் – எல்லாவிதமான கலைஞர்களுக்கும். நாம் உயிர்த்திருக்க வேண்டுமாயின், தொடர்ந்து செயல்பட வேண்டுமாயின், நாம் விரும்பி இழந்து விட்ட அரசியல் களத்தைக் கைப்பற்றிடவேண்டும். இத்தருணத்தில் வேறுபக்கமாய் திரும்பிக் கொள்வோமாயின், நமது கலை சீர்படாது. ஒவ்வொருவரும் தீவிரமான அரசியல் திட்ட அறிக்கையை வெளியிட வேண்டும் என்று நான் கூறவில்லை. மாடிஸியும் சன்னலோர கண்ணாடித் தொட்டியின் பொன்மீனும் தான் நான் விரும்புபவை. அவ்வப்போது நம் பார்வையை தாளின் பக்கத்திலிருந்து உயர்த்தி நம்மைச் சூழ்ந்துள்ள உலகின் நிலையை கணக்கில் கொள்ள வேண்டும் என்பதுதான் நான் குறிப்பிட நினைப்பது. நம் விளக்குகள் எரியவும் நம் அறைகள் குளிரவும் நம் குளியலறைகளில் நீர்வரவும் எங்கோ மூலையில் உள்ள ஒருவன் தன்பங்கை செலுத்திக் கொண்டிருக்கிறான் என்பதை ஒத்துக்கொள்ள வேண்டும் என்பதுதான்.'

தேசநலனுக்காக பெரிய அணைத்திட்டங்கள், பலநோக்கங்கள் கொண்டதாக நிறைவேற்றப்படுகையில் சிற்சில தியாகங்கள் புரியத்தான் வேண்டும். என்பதுதான் இவற்றின் ஆதரவாளர்கள் தரும் பிரதிவாதம்.

இத்திட்டங்களால் விளைந்த நன்மைகளை அலசி ஆராய்ந்த அருந்ததிராய், அவற்றை – கிடைக்கும் சொற்பமான நன்மைகளை – ஜனநாயக ரீதியிலானதும் சுற்றுச்சூழல் இணக்கங்கொண்டதும் சமூக இழப்பு இல்லாததுமான வேறு அம்சங்களால் பாரிய முதலீடு இன்றியே செய்து முடிக்க முடியும் என்கிறார். நர்மதா அணைத்திட்டத்திலுள்ள சிக்கல்கள் / முரண்பாடகளுள் ஒன்று: சர்தார் சரோவர் நர்மதா நிகாமினைச் சேர்ந்தவர்கள், கரும்புப் பயிர் அதிக நீரை எடுத்துக்கொள்வதால் அப்பகுதிகளில் அதனைப் பயிரிடுவது அனுமதிக்கப்படாது என்று அறிவித்தனர். ஆனால் குஜராத் அரசாங்கம் அக்கால்வாய் பகுதியில் டஜன் கணக்கான சர்க்கரை ஆலைகளுக்கு அனுமதி அளித்து விட்டது. அந்த ஆலைகளில் ஒன்றை முன்னின்று நடத்த இருக்கும் சனத்மெஹ்ரா, நிகாமின் தலைவர்; இன்னொருவர் குஜராத்தின் முன்னாள் முதல்வரான சிமன்பாய் படேல். அவரும் நர்மதா திட்டத்தை முன்னெடுத்து நடத்தி வந்தவர்களுள் ஒருவர்!

பெரும் தொழிற்சாலைகளையும் அணைத்திட்டங்களையும் கட்டி முடிப்பதில் பெரிதும் உத்வேகங்காட்டிய நேருவே, பெரும் திட்டங்களின் அபாயங்களை உணர்ந்து கொண்டிருந்திருக்கிறார்.

'பெரியவை என்னும் நோய்' பீடிக்கப்பட்டிருக்கிறோமா என்று எண்ணத் தொடங்கியிருக்கிறேன். நம்மால் பெரியவற்றை, பெரிய அணைகளை நிர்மாணிக்க இயலும் என்று காட்ட விரும்பினோம். இது இந்தியாவில் வளர்ந்துகொண்டுவரும் அபாயகரமான பார்வையாகும்.... அரைடஜன் இடங்களில் அரைடஜன் பெரும் திட்டங்களைவிட, சிறு பாசனத்திட்டங்களும் சிறு தொழிற்சாலைகளும் மின்சாரத் தயாரிப்புக்கான சிறு திட்டங்களும்தான் நாட்டின் முகத்தை பெருமளவில் மாற்றியமைக்கக் கூடியவை...'

1958இல் பாசனம் மற்றும் எரிசக்திக்கான மைய நிர்வாக குழுவின் ஆண்டுக்கூட்டத்தில் நேரு பேசியதைக் குறிப்பிடும் அருந்ததிராய், கேம்பிரிட்ஜ் பல்கலைக்கழகத்தில் தான் நிகழ்த்திய உரைக்கு அளித்திருந்த தலைப்பு: The Cost of Living. The God of Small Things. நாவலின் இறுதி அத்தியாத்தலைப்பும் அதுதான்.

அனல் காற்றாய் வீசியடித்து அலைக்கழிக்கும் பெரும் தெய்வங்களை நிராகரிக்கும் அருந்ததிராய், கலாச்சாரங்களை கபளீகரம் செய்யும் வெள்ளை யானைகளையும் விரட்டியடிப்பதில் முனைப்பாயிருக்கிறார். அருந்ததிராய் நர்மதா மக்களுக்கு கிடைத்திருக்கும் அருந்ததி நட்சத்திரம்.

ஆதாரங்கள் :

1. The God of Small Things / Arundhati Roy / India Ink, New Delhi, 1997

2. அருந்ததிராய் – யமுனா ராஜேந்திரன் / காலக்குறி – இதழ் 10, 1999.

3. The Cost of Living - Arundhati Roy/ Frontline - February 18, 2000

4. The Greater Common Good - Arundhati Roy / Outlook -May 24, 1999

5. The End of Imagination - Arundhati Roy / Outlook - August 3, 1998

6. Interview by Urvashi Butalia / Outlook - April 9, 1997

7. Interview by Kaveree Bamzai / The Indian Express - April 6, 1997.

✦✦✦

# குறிப்பு